உச்சி வெயில்

புதினம்

பா.செயப்பிரகாசம்

பாரதி
புத்தகாலயம்

Uchchi Veyil (in Tamil)
P.Seyaprakasam
First Published: September, 2023
Published by
BHARATHI PUTHAKALAYAM
7, Elango Salai, Teynampet, Chennai - 600 018
Email: bharathiputhakalayam@gmail.com / www.thamizhbooks.com

உச்சி வெயில்
பா.செயப்பிரகாசம்
முதல் பதிப்பு: செப்டம்பர், 2023
வெளியீடு:
பாரதி புத்தகாலயம்
7, இளங்கோ சாலை, தேனாம்பேட்டை, சென்னை - 600 018
தொலைபேசி : 04424332424, 24332924, 24330024
விற்பனை நிலையங்கள்
அருப்புக்கோட்டை: கதவுஎண் 49 A/4 மெயின் ரோடு, தெற்கு தெரு - 9994173551
ஈரோடு: 39: 39 ஸ்டேட் பாங்க் சாலை - 9245448353
கரூர்: நாரத கானசபா அருகில் (TNGEA OFFICE) - 9442706676
காரைக்குடி : 12, 2 வது தெரு, கம்பன் மணிமண்டபம் பின்புறம் - 9443406150
கும்பகோணம்: 352, ரயில் நிலையம் எதிரில் - 9443995061
குன்னூர்: N.K.N வணிக வளாகம் பெட்போர்ட்
கோவை: 77, மசக்காளிபாளையம் ரோடு, பீளமேடு - 8903707294
சிதம்பரம்: 22A / 18B தேரடி கடைத் தெரு, கீழவீதி அருகில் - 9994399347
செங்கல்பட்டு: 1 D ஜி.எஸ்.டி சாலை - 044 27426964
சேலம்: 15, வித்யாலயா சாலை சாலை
சேலம்: 35, அத்வைத ஆஸ்ரமம் சாலை 0427 2335952
தஞ்சாவூர்: காந்திஜி வணிக வளாகம் காந்திஜி சாலை - 9655542400
திண்டுக்கல்: பேருந்து நிலையம் - 9942331105, 9976053719
திருச்சி: வெண்மணி இல்லம், கரூர் புறவழிச்சாலை - 9994289492
திருநெல்வேலி: நவஜீவன் டிரஸ்ட் வளாகம், 48-B/10, அம்பை ரோடு, வீரமாணிக்கபுரம் - 9442149981
திருப்பூர்: 447, அவினாசி சாலை - 9486105018
திருவண்ணாமலை: முத்தம்மாள் நகர் | **திருவல்லிக்கேணி:** 48, தேரடி தெரு - 9444428358
திருவாரூர்: 35, நேதாஜி சாலை - 9442540543 | **நாகர்கோவில்:** 699 கே.பி.ரோடு R.V.புரம் - 9443450111
நெய்வேலி: பேருந்து நிலையம் அருகில், - 9443659147
பழனி: பேருந்து நிலையம் அருகில் - 7010760693
பாண்டிச்சேரி : கிழக்கு கடற்கரைச்சாலை, இலாசுப்பேட்டை, 9486102777
பெரம்பூர்: 52, கூக்ஸ் ரோடு - 9444373716 | **மதுரை:** 37A, பெரியார் பேருந்து நிலையம் - 045 22324674
மதுரை: சர்வோதயா மெயின்ரோடு
வடபழனி: பேருந்து நிலையம் எதிரில் அடையார் ஆனந்தபவன் மாடியில் - 9444476967
விருதுநகர்: 131, கச்சேரி சாலை - 0456 2245300 | **வேலூர்:** பேஸ் III, சத்துவாச்சாரி - 9442553893
முகப்பு:; கவாஸ்கர்

நினைத்த நூல்கள்... நினைத்த நேரத்தில்... thamizhbooks.com 8778073949

அச்சு : பிரிண்டெக், சென்னை - 600 005. BharathiTV | www.bookday.in

முன்னுரைத்த சில வார்த்தைகள்

தமிழின் மகத்தான படைப்பாளி பா.செயப்பிரகாசம் அவர்கள் தன் வாழ்நாளின் இறுதிநாட்களில் சொந்த மண்ணுக்குத் திரும்பினார். சென்னை மாநகர வாழ்விலிருந்தும் புதுச்சேரி வாழ்விலிருந்தும் விடைபெற்று விளாத்திகுளத்தில் வாழத் துவங்கினார். பக்கத்தில் சிவகாசியில் நான் வாழ்ந்தும்கூட அவரை விளாத்திகுளத்தில் போய்ப் பார்க்க எனக்கு வாய்க்கவில்லை. வருகிறேன் வருகிறேன் என்று அவரிடம் தொலைபேசியில் சொல்லிக்கொண்டிருந்தேனே ஒழியப் போகவில்லை. அவருடைய இறப்புக்குத்தான் போனேன். ஜெ.பி-யை மட்டுமல்ல. எனக்கு நெருக்கமான பல நண்பர்கள், ஆளுமைகள் பலரையும் இப்படித்தான் தவறவிட்டுப் பின் குற்ற உணர்வின் மூட்டையைப் பெரிதாக்கிக்கொண்டே இருப்பேன். என்ன பொழப்புடா இது என்று சலிக்கிறது மனம்

அப்போதே அவர் இந்த நாவல் பற்றிப் பேச்சில் குறிப்பிடுவார். சிறுகதைகளில் உச்சம் தொட்டவர் தோழர் பா.செ. அவரது ஒரு ஜெருசேலம், அம்பலகாரர் வீடு, சரஸ்வதி மரணம், தாலியில் பூச்சூடியவர்கள், வேரில்லா உயிர்கள் போன்ற கதைகள் காலத்தை வென்று அவர் பேர் சொல்லும் கதைகள். எங்கள் முன்னோடி கு.அழகிரிசாமியைப் போலவே இவரும் சிறுகதையில் சாதித்த உச்சத்தை நாவலில் தொட முடியாதவராகவே எனக்குப்படுகிறார். அதை அவரும், இருந்தால், ஏற்றுக்கொள்ளத்தான் செய்வார்.

என்றாலும் இந்த உச்சி வெயில், கரிசல் வாழ்வின் அழகுகளையும் குரூரங்களையும் சமரசம் இன்றிச் சொல்லிச் செல்வதில் வெற்றி பெற்றுள்ளது. சமரசமற்ற எழுத்துப் போராளி அவர் என்பது இந்நாவலில் மீண்டும் ஒருமுறையும், இறுதியாகவும் நிரூபணமாகிறது.

சந்திரமதி என்கிற தாழ்த்தப்பட்ட சமூகத்தில் பிறந்த 40 வயதுப் பெண்ணொருத்தி கரிசல் கிராமமான மீனாட்சிபுரத்துக்கு பள்ளித் தலைமையாசிரியராகப் பொறுப்பேற்க வருவதில் நாவல் துவங்குகிறது. சாதிப் பித்துக்கொண்ட ஆதிக்க சாதி வாத்தியார் சின்னச்சாமி அதே பள்ளிக்கூடத்தில் வேலை பார்க்கிறார்.

“புதிதாய் வருகிற தலைமையாசிரியர் ஒரு பெண். நமக்கு மேலே ஒரு பெண். அதிலும் தாழ்த்தப்பட்ட சமூகம். அந்த அளவுக்கு நம் சமூகம் ஊனமாகிப்போனதோ என்று இங்கே சின்னச்சாமிக்கு ‘மூஸ் மூஸ்’ என்று கோபம் கொப்பளித்தது” என்று சந்திரமதி எத்தகைய பகைப்புலத்தில் அந்தப் பள்ளிக்குள் காலடி எடுத்து வைக்கிறார் என்பதை முதல் அத்தியாயத்திலேயே உணர்த்திவிடுகிறார். அதுவே நாவலுக்கு ஒரு விறு விறுப்பையும் எதிர்பார்ப்பையும் உண்டாக்கி விடுகிறது.

ஆனால், சந்திரமதியைச் சாதியைத் தாண்டி நேசிக்கும் எதிர்வீட்டு ஆண்டாள், பள்ளிப்பிள்ளைகள் ஞானம், தேனு போன்றவர்கள் களங்கமற்ற அன்பை அள்ளித்தருகிறார்கள். “பள்ளிப்பெண்கள் தெலுங்கு பேசும் உயர்சாதி. இந்த உயர்சாதி எந்த விகற்பமுமில்லாது அவளோடு கலந்தது எப்படி?” என்றொரு வரியில் இதைப் பா.செ. பதிவு செய்கிறார். ஆதிக்க சாதியில் பிறந்த எல்லோரும் ”சாதி பார்ப்பவர்களாக “ இருப்பதில்லை என்கிற நம்பிக்கையூட்டும் சித்திரத்தை பா.செ. இந்நாவலில் பல இடங்களில் தீட்டிக்காட்டுகிறார். “எங்க டீச்சர்” என்கிற பெருமிதம்தான் அப்பெண்களுக்கு இருக்கிறதே ஒழிய, சாதி கண்ணுக்குத் தெரியவே இல்லை. அத்தனை களங்கமற்ற கரிசல் பெண்கள்.

சமூகத்தின் அரசியல் வரலாறும் பண்பாட்டு வரலாறும் உள்ளூர் வரலாறும் சந்திக்கும் புள்ளிகள் இந்நாவலில் பல இடங்களில் ஒளிர்கின்றன. ஒரு நாவலின் லட்சணமே அதுதானே. ஆண்களின் வாயில் பீடி, பெண்களின் வாயில் புகையிலை உருண்டை என்கிற போதைக்கு கரிசல் மக்களைத் தள்ளிய பாவிகளாக சொக்கலால் ராம்சேட் பீடிக்கம்பெனி, கிளிமார்க் பீடி, திண்டுக்கல் அங்குவிலாஸ் புகையிலை ஆகிய மூன்று நிறுவனங்களை நாவல் அடையாளம் காட்டுவது ஒரு சான்று. இன்றைக்கானால் எத்தனையோ பன்னாட்டுக்கம்பெனிகள் எத்தனையோ பழக்கவழக்கங்கள், பண்பாட்டு அடிமைத்தனங்கள் என்று பெருத்து நிற்கிறது நாம் அடிமைப்பட்ட வரலாறு.

அங்குவிலாஸின் இன்னிசைக்குழுவில் கரிசல் காட்டின் இசை மகா சமுத்திரம் விளாத்திக்குளம் நல்லப்ப சாமிகளும் பாடினார் என்பது நான் இதுவரை அறியாத சேதி. நாவல் அதைப் பதிவு செய்கிறது.

சந்திரமதியை நிமிர்ந்த நன்னடையும் நேர்கொண்ட பார்வையும் கொண்ட புதுமைப்பெண்ணாகப் படைத்திருக்கிறார் பா.செ. இயல்பாகவே ஊரின் நல்லவர்கள் அவரைப் பரிவுடனும் பாசத்துடனும் பார்க்கிறார்கள். செக்கு மனிதராக வரும் பெரியவர், மிகப்பெரிய தார்மீக பலத்தைச் சந்திரமதிக்கு அளிப்பவராக இருக்கிறார். ஞானத்தின் தாய் செல்லக்கண்ணு தன் மூத்த மகளின் நிச்சயதார்த்தத்தை சந்திரமதியின் தலைமையில் நடத்துகிறார். சாதிய அழுக்குப்படிந்த ஊர்ப் பெரியவர்கள் அதனால் சந்திரமதியின் மீது பகை கொள்கிறார்கள். காத்திருந்து பின்னர் அவர்கள் பழிதீர்க்கிறார்கள். சந்திரமதியின் இடமாற்றம் அவர்களால் வருகிறது. ஆத்தூர் நடுநிலைப்பள்ளிக்கு சந்திரமதி மாற்றப்படுகிறார்.

அந்த நிச்சயதார்த்தக் காட்சியில் மணப்பெண்ணைப்பற்றி பா.செ. தீட்டும் சித்திரம் ஓர் கரிசல் ஓவியம்தான்:

“காபி கிளப் வடை, மசாலா மொச்சை, அவித்து உப்பிய முக்கடலைப் பயறு அனைத்தும் அவள் அங்கம் ஒவ்வொன்றிலும் வடிவு கொண்டிருந்தன. பக்கவாட்டு, பின்புறம், முன்புறம், நேருக்கு நேர் என நாற்புறமும் பார்க்கையில் கொழுத்த புஞ்சைக்காடு ஒன்று பளபளத்தது.”

அவருடைய ‘வேரில்லா உயிர்கள்’ சிறுகதையில் வருகிற ஒரு வர்ணனையை இந்தச் சித்திரம் எனக்கு நினைவூட்டியது. அச்சிறுகதையின் வரிகள்:

“மீனாட்சியைவிட, சாருலதா சௌந்தர்யத்துடன் பிரகாசித்தாள். பயறும் கிழங்கும் ஊறிய வயிற்றில் சோற்றுப் பருக்கை விழுந்தபோது உடல் சௌந்தர்யம் கண்டது. புஷ்டியான உணவு வகைகள் உள்ளில் போனபோது ஒளிந்திருந்த அழகுகள் வெளிப்பட்டன. உணவு ஒரு ஓவியனாக மாறியது. கரிசல் மண்ணின் புழுதியுள்ள உடலில் அந்தி வர்ணத்தின் நிறக்கலவைகள் படிந்தன. அழகுள்ள உடல்களுக்கெல்லாம் உணவே ஓவியன்.”

மனித உடலழகின் இயங்கியலைப் பற்றிய பா.செ.-யின் புரிதலில் ஒரு தொடர்ச்சியும் தெளிவும் இருப்பதைக் காண்கிறோம்.

சந்திரமதியின் புரிதலைச் சொல்வதுபோல கரிசல் வாழ்வு பற்றி நாவலில் ஓரிடத்தில் சொல்கிறார்: “கரிசல் சீமை மற்ற பிரதேசங்களிலிருந்து வித்தியாசப்பட்டது என்பதை அப்பட்டமாக அறிவித்தது. பேச்சு, உச்சரிப்பு, பழக்கங்கள், விளையாட்டுக்கள், உழைப்பு வித்தியாசமானவை.

கரிசலுக்குப் பெயர்போனது கோடைவெயில். இதுதான் கரிசலுக்கு கெட்ட பெயர் வாங்கித் தருகிறது. வெம்பரப்பாய்க் கிடக்கும் கரிசல்காட்டில் நிழலுக்கு ஒரு மரம் செடி கொடி பார்க்க முடியாது.''

இந்த வரிகளுக்குள்ளிருந்துதான் தன் நாவலுக்கான தலைப்பை ''உச்சி வெயில்'' என்று தேர்வு செய்திருப்பதாகத் தோன்றுகிறது. நிக்க நிழலற்ற கரிசல் பூமியின் ''உச்சி வெயில்''தான் நாவல்.

''அனிச்சம் மலரினும் மெல்லியது பெண்களின் பாதம் என திருக்குறளில் வருகிறதே, இதை நம் அக்கா தங்கைகளிடம் காண முடிகிறதா ஐயா?-கேள்வி வரும். குறிப்பாக காடு, கரை, வீடு என்று உழைக்கும் பெண்களது கால்கள் மட்டுமா, கைகளிலும் பெண்மையின் மென்மையைக் காண முடிகிறதா? சொரசொரப்பாகவும் கரடுமுரடாகவும்தான் கைகள் தென்படுகின்றன.'' மாணவன் துளசிமணியின் சந்தேககங்களாக பா.செ. முன்வைக்கும் இந்தக் கேள்விகள் அழகு என்னும் வார்த்தைக்குப் பின்னால் ஒளிந்திருக்கும் வர்க்க அரசியலைத்தான் பேசுகின்றன.

அருகருகேயுள்ள கரிசல் கிராமங்களான சூரங்குடி மற்றும் தங்கம்மாள்புரம் பற்றிய எசப்பாட்டுகளை ஓரிடத்தில் குறிப்பிடுகிறார் பா.செ.

''ஊறி ஊறித் தண்ணியெடுக்கும்

ஊத்தப்பய சூரங்குடி

பாடிப்பாடி தண்ணியெடுக்கும்

பாண்டியராசா தங்கம்மாள்புரம்

வேடிக்கையாக சூரங்குடி ஊரைத் தாழ்த்திப் பாடுகின்றனர். விடுவார்களா சூரங்குடியார்!

''தட்டாம் பயிறவிக்கும் தட்டுக்கெட்ட தங்கம்மாள்புரம்

மொச்சைப் பயிறவிக்கும் முதலாளி சூரங்குடி''

மொச்சைப்பயிறு அவித்துத் தின்னும் அளவுக்குப் பணக்கார ஊர் சூரங்குடி என்பதில் எத்தனை பெருமிதம் அம்மக்களுக்கு. இரண்டு ஊரும் பயிறு, கிழங்கு அவித்துப் பசியாறும் வறிய ஊர்கள்தாம். இக்காட்சியும் எசப்பாட்டுகளும் கரிசல் வாழ்வின் பண்பாட்டுப் பரிமாணத்தைக் கச்சிதமாக வரைகின்றன.

"சவுக்கை எனப்படும் தாழ்வாரம் இறக்கிய மடம் ஒவ்வொரு ஊரிலும் இருந்தது. ராணி மங்கம்மாள் காலத்தில் மக்களுக்குச் சேவை செய்வதற்காகவும் மக்களிடமிருந்து வரி வசூலிக்கவும் இப்படியான சவுக்கைகள் ஊரூருக்கு உருவாக்கப்பட்டன" என்றொரு வரி பொருள்சார் பண்பாட்டு வரலாற்றைப் போகிறபோக்கில் சொல்லிச் செல்கிறது.

மீனாட்சிபுரத்தில் கெட்டதுக்கு எதிராக சந்திரமதி நடத்தும் போராட்டம் முழுமை பெறும் முன்பே அவர் ஆத்தூருக்கு மாற்றப்படுகிறார். ஊரின் சாதிய சக்திகள் லாடமடத்தில் கூடிக் கும்மியடித்துக் களிக்கின்றனர்-தாங்கள் வெற்றி பெற்றுவிட்டதாக. அவர்களை எதிர்த்த சந்திரமதியின் போராட்டம் வெல்வதாகக் கதையை முடிக்காமல் மீனாட்சிபுரம் கதையை அப்படியே பாதியில் விட்டு விட்டு அடுத்த நிலப்பரப்புக்கு நாவல் தாவுகிறது.

மீனாட்சிபுரத்திலும் சந்திரமதிக்காகக் கண்ணீர் விட இதயங்கள் இருக்கத்தான் செய்தன. கிளப்புக் கடைக்காரர் ரெண்டு வடையுடன் வந்து மனம் கலங்கி நிற்கிறார். பின்னர் ஒருநாள் அதிகாலையில் செக்குமனிதரான நல்லப்பர் சந்திரமதி வீட்டு வாசலில் வந்து நிற்கிறார்.

காலை மவுனத்தைக் கலைப்பதுபோல ஒரு வாசகம் அவரிடம் புறப்பட்டு வந்தது. "இவங்க நல்லவங்க இல்ல. இவங்களுக்குக் கெடுதி செய்றது தவிர வேறெதுவும் தெரியாது." தியானத்தில் அமர்வதுபோல சற்று நேரம் அமர்ந்திருந்தார். கண்கள் மூடியிருந்தன. கண்கள் திறந்து சந்திரமதியைக் கண்டார். "பொதுச்சேவையில் நான் வணங்க வேண்டிய தெய்வம் ஒன்று இருக்கிறது. அது எங்கு என நான் கண்டுகொண்டேன்."

தெய்வம் கண்டேன் என்பதுபோல், அவளிருந்த திக்கில் கீழே விழுந்து கும்பிட்டார். கால்களை இழுத்து பின்னுக்கு நகர்ந்த சந்திரமதி பதறிப்போனாள். யார் யாரை வணங்குவது!

'போய் வருகிறேன்' என்று சொல்லவும் திராணியில்லை; வாசலை நோக்கி நடந்தார். வாசல் நிலை தாண்டி, நடையில் நின்று திரும்பிப்பார்த்துச் சொன்னார்.

"இவங்க நல்லவங்க இல்லம்மா."

உண்மையில் இந்தப்புள்ளியில் நாவல் நிறைவு பெற்றுவிட்டது என்றுதான் தோன்றுகிறது.

ஆனால் பா.செ.-க்கு இன்னும் சொல்ல வேண்டியது இருந்திருக்கிறது. ஆத்தூருக்குப் போனாலும் அங்கேயும் இதே உச்சிவெயிலைத்தான் சந்திரமதி சந்திக்கிறார். ஆனால் அங்கே அநீதிகளைத் தட்டிக்கேட்க வெள்ளைச்சாமி என்கிற தொழிற்சங்கவாதி துணை வருகிறார்.

எல்லாம் சுபம் என்று நாவலை முடிக்காமல் அநீதிகள் வெல்கின்ற காலத்தை நமக்குச் சுட்டிக்காட்டி கோபம் கொள்ளுமாறு வாசகர்களைத் தூண்டி நாவலை நிறைவு செய்துள்ள பாணி சிறப்பானது.

இறுதி மூச்சு வரை தான் நம்பிக்கை வைத்த இயங்கியல் சிந்தனையைச் சொந்த வாழ்விலும் இலக்கியத்திலும் சிக்கெனப் பற்றியிருந்த அவரது பெருவாழ்வுக்கும் படைப்புகளுக்கும் ஒரு செவ்வணக்கம். தொகுக்கப்படாத அவரது சிறுகதைகளும், கட்டுரைகளும் தொகுக்கப்பட வேண்டும்.

தோழமையுடன்,
ச.தமிழ்ச்செல்வன்
சிவகாசி-626124
08-08-2023

அத்தியாயம் - 1

1

சந்திரமதி அப்போதுதான் ஆத்தூர் நடுநிலை பள்ளியில் காலடி எடுத்து வைக்கிறார். வெள்ளைச்சாமி என்ற ஆசிரியப் போராளி இரண்டு ஆண்டுகள் முன் பிறந்த போராட்டங்களுக்கான களத்தை உருவாக்கி வைத்திருக்கிறார். ஆத்தூர் எல்லா ஊர்களையும் போலத்தான். இங்கு எந்தப் பிரச்சனையும் தனியாக இல்லை. எல்லாப் பிரச்சனையும் ராசாமணி பண்டாரத்தின் மரணம் போலவே ஜாதியம் பூசப்பட்டதாக நிகழ்ந்து வருகிறது. இந்தச் சூழலில்தான் வெள்ளைச்சாமி என்ற போராளி ஆத்தூரிலும் சுற்றி இருக்கிற பாளையத்திலும் கவனித்து கணித்து செயலாற்றி வருகிறார். யாராக இருந்தாலும் எவ்விடமாக இருந்தாலும் உதவுவது அவருடைய மனிதப் பண்பாடு. அவர் தானாக மட்டும் இருப்பதில்லை. இந்த பூமி முழுவதும் அவராக இருக்கிறார். இந்த ஆத்தூர் பூமியில் பிரச்சனைகள் மையம் கொண்டு மேல் எழுந்து வருகின்றன. மேலும் மேலும் பிரச்சனைகளை எதிர் கொண்டு ஒவ்வொன்றையும் தீர்த்து வைப்பது அவருக்கும் அவரைப் போன்றவர்களுக்கும் கடமையாக மாறியிருக்கிறது.

பையன்களுக்கு புளியவிளார். பெண்களுக்குத் தாலி அறுப்பு. அன்றைக்கு வகுப்பில் கலாவதி கணக்குப் போட்டு வரவில்லை. அண்டகாரம் பீறிட்டு அடிக்க "ஒந்தாலியில் நூலைப் போட்டு கரகரன்னு அறுக்க." அஞ்சாம் வகுப்பு சின்னச்சாமி வாத்தியார் சாமியாட்டம் ஆடினார்.

கையிலும் நாக்கிலும் பிரம்பெடுக்கும் வாத்தியார் சின்னச்சாமி. ஆண் பிள்ளைகள் தப்பியதில்லை. பையன்களெனில் கையை நீட்டச் சொல்லி, உள்ளங்கையில் பிரம்பு வீச்சு, கையத் திருப்பி வைக்கச் சொல்லி, மணிக்கட்டின் மீது 'கணீர் கணீர் ' என விளாசல்.

தொடக்க நாள் அன்றைக்குக் காலை கடவுள் வாழ்த்து முடிந்ததும் பிள்ளைகள் அவரவருக்குப் பிரியமான இடத்தில் உட்கார முண்டியடித்துக் கொண்டு ஓடினார்கள். தமக்குப்

பிரியமான சிநேகிதிகளுக்கும் சேர்த்து பெண்கள் இடம் போடுவார்கள்.

வருகைப் பதிவேட்டில் சாதிக் குறிப்பு இல்லை. அது சான்றிதழில் கிடந்தது; சான்றிதழ் தலைமையாசிரியையின் அறையில் இருந்தது. ஆனால் சின்னச்சாமிக்கு மாத்திரம் அவர் நெஞ்சில் வசித்துக் கொண்டிருந்தது.

பெயர் வாசித்ததும், முதல் பெஞ்சில் உட்கார்ந்திருந்த அய்யப்பன் "உள்ளேன் ஐயா" என்றான். நடுத்தர உயரம். கரணை கரணையான வரிச்சி உடல்.

"முதல்பெஞ்சு கேக்குதோ? ஒன்னைய யாருடா முதல் பெஞ்சில உட்காரச் சொன்னா?"

"நானா உக்காந்தேன் ஸார்" அப்பாவியாய்ச் சொன்னான் அய்யப்பன். பிரம்பை உயர்த்தி கடைசிப் பெஞ்சுக்கு விரட்டினார். "இனிமே ஒன் இடம் அங்க."

ஊரின் கட்டக் கடைசியில் சக்கிலியக்குடி; வகுப்பிலும் அதே பாகுபாடு. கடைசிப் பெஞ்சு சக்கிலியன் பெஞ்சு. சத்தம் காட்டாமல் அய்யப்பன் கடைசிப் பெஞ்சுக்கு நடந்தான்.

பெண் பிள்ளைகள் மவுனம் காத்தனர். ஒரு நாளைக்கு எத்தனை தாலிகள் அறுபடுமோ என்ற பயம். கிளப்புக் கடை கலாவதி என்று பேர். போக்குவரத்து மெல்லமெல்லக் கூடுதலாகிவரும் மதுரைச்சாலையில் அவளது அய்யா நடத்தும் காஃபி கிளப்புக்கு கலாவதி உரியதாரி. உரியதாரி அவளில்லாமல் காலை, மாலை கடை நடக்காது. வடைக்கு ஆட்டிக் கொடுப்பாள். அம்மியில் மசாலா அரைத்துத் தருவாள். அன்று கணக்கு நோட்டைப் பிரித்துப் பார்க்க அவளுக்கு நேரமில்லை.

ஒரு நாள் போல் ஒரு நாளிருக்காது.

"எனக்குத்தான் கலியாணமே ஆகலயே. பெறகு தாலியை எப்படி அறுக்கப் போறீக?" கலாவதி பயமற்றுக் கேட்டே போட்டாள்.

சின்னச்சாமிக்கு பேச்சு எழவில்லை. 'புஸ் புஸ்' என்று மூச்சுப் பறிந்தார். வகுப்புக்குள் எவரும் எதிர்த்துப் பேசினதான வரலாற்றை அவர் சந்தித்தது கிடையாது.

கலாவதியின் எதிர்ப்பில் வகுப்பு முதலில் திடுக்கிட்டுப் போனது. அரண்டு சின்னச்சாமி வாத்தியைப் பார்த்தது. கொஞ்சம் நேரம் சென்றபின் பெண்கள் மத்தியில் உள்ளுக்குளள் மகிழ்ச்சிக் கடல் பொங்கியது. நாம் கேட்க முடியாதபடிக்கு மனசுக்குள் போட்டுப் பொருமிக் கொண்டிருந்ததைக் கலாவதி 'பட்'டென்று கேட்டுவிட்டாள்.

கிளப்புக் கடை கலாவதி அடுத்த நாள் பள்ளிக்கூடம் வரக் காணோம். சின்னச்சாமி வாத்தி இப்போது உண்மையாக விக்கித்துப் போனார். கிளப்புக் கடை அய்யாவிடம் ஏதாவது கோள் மூட்டியிருப்பாளோ?

காலை இடைவேளையின்போது அவரும் கணேசலிங்கமும் காஃபி சாப்பிடப் போவார்கள். காஃபி டபரா குறைந்து போனதோ என மனக் கலவரத்துடன் அளவைப் பார்த்த போது, காஃபிக்கு பாதகம் நடக்கவில்லை எனத் தெரிந்தது.

சின்னச்சாமியின் நாசியில் மசாலா மொச்சைப் பயறு வாசனை கமகமவென வீசும். மொச்சைக் கொட்டைப் பயறு ஒரு மலைப்பூவரசு இலையில் சுருட்டி வருவதைத் தின்று தீர்க்காமல் கிளம்ப முடியாது. மொச்சைப் பயறு தின்றதும்,' பரட்டென்று' கெட்டகாற்றை வெளியேற்ற சௌகரியமாய் ஒரு பக்கப் புட்டத்தைத் தூக்கி வைத்துக்கொள்வார்.

முதல்நாள் இரவில் ஊற வைப்பு. காலையில் பயறு பொதபொதவென உப்பி வெந்ததை, பக்குவமாய் இறக்கி மசாலா சேர்மானம் செய்து, கடை முன்னால் நிற்கும் மலைப்பூவரசு இலையில் கட்டித் தருவார்கள். இத்தனை வேலையையும் செய்து முடித்து தருகிற கலாவதி, ஒன்றுமே தெரியாதது மாதிரி மூன்றாவது நாள் வகுப்பில் உட்கார்ந்திருந்தாள்.

2

“**வ**ந்தாச்சி, ஓடு, ஓடு.”

கணேசலிங்கம் வாத்தியார் கடைநிலைப் பணியாளர் சோலையப்பனை விரட்டினார்.

“வெள்ளாளச்சி வர்றாளாக்கும்.”

சின்னச்சாமி வாத்தியார் அஞ்சாம் வகுப்பு வாசலில் நின்றார். அவர் வெள்ளாளச்சி என்றது மறைமுகமாய் வேறொரு கீழ்ச் சாதியைக் கேலி செய்ய. கணேசலிங்கம் அவ்வாறு இருக்க முடியாது. இதுவரை அவர் தலைமை ஆசிரியர் பொறுப்பிலிருந்தவர்.

“நீங்க வரலயா சார்?”

“அட போங்க நீங்க ஒன்னு.”

நல்லதனமாகக் கேட்டாள் புவனா டீச்சர். டீச்சரை முறைத்துப் பார்த்தார் சின்னச்சாமி.

புவனா வெறும் மூணாம் வகுப்பு டீச்சர். எல்லோரும் மூன்றரை பஸ்ஸுக்கு முன்பாக ஓடினார்கள்.

அஞ்சாம் வகுப்பு வாத்தியார் சின்னச்சாமி வரவில்லை. மற்ற வாத்திமார்கள் புதிய தலைமை ஆசிரியையை வரவேற்க முட்டிமோதி நின்றார்கள்.

அத்தப் பட்டிக்காடு. ஊரில் ஒரு மாலை கிடைக்காது. சின்ன எலுமிச்சை கூட வாய்க்காது. அந்தக் கால காளி மார்க் பானம் கூட இல்லை. புதிய தலைமையாசிரியையை வரவேற்கும் பரபரப்புக்கு மூலநோய் முளை போல கடுகடுக்க வைத்தது இந்த அற்ப விசயங்கள். இந்த அற்ப விசயங்களின் மூலநோய், அவர்கள் இதயத்தில் இரத்தக் கசிவு ஏற்பட வைத்தது.

புதிதாய் வருகிற தலைமையாசிரியர் ஒரு பெண். நமக்கு மேலே ஒரு பெண். அதிலும் தாழ்த்தப்பட்ட சமூகம். நம் சமூகம் அந்த அளவு ஊனமாகிப் போனதோ என்று இங்கே சின்னச்சாமிக்கு ‘மூஸ் மூஸ்’என்று கோபம் கொப்பளித்தது.

கணேசலிங்கத்துக்கு முன் கடைநிலை ஊழியர்கள் சோலையப்பன், சுப்பையா பஸ்ஸை வழிமறித்து நின்றார்கள். பஸ் இறங்கு வாசலில் புலிப்பாய்ச்சலுக்குத் தயாராய் நின்றார் சோலையப்பன்.

தலைமையாசிரியர் இல்லாத இந்த ஆறு மாதமும் கணேசலிங்கத்துக்குக் கூடுதல் சுமை. ஏழாம் வகுப்பு வாத்தியாரான அவர், எல்லாவற்றையும் தோள்மேல் போட்டுச் சுமந்தார். புதிதாய் வரும் நடுநிலைப் பள்ளியின் தலைமையாசிரியையை முன்பின் எவரும் கண்டிருக்கவில்லை.

பேருந்தில் சன்னலோரம் உட்கார்ந்திருந்த சந்திரமதி இடது பக்கம் தெரிந்த காரைக் கட்டிடத்தை பார்த்தபடி எல்லோரும் இறங்கிய பிற்பாடு இறங்கினாள். பன்னிக்குட்டிபோல் துணிமணி கெட்டித்த ஒரு ரெக்சின் பை; இடுப்பு வளைவுக்குள் அடங்காமல் நழுவியது. முழங்காலில் இடிபட, படிக்கட்டில் இழுத்துக் கொண்டு இறங்கினாள்.

சோலையப்பன் பையை எடுத்துக்கொள்ள முயன்றபோது, ‘டக்’கென்று தட்டி விட்டாள் தலைமையாசிரியை.

“வேண்டாம். நான் தூக்கிக்கிருவேன்.”

பள்ளியை ஒட்டி ஒரு பெரிய ஓடை; பாலத்துக்குக் கீழ்ப்பக்கம் இருந்தது பெரிய ஊர்.

பையை இழுத்துக் கொண்டு டீச்சர் புதிதாக வருகிறாள். பை வாங்கிக் கொள்ள வந்த இரண்டு வளர்ந்த பெரிய பையன்களிடம் “செல்லங்களா... எம் பையை எனக்குக் கொண்டுவரத் தெரியும்” என்றதும் ‘கப்சிப்’ ஆனார்கள்.

பள்ளிவாசலின் முன் இடது பக்கம் பாழடைந்த பெருமாள் கோயில். பெருமாள் உள்ளே இருக்கிறாரா, இல்லையா, எடுத்த எடுப்பில் எதுவும் தீர்மானிக்கவியலாது. எங்கேயாவது மாயம் செய்து விளையாடப் போயிருக்கலாம். அவருக்கு நேர்த்திக்கடன் செலுத்துதல் போல் அசைபோட்டுப் படுத்திருந்தன மாடுகள்.

நெட்டுக்க இருந்த சுற்றுச்சுவருக்கும் வகுப்புகளுக்கும் இடையிலிருந்த நிலத்தில் பசுமை பொங்கிக் கொழித்தது. இது பயிர் பச்சைக் காலம். பள்ளி வாசலில் நின்ற சந்திரமதி பையைக் கீழே விட்டு, இடுப்பில் கை வைத்து அதிசயித்துப் பார்த்தாள்.

புஞ்சைக் காடுகள் கார்காலத்தில் புதிதாய் சிங்காரித்துக் கொண்டு இருந்ததைப் பஸ்ஸில் வருகிற வேளையில் பார்த்துக் கொண்டே வந்தாள். பசுமையில் கண்கள் முங்கி முங்கி நீச்சலடித்தன. அதே காட்சியைப் பள்ளிக்குள் எதிர்பார்க்கவில்லை. இடுப்பில் இரு கையும் வைத்து அதிசயித்து, “ஏ, யப்பா!” என்றாள்.

தலைமையாசிரியர் அறைக்குள் சந்திரமதி செல்லவில்லை. பிள்ளைகள் பயிரிட்டிருந்த காய்கறிப் பாத்திகளூடு நடந்தாள்.

மழையில் நனைந்த பனை போல் கறுப்பு; பனந்தூர் போல தடித்த அந்தத் தலைமை வாய் திறந்தபோது பற்கள் வெள்ளைச் சோழிகள் போல் மின்னின. பின்னாலும், பக்கத்திலும் வாத்தியார்கள் சூழ காய்கறித் தோட்டத்தைப் பார்வையிடுகிறாள். விசை தட்டியதுபோல் பெண்பிள்ளைகள் மூளைக்குள்ளிருந்த ஒருவிளக்கு பளிச்சென்று ஒளி அடித்தது. தலைமையாசிரியை இன்று பொறுப்பெடுக்கிறார்.

பாத்திகளில் நின்ற பெண்பிள்ளைகள் முழங்காலுக்கு ஏறியிருந்த பாவாடைகளை கீழிறக்கிவிட்டனர். தாவணிச் செருகலைச் சரிசெய்தனர்.

'குட்மார்னிங் டீச்சர்', கோரஸ் வந்தது.

ஞானசௌந்தரி பவ்வியமாய் டீச்சரை அழைத்துத் தோட்டத்தைச் சுற்றிக் காட்டினாள். ஞானசௌந்தரி நிற்பது சான்சிராணி அணி. கத்திரிக்காய்ப் பாத்தி, செடிகளாய் இல்லாமல், மரங்களாய்க் காட்சி காட்டின; ஒவ்வொன்னும் பூவும் பிஞ்சும் காயுமாய் சீர்வரிசை சுமந்து வரவேற்றன.

வீடுகளில் குளிக்கிற, தண்ணீர் புழங்குகிற இடத்தில் அவரைப் பந்தல் கொழித்திருக்கும்; அவரைக் கொடிகளுக்கடியில் ஒவ்வொரு கிளையிலும் கொத்துக் கொத்தாய் காய்கள்; பந்தலின் கீழ் மிளகாய்க் கன்றுகள்; இது ஏழாம் வகுப்பு கண்ணகி அணி. நல்ல சமயோசித யோசனை. பந்தலின் மேலிருந்து தட்டுத் தடுமாறிப் பாயும் வெயிலுக்கு கீழுள்ள மிளகாய்க் நாற்றுகள் செழிம்பு கொண்டிருந்தன.

நாட்டு வெள்ளரியைக் கண்ணில் காண்பது அரிது. கரும்பச்சை நிறத்திலான காயில் முள்ளு முள்ளாய் தென்படும் நாட்டு வெள்ளரி தனிச் சுவை. பயலுகள் படு களவாணிப் பயலுகள். பயலுகளுக்கும் பெண்பிள்ளைகளுக்கும் கள்ளன் பெரிசா, காப்பான் பெரிசா என்றாகிவிடும். அந்தப் பாத்தியில் ஒரு வாசகம் எழுதிய பலகை "காய்களைப் பறிக்காதீர்." காய்கறிப் பாத்திகள் எதிலும் காணாத ஒரு சின்னத் தட்டி வெள்ளரிப் பாத்தியில் காணப்பட்டது. பையன்களின் நன்னடத்தைையை ஓங்கி அடிப்பது போல் ஒரு தடியை வரைந்து விட்டிருந்தான் வகுப்புத் தலைவன் காந்தராசு. வெண்டையும் கலந்து பயிர் செய்திருந்தனர்.

கட்டபொம்மன் கண்மாய்க்குள்ளிருந்து மேலே வந்தான். கட்டபொம்மன் அணி விவசாயத்துக்கான தண்ணித் தேவையைக் கவனித்துக் கொண்டது. மொத்தம் எட்டு தடித்தடிப் பையன்கள். பொடிப்பையன்களை தண்ணி எடுத்து வருகிற வேலைக்கு விவசாய வாத்தியார் அனுப்புவதில்லை. எல்லாப் பாத்திகளுக்கும் தண்ணீர் எடுத்து விடும் வேலை, பெரிய வாளிகளின் கைப்பிடியின் கீழ் 'ஊனு கம்புகள்' கொடுத்து ஆளுக்கொரு பக்கம் பிடித்து வந்தார்கள். கண்மாய்க்குள்ளிருந்து மேடேறுகையில் பாரம் சுமக்கும் மாடுகள் போல், மூச்சு வாங்கும்; கரைமேட்டிலிருந்து 'சர்'ரென்று கீழிறங்கினார்கள். மேட்டிலிருந்து இறங்குகையில் சூதானமாய், நிதானமாய் இறங்கவேண்டும். சரிந்து குப்புற விழுந்தால் நெஞ்சில், உடம்பில் சிறாய்ப்புக் காயமாகிவிடும். நெஞ்சில் ரணம் கட்ட பயத்துடன் அவர்களையே பார்த்துக்கொண்டு இருப்பார் விவசாய வாத்தியார் பாப்பையா.

விவசாய வாத்தியார், கைத்தொழில் வாத்தியார், நீதி போதனை ஆசிரியர் – அன்றைக்கு இந்தப் பெயர்களில் கண்டிருந்த வாத்தியார்களெல்லாம் இன்றைய கல்விமுறையில் காணாமல் அடிக்கப்பட்டிருந்தனர். விவசாயம், நீதி, கைத்தொழில் எல்லாம் இன்றைய மாணவர்களுக்குத் தேவைதானா? பரணில் ஏறக்கட்டி பல பத்தாண்டுகள் ஓடியானது. இன்றைக்குப் பணம் பண்ணும் கல்விமுறை; பிள்ளைகளுக்குப் படிப்புச் சொல்லிக் கொடுப்பதாகச் சொல்லிச் சம்பாத்தியம் பண்ணுவது - இருப்பதிலேயே மிகப் பெரிய சம்பாத்திய வியாபாரம் கல்வி.

“விவசாயம் சக்கைப்போடு போடுது!”

சந்திரமதி பாராட்டியபோது, விவசாய வாத்தியார் பாப்பையா பெருமை பொங்கப் பார்த்தார். பள்ளி வளாகத்துள் இருக்கிற ஒரு ஏக்கரில் ஒரு பொட்டு நிலம் வீணாக்கவில்லை. அவருக்கு ஏது வகுப்பு? விவசாயக் காடு வகுப்பு. பயிர்க் காட்டில் போய் நின்று ஏதாவது நோண்டிக் கொண்டிருப்பது வகுப்பெடுப்பது.

பாத்திகள் மத்தியில் தலைமையாசிரியை நடந்து வந்தபோது பிள்ளைகளுக்குப் பெருமிதமாகியது. பெருமை பீய்ச்சியடிக்க ஒவ்வொருவரையும் பார்த்துக் கொண்டார்கள். ஒவ்வொரு அணியின் தலைவியையும் கையைப் பிடித்து, தலையைத் தடவிக் கொடுத்து “என் செல்லமே” என்றார். விசாரிப்பில் பிள்ளைகள் உருகிப் போனார்கள். வீடுகளுக்குப் போய், தாய், தந்தையரிடம் புதிய தலைமையாசிரியை பற்றிச் சொல்ல அவர்களுக்கு நிறைய கதைகளிருந்தன.

3

காலையில் எழுந்து பார்த்தபோது, ஞானசௌந்தரியைக் காணவில்லை.

“எம்மகளைக் கண்டீகளா?” விசாரித்துக் கொண்டு வந்தாள் தாய்.

விடிகாலையில் கொல்லைக்கு தாயும் மகளும் சேர்ந்து போவார்கள். ‘வெளிங் காட்டுக்குப் போவது’ என்று சொன்னார்கள்.

விடிகாலையில் சந்திரமதி வீட்டுக் கதவு தட்டும் சத்தம். சூரியனுக்கு வாய்பேச வாராது. அவன் பேசி யாரும் பார்த்ததில்லை; கைகள் இல்லை. அவனுக்கு மக்களுடன் தொடர்பு மொழி – வெளிச்சம்; மற்றொன்று வெய்யில். பகலில் சூரியன் உரையாடும் மொழி வெயிலென்றால், இரவில் அவன் மொழி குளுமை; மொழியைத் தந்துவிட்டுத்தான் ஓய்வுகொள்கிறான்.

கதவைத் திறந்ததும் கண்டது, எதிரே ஞானசௌந்தரி, தேனு என்ற தேன்மொழி. இருவரும் எட்டாம் வகுப்பு.

“கிளம்புங்க... கிளம்புங்க...” டீச்சரைக் கிளப்பினார்கள்.

ஊர் விழித்த பின் கொல்லைக்குப் போகவியலாது. பெண்களுக்கு அவ்வாறு விதிக்கப்பட்டுள்ளது. கொல்லைக்குப் போகுமுன் வெளிச்சத்தைக் கடக்கவிடக் கூடாது. பெண்டிரெனில் இருள். இருளில் நடமாட்டம்.

எதற்கு அவசரப்படுத்தினார்கள் என்பது சந்திரமதிக்குப் புரிந்தது. கிராம அனுபவம் வாழ்வை, வாழ்வதற்கான அறிவைக் கொடுக்கிறது. எதிரே பெண்ணுருக்களில் வந்த இந்த ஆபத்பாந்தவர்கள் யார்?

சாந்த ரூபிகளாக இருப்பினும், சில பெண்கள் வரையறை தாண்டி விடுவார்கள். விடியல் குளிராயினும் உள்ளங்கால் முதல் உச்சி வரை தகிப்பாயினும். “இந்தச் சின்னக் கழுதையா இப்படி?” என்று படபடத்தாள் ஞானத்தின் அம்மா செல்லக்கண்ணு.

போகட்டும்! பக்கத்து வீட்டு வேதனையை எதுக்கு இழுத்துப் போனாள்? "அவுக ரெண்டு பேரும் எப்பவும் ஜோடி போட்டுத் திரிவாங்களாம். இவளுக்கு அவள். அவளுக்கு இவள். ஆட்டாளுக்கு ஒரு மோட்டாளு. அடுப்புக் கட்டைக்கு ஒரு துடைப்பக் கட்டை."

எல்லா எரிச்சலையும் அடக்கிக் கொண்டு செல்லக்கண்ணு தாய் தனியாய் வெளிங்காட்டுக்குப் போய் வந்தாள்.

சந்திரமதி வாழ்ந்த இடங்களிலெல்லாம் உலர்கழிப்பிடங்களுண்டு. அவை நகரம் சார்ந்த புறநகரப் பகுதிகள். அப்போதும் யாராவது மலக்கூடை சுமந்தார்கள். சக்கிலியக்குடி, ஆதி திராவிடர் எதற்கு இருக்கிறார்கள்? பகடை வீட்டுப் பெண்கள் எதற்கு? சந்திரமதி அந்த இடத்திலிருந்து பிறப்பெடுத்தாள். ஆனால் படிப்பு, வேலை என அக்கேவலத்திலிருந்து தப்பி நின்றாள்.

4

மம்மல், அந்தி இரு வேளைகளில் நல்ல தண்ணிக் கிணற்றில் பெண்கள் கூட்டம் மொய்க்கும். ஊரின் மேற்கு முகணையிலிருப்பதால் 'மேலக் கிணறு' என்று பேர். அதை ஒட்டி நீர் தளதளக்கும் கண்மாய்.

ஊருக்கு ஒரேயொரு நல்ல தண்ணிக் கிணறு. ஊத்து எங்கிருந்துதான் முளைக்குமென்று தெரியவில்லை! பக்கவாட்டுப் பாறைகளைக் கீறி கிணறு சாதாரண மக்களோடு பேசுவது போலிருந்தது. பாறைகள் பேசும் நீர்மொழி இனிமையானது, குளுமையானது. கண்மாய் மேட்டாங் கரையில் நிற்கும் கிணறு நிறைசூலியாகிறபோது, கிணற்றில் தண்ணீர் எடுக்க கடகால் தேவையில்லை. கைகள் போதும்.

மேட்டாங் கரையில் வாகாய் நிமிர்ந்து நிற்கும் மரங்களைக் கண்மாய் வளர்த்துக் காக்கிறது.

கொல்லைக்குப் போய் வந்த, பிரஸ் வைத்துப் பல் விளக்கிக் கொண்டிருந்த சந்திரமதி, அடுத்து அந்த இரு பெண்பிள்ளைகள் செய்ததைக் கண்டு திடுக்கிட்டாள். சைகை செய்து நிற்கச் சொன்னாள். புளிச்சென்று வாய் கொப்புளித்துவிட்டுச் சொல்வாள்.

"எங்க புறப்பட்டுட்டீங்க?"

"நல்ல தண்ணி எடுக்க டீச்சர்" என்றாள் தேனு.

"இருங்க, நானும் வர்றேன்."

"நீங்க அங்கெல்லாம் வரக்கூடாது."

சந்திரமதி சிநேகிதமாய்ச் சிரித்தாள். "ஒன்னு செய், செல்லம், நா எங்கெங்க வரணும், எங்கெங்க வரக்கூடாதுன்னு ஒரு சிட்டை எழுதிக் கொடுத்திரு."

நேற்றிலிருந்து ஞானம் கவனிக்கிறாள். செல்லம் என்ற வார்த்தை டீச்சர் நாக்கிலேயே கிடக்கும் போல. நேற்று காய்கறிப் பாத்தி பார்வையிட்டபோது, ஐந்து, பத்துச் செல்லங்களைக் கொட்டியிருந்தாள். கைநிறைய தடவிவிடும் அன்பும் வாய்நிறையக்

கொட்டும் செல்லமுமாய் முதன்முதல் ஒரு வாத்தியாரைச் சந்திக்கிறார்கள்.

இன்னைக்குப் பள்ளிக்கூடம் போனதும் அந்தச் செடிகளைப் போய்ப் பார்க்கணும் என்று தலைமை நினைத்தாள். இசையால் பயிர்பச்சை, தாவரம் வளரும் என்று படித்திருக்கிறாள். டீச்சரின் பார்வை பட்ட செடிகள் ஒரு முழம் கூடுதலாக வளர்ந்திருக்கும். டீச்சரின் பார்வைக்கு, பேச்சுக்கு அப்படியொரு மந்திரசக்தி. பள்ளிப் பெண்கள் தெலுங்கு பேசும் உயர்சாதி. இந்த உயர்சாதி எந்த விகற்பமுமில்லாது அவளோடு கலந்தது எப்படி!

குனியக்கூடாது, நிமிரக் கூடாது, தங்களின் தலைமை ஒரு வேலையும் செய்யக்கூடாது என்று இப்பெண்டிர் நினைக்கிறார்கள்.

"ஊரைப் பத்தி, ஆட்களைப் பத்தி அறிஞ்சிக்கிடத்தான வந்திருக்கேன்."

"அது பெறகு, அதுக்கு நாளிருக்கு."

ஆளுக்கொரு மண்குடத்தை இடுக்கி டீச்சரை ஒதுக்கிவிட்டுப் புறப்பட்டனர். எதிரே வருகிறவர்களைக் கண்டதும் டீச்சர் வீட்டிலிருந்து வெளிப்படுகிறோம் என்னும் பெருமித உணர்வில் கால்கள் மிதந்தன.

மறுகாலை கிணற்றங்கரை ஒரு அதிசயம் கண்டது. ஒழுங்காகத் தலைவாரிய கறுத்த உருவம், பனைக்குக் கட்டிய சில்லாடை போல், மெல்லிஸு வாயில் புடவை சீராக உடுத்தி கிணற்றங்கரையில் நின்றது. "செல்லங்களா, போவமா?" என்று டீச்சரும் ஒரு மண்குடத்தை இடுக்கிக் கொண்டு புறப்பட்டு வந்திருந்தாள்.

கறுப்பில் கிணற்றங்கரை சோபித்தது.

வித்தியாசமான காட்சியைத் தரிசித்தது தண்ணீர் சேந்திப் போக வந்த பெண்கள் கூட்டம்; காலங்காத்தால கிணத்தங்கரையில் ஒரு வேத்தாள் தென்படுதே என்று அதிசயம் குமிழியிட முகங்கள் நிமிர்ந்தன. பொம்பிளைகள் பக்கம் போன ஞானமும் தேனும் "எங்க டீச்சர்" எனப் பெருமையாய் மெல்ல கிசுகிசுத்தனர். சிறு பதில்போல் மத்த பெண்கள் மதிப்புறு புன்னகையோடு டீச்சரைப் பார்த்து முறுவலித்தனர். தண்ணீர் இறைத்தவர்களின் முறுவலிப்புப் பரிவர்த்தனை டீச்சரின் மனசுக்குள் இதமாய்ப் பாய்ந்தது. பெண்

சிறுமிகளுக்கு மருட்டிரம் பொங்கியது. அதனால் இன்னும் கொஞ்சம் எல்லோரும் அறிய "எங்க தலைமையாசிரியர்" என்று கத்திச் சொன்னார்கள். அப்படியான சேதி சொல்லுதல் அந்தப் பள்ளிப் பிள்ளைகளுக்கு பிரியமான ஒரு சங்கீதம். ஒரு ஐந்து வினாடிகளில் எல்லா காதுகளுக்குள்ளும் தலைமையாசிரியர் ஒட்டிக்கொண்டது. ஏறிட்ட கண்களில் அதிசயம் குடியேறியது.

பட்டியல் கல்லில் கால் வைத்துப் பதனமாய் கிணற்றில் கடகால் போடவேண்டும். கொஞ்சம் நிதானம் தவறினால் உள்ளே விழ ஏதுவாகும்.

"நீங்க அங்கனயே அப்படியே நில்லுங்க டீச்சர்."

டீச்சர் கிணற்றங்கரையில் நின்றாள்.

கூட்டத்தில் துணிச்சலுடன் ஒரு பெண் கேட்டாள்.

"ஏன் டீச்சரம்மா, ஒங்க ஞானம், தேனுதான் தண்ணீ இறைச்சிவிடனுமா, நாங்க அந்நியப்பட்டவங்களா?"

சிரித்துவிட்டாள் சந்திரமதி. இருகை விரித்துப் பாசமாய், தான் கொண்டுவந்திருந்த இரு மண்குடங்களைக் காட்டினாள்.

"ஞானம் கண்ணு, இனிமே டீச்சர் ஒனக்கு இல்ல, எங்க டீச்சர்."

ஆண்டாளக்கா பேசினாள், "ஒங்களுக்கா, அப்ப எங்களுக்கு இல்லையா?"

"ம்கூம், அவங்க ஊருக்கு டீச்சர்" ஞானம் ஆப்பு வைத்தாள்.

"என்னடி இது! யாரு இல்லேன்னா!" ஆண்டாள் தலையைச் சிலுப்பினாள். சந்திரமதி என்ற தலைமையாசிரியை குடிவந்திருக்கிற எதிர்வீட்டில் ஆண்டாளக்கா வாழ்ந்தாள்.

"கொஞ்சம் நில்லுங்க டீச்சர், வேற திசையில் திரும்பாதீங்க" எச்சரித்தாள் ஞானம்.

டீச்சரை நிப்பாட்டி வேறுதிசையில் திருப்பி நிறுத்தினாள் ஞானம். எல்லாப் பெண்களும் அதே மேற்குத் திசையில் திரும்பி நின்றனர். கிழக்குத் திசையில் திரும்பிப் பார்க்க பயம்.

"இதே ரோதனையாப் போச்சு. இப்பப் பெறத்தாலயே போய் ரெண்டு போடு போடட்டுமா?"

"ஆண்டாளக்கா, சொல்லிக்கிட்டே இருக்கீக, எப்ப செய்யப் போறீக?"

தூண்டிவிட்டது சோலைத்தாய்.

காலைப் பொழுதில் வெளிக்குப் போய்விட்டு சின்னச்சாமி வாத்தியார், கண்மாய்க் கரையில் திரும்பிப்போய்க் கொண்டிருந்தார். அவர்களின் பயத்துக்கு மூலமான அவலக் காட்சி அது.

செடியுச்சியில் பூத்த பூ முகங்களைக் காலை இளங்கதிர் தடவியது. கொம்மை உதிர்த்து, மணி கோர்த்த கதிர்களால் ஆடிய காட்டை தளிர்ச் சூரியன் ஒளிப்படுத்திற்று. பூக்கள், கதிர்கள், செடிகள் கடந்து, காலைப் பொழுதின் வாஞ்சைகளில் நனைந்து மரங்கள் பச்சை அழகியாய் ஆடின. காலை எழில் சிந்தும் காட்சிகளை கேவலப்படுத்துபவர் போல், இரு கண்மாய்கள் நடுவில் மேடேற்றிய சரள் சாலையில் சின்னச்சாமி போய்க்கொண்டிருந்தார்.

"இதானே கூடாதுங்கிறது" என்று டீச்சரின் பின்புறத்தில் பட்டென்று தட்டினாள் ஞானம். தலைமையாசிரியையானாலும் இந்த விசயத்தில் சிறுசுக்கு உரிமையுண்டு. பார்வை கிழக்குத் திசைக்குப் பரவாமல், மேற்குப் பக்கம் திரும்பிற்று.

காலைவேளையில் கருந்தார்ச்சாலையில் நடைபோய் வெளிக்கிருந்து திரும்பும் சின்னச்சாமி, இரு கண்மாய்களுக்கு நடுவாக உள்ள சரள்சாலையில் திரும்புகிறார். சின்னக் கண்மாயில் உள்முகமாக இறங்கி சூத்துக் கழுவுகிறார். கரை மேடேறியதும் இரு வேட்டி முனைகளை உதறி, கோவணத்தை இறுக்குதல். பிருஷ்ட பாகங்களை இரு கைகளாலும் தட்டித் தட்டி உருட்டுதல் என்று கண்மாய் மேட்டுப்பாதை கடக்கும் வரை நீளுகிறது.

"இதே ரோதனையாப் போச்சு. பெறத்தாலேயே போய் கோவணத் துணியை இழுத்து விட்டிரட்டுமா?"

"என்னைக்குச் செய்யப் போற, நீயுந்தான் வருசமும் சொல்லிக்கிட்டிருக்கே."

ஆண்டாளக்காவை கேலி செய்தார்கள். பெரிய தூக்கணாங் குருவிக்கூடு போல் பருத்த பிருஷ்ட பாகங்களைக் காட்டிக் கொண்டு, மேலாக வேட்டியைத் பின்புறத் தோள்மேல் ஏற்றி கண்மாய்க்கரையில் மனுசமக்க நடமாடுவார்கள் என்கிற

உணத்தியே இல்லாமல் நடந்து போகிறார் அஞ்சாம் வகுப்புச் சின்னச்சாமி.

ஆனால் கணேசலிங்கம் பொறுப்பான ஆள். அவருக்காகத்தான் பார்க்கிறார்கள். அவர் சின்னக் கண்மாயில் இறங்கி சூத்துக் கழுவுவதில்லை. வீட்டுக்குப் போய் குளிப்பறையில் கழுவுவார். அமைதியானவர். அமராவதி போல் எனில் அவரைத்தான் சொல்லவேண்டும்.

சின்னச்சாமிக்கு வயசு ஏறிக்கொண்டு போகிறது. காலை நடையும், மாலை நடையும் போய்த் திரும்புகையில் இன்னும் வசதியாய் மறந்து போய்விடுகிறது. “செக்கு, செக்குக்கு என்ன வேட்டியா, துணியா?” திட்டிக் கொண்டு வேகமாய் பெண்கள் அந்த ஆளைக் கடந்து போவார்கள்.

5

சாயந்தரம் டீச்சர் பள்ளியிலிருந்து திரும்ப நேரமாகியது. வகுப்பறைகளைப் பூட்டி, பிரதான வாசலையும் பூட்டி சோலையப்பனிடம் சாவியைப் பெற்றுக்கொண்டார். காலையில் முதல் ஆளாய் சோலையப்பன் சந்திரமதியிடம் சாவியைப் பெற்றுக்கொண்டு செல்வார்.

பள்ளிமுடிந்து திரும்புகையில், "இன்னைக்கு ஒரு காஃபி சாப்பிடுவமா?" கணேசலிங்கம் தலைமையைக் கூப்பிட்டார்.

"பேஷா" என்று சொன்ன டீச்சர், "நா அங்கெல்லாம் வர்றது நல்லா இருக்குமா. பசங்க எல்லாரும் அங்கன தான" என ஐயம் கொண்டாள்.

"இன்னைக்கு ஒரு நா தான, தினமுமா" என்றார் கணேசலிங்கம்.

அவர்கள் கடைக்குப் போகவும், அவர்களைப் பார்த்தவுடன் பரபரப்பான கலாவதி, காஃபி டபராவுடன் வந்து நின்றாள்.

"எதுக்கு கண்ணு நீ கொண்டு வர்றே" டீச்சர் கோபித்துக் கொண்டாள். அது செல்லக் கோபம் என்பது எல்லாருக்கும் தெரியும். அவளுடைய கேள்வியின் உள்ளர்த்தம் இதுதான்.

"நீ ஏன் இங்க வந்த?"

"இது எங்க கடை டீச்சர்" கலா பெருமிதமாய் பதில் சொன்னாள். சொல்லி வாய்மூடவில்லை. வேங்கிடப்பர் ஒரு தாளில் அன்று புதிதாய்ப் போட்ட மிக்சரை மடித்துக் கொண்டுவந்து முன்னால் வைத்தார்.

"சாயந்தரத்தில வேற என்னென்ன போடுறிங்க." சந்திரமதிக்குத் தெரிந்து கொள்ள வேண்டியிருந்தது.

"காலையில வடை, மசாலா மொச்சை, டிபன்; சாயங்காலம் மிக்சர், சேவு மட்டும். காஃபி எந்நேரமும் கிடைக்கும்" வேங்கிடப்பர் விவரமாக தெரிவித்தார்.

"செல்லம்," கலாவதியைக் கூப்பிட்டாள்.

கூப்பிட்ட குரலுக்கு இதயம் உருகி ஓடோடி அவள் முன்னால் நின்றாள் கலா.

“நல்லா படிக்கிறயா, காஃபி கிளப்பை கவனிக்கிற மாதிரி பள்ளிப் படிப்பையும் கவனிக்கனும்.”

பிறகு யதேச்சையாய் சொல்வது போல் “பிள்ளையை அனுப்பிவையுங்க. ஏழெட்டு எண்ணம் இருப்பாங்க. இரவுப் பாடம் படிக்க என் வீட்டுக்கு வர்றாங்க” என்றவள், “டீச்சர் மேல ஏதாவது புகார் இருக்கா, சும்மா சொல்லும்மா” என்றாள்.

“அதெப்படி இருக்கும், சும்மா மெதமான தலைமையையா நாங்க கேட்டு வாங்கிருக்கோம்!” சிரித்தவாறு சொன்னார் கணேசலிங்கம்.

“அது யாரு டீச்சர், பொம்பிளப் பிள்ளைகள தாலியருக்கனும்னு திட்டுற வாத்தியாரு?” வேங்கிடப்பர் முந்திக்கொண்டார். கணேசலிங்கத்துக்கு தர்ம சங்கடம். சின்னச்சாமி நீண்டநாளைய நண்பர். சின்னச்சாமியின் சிலபக்கங்கள் குறித்து அவருக்கும் ஒவ்வாமை இருந்தது. அது காஃபி கிளப் வரை வந்து சேரும் என அவர் எதிர்பார்க்கவில்லை.

சின்னச்சாமி வாத்தியார் பற்றி கடைக்காரர் என்ன சொன்னார் எனத் தெரிந்தது.

பொறுப்பெடுத்த முதல்நாள் பிள்ளைகள் பயிரிட்டு வளர்த்த தோட்டக்காட்டைப் பார்வையிட்ட பின் தலைமை ஆசிரியை அறைக்கு வந்தாள். அதிகாரத் தோரணை ஏதுமில்லை. மற்றவர்கள் எனில் பொறுப்பினை ஏற்றுகொண்டுதான் அடுத்த வேலைகளில் ஈடுபடுவது என இருக்கும். சந்திரமதி அதிகாரத் தொனியோ, தோரணையோ துளியுமின்றி நாற்காலியில் அமர்ந்து எதிரிலுள்ள ஆசிரியர்களிடம் பேசிக்கொண்டிருந்தார். அப்போது ஆசிரியர்களில் ஒரு எண்ணம் குறைந்தது. பள்ளிக்கு இரண்டு வாத்திச்சிகள், ஐந்து வாத்திமார்கள். நீதி போதனை, கைத்தொழில், விவசாயம், தலைமையையும் சேர்த்து மொத்தம் பத்து.

பணியேற்ற மறுநாள் காலை கடவுள் வழிபாட்டுக்கு ஆசிரியர்கள் வரிசையைக் கூர்ந்து கவனித்தாள். ஒருமுகம் கூடுதலாகத் தெரிந்தது. நேற்று தோட்டக்காடு பார்த்த பின் தலைமைஆசிரியை அறையில் போய் உட்கார்ந்தபோது,

அவளுடைய சந்திப்பில் தென்படாத சின்னச்சாமி காலை கடவுள் வாழ்த்து வரிசையில் தென்பட்டார்.

புறக்கணிப்பு பற்றி அவருக்கு நீண்ட நெடுங்காலமான ஒரு கருத்து இருந்தது. அது பலப் பல வடிகால் கொண்டிருந்தாலும், புறக்கணிப்பு செயலாக மேலெழுந்து வந்தது அன்றுதான்.

அவரும் முனுசாமி என்ற பெரியவருக்குமான உரையாடல் பற்றி, கணேசலிங்கம் கேள்விப்பட்டார்.

“அன்னைக்கு வாத்திமார்க எல்லாம் திமுதிமுன்னு ஓடி வந்தாங்களே, எதுக்கு?”

“பெரிய டீச்சர் வர்றாகலாம், அவளை வரவேற்கத்தான் அத்தனை பேரும் ஓடுனாங்க.”

“ஒங்களக் காணல.”

“நீரு அப்ப அங்க இருந்தீரா?”

“நா சில்லாநத்தம் போய் மகளப் பாத்துட்டு அந்தப் பஸ்ல தான இறங்குனேன்.”

“நாம படிக்கிற காலத்துல பறையன் பள்ளன் பக்கத்திலே வந்து நின்னு பாத்திருக்கமா?”

சின்னச்சாமி கேட்டார். இரு நாக்குகளும் காதுகளும் சேர்மானம் ஆகியதால் பேச்சு சுவாரசியம் குறையவில்லை.

“சும்மாவா சொன்னாங்க ‘மேலப்பட்டி பள்ளப்பய, காதைப் பார்றா மூளிப்பயன்னு’. இன்னைக்கு அந்தப் பயக நம்ம தலை மேலே ஏறிக் கொண்டாச்சு. வந்தவ பெரிய டீச்சராம். நம்ம சாதிப் பயலுகளுக்கு அவ்வளவு நாதியத்துப் போச்சு.”

கொட்டை எடுத்த பனம்பழம் போல வாய் திறந்தது. சின்னச்சாமியின் நெஞ்சுக்குள் எரிகிற கொதிக்கும் வெள்ளாவி அடுப்பு பனம்பழ வாயில் கொட்டிற்று.

“வந்தட்டி போனட்டி கிட்ட எல்லாம் வேலை பார்க்க வேண்டி வந்துருச்சு.” சூடு சுடுகங்குகளாக வெளிக் கொட்டிற்று.

‘பொம்பளக்கழுத’ என்ற எரிச்சல்.

'ஆனா அவர் வீட்டிலேயே ஒரு பொம்பளக் கழுதை வேலைக்குப் போறதும், ஒன்னாந் தேதியானா முந்தானையை

அவிழ்த்து கத்தை கத்தையாய் நோட்டைக் கொட்டுறதும் இனிச்சிக் கெடக்கு போல. இந்தப் பொட்டைக் கழுதைக்கும் ஒரு கல்யாணமாகிருச்சின்னா, பெறகு இவரு கதை கந்தலாகிரும்.' முனுசாமி மனசுக்குள் எண்ணிக்கொண்டார்.

மகள் பொன்னாண்டிச்சி பூனாம் பூனாம்னு ஒன்னும் பேசத் தெரியாதவள். எதையும் கேட்கத் தோன்றியதில்லை. அவள் பக்கத்து ஊரில் வாத்திச்சி. பேச வரவில்லையெனில் என்ன, பொன்னாண்டிச்சி மடியில் ஒன்னைக் கொடுத்திட்டு, மொத்தமாய் சுருட்டிட்டுப் போக ஒருத்தன் வருவான்.

"என்ன நடந்தது?" என்பது போல் கலாவதியை ஏறிட்டாள் தலைமை. அன்றைக்கு கணக்கு போட்டுவராமல் போனது, அதற்கு கலாவதியைத் திட்டியது, திட்டியது மட்டுமல்லாமல் வகைதொகையின்றி வசவு நோங்கியது, அனைத்தையும் தயக்கமின்றி ஒன்னுவிடாமல் ஒப்புவித்தாள். "அவர் எல்லாப் பொம்பிளைப் பிள்ளையையும் கடைசியாய் திட்டுவது, அல்லது சாபமிடுவது ஒந்தாலியில நூலப் போட்டு கறகறன்னு அறுக்க."

தலைமையாசிரியை சந்திரமதி விக்கித்துப்போய் பார்த்தாள். "நம்ம பள்ளியில இப்படி ஒரு வாத்தியாரா?"

மூச்சடைப்பது போலிருந்தது.

6

கடைசி சனிக்கிழமை வித்தியாசமானது. சனிக்கிழமையின் முக்கியமான பக்கத்தை சந்திரமதி தவறவிடமாட்டாள். கடைசி சனி அரைநாள் பள்ளி. முற்பகல் பத்து மணி முதல் 12.30 வரை மாணவர் சங்கக் கூட்டம்.

காலையில் சிறுதிடலில் கடவுள் வாழ்த்து. கடவுள் வாழ்த்தில் பெண்பிள்ளைகள் முன்வரிசை; எட்டு வரையான பள்ளியுள்ள மீனாட்சிபுரத்திலிருந்து மூன்று கி.மீட்டர் மணக்குடி; ஐந்து கி.மீ. புதூர். இங்கெல்லம் 'டூரிங் டாக்கீஸ்கள்' புதிதாய் முளைத்திருந்தன. கொட்டகை முன்னாலுள்ள பெட்டிக்கடைகளில் சினிமா பாட்டுப் புஸ்தகங்கள் விற்கத் தொடங்கியிருந்தனர். அவை வெள்ளந்தியான பருவத்தின் கைகளில் இறங்கி இதயத்தை ஆக்கிரமித்தன. ஒரு பாட்டு சும்மா போவதில்லை. வேறசிலதையும் தன்னோடு கூட்டிக் கொண்டுவருகிறது. இளசுகளில், குறிப்பாக பருவப் பையன்களிடம் மாற்றம் தென்பட்டது. சோகப் பாடல்களை விட, காதல்பாடல்களை மோகிக்க, முணுணுக்க, வாய்க்குள் அதக்கிக் கொள்ளத் தொடங்கினார்கள்.

பதின்மத்தின் அசைவுகளை, திரைப்பட அசைவுகளுடன் சேர்த்து கவனிக்கத் தொடங்கினாள் சந்திரமதி. கடவுள் வாழ்த்து வரிசையைக் கூர்ந்து கவனித்தாள். இள வயசின் நடமாட்டங்கள் வெளிப்பட்டன. முன் வரிசையில் நின்ற பெண்பிள்ளைகளின் முதுகுப்புறங்களில் பையன்களின் கண்கள் மொய்த்திருந்தன; விலகும் தாவணியினூடு மலரும் சிறுசிறு பூ மொட்டுக்களில் விழிகள் மேய்ந்தன. வாய் கடவுள் வாழ்த்தினை முணுமுணுக்க, பார்வைகள் முன்வரிசையின் இடுப்பு அசைவில், மார்புகளின் நளினங்களில் வளைந்து போய்த் தங்கியிருந்தன.

ஒன்றிரண்டு பொழுதுகளில் பின்னிருந்து பார்வைகள் வருகிறதா எனச் சில பெண்பிள்ளைகள் பதிலுக்குத் திருப்பிப் பார்த்தனர். ஏழாம், எட்டாம் வகுப்புகளில் வாசித்த எல்லாமும் பூப்பெய்திய பிள்ளைகள்.

மாணவர்சங்கக் கூட்டம் அரைநாள்தான். மதியம் விடுமுறை. இரண்டு, மூன்று, நான்கு கி.மீ. எனத் தொலைவிலுள்ள ஊர்களிலிருந்து வரும் பிள்ளைகள் இந்தக் கடைசி சனியைத் தவறவிடப் போவதில்லை; அத்தனை மனசுகளும் துள்ளாட்டம் கொண்டு, தவ்வாளி போட்டுத் தாவிவந்தன.

மாணவர் சங்கக் கூட்டத்தில் என்னென்ன உண்டும்? சட்டமன்றம், நாடாளுமன்றம் போன்ற மன்றங்களின் வாயடிப்பு, வீணடிப்பு அங்கு கிடையாது. சின்னஞ் சிறுசுகள் இந்த வம்பளப்பு பற்றி அறியாத காலம் ஒன்றிருந்தது.

கடைசி சனிக்கிழமை மாணவர்சங்கக் கூட்டம் தொடங்கும் முன்னர் கடவுள்வாழ்த்து, வரிசை சீரமைப்பு தொடங்கிற்று. வகுப்புவாரியாக மாணவர்கள் முன்வரிசையிலும் பெண்கள் பின் வரிசையிலுமாகப் பிரித்து நிறுத்தப்பட்டனர்.

மாணவர் முகங்கள் சுண்டி சப்பழிந்து போயின. கடைசியில் தங்கள் உணர்வுகளின் அடிமடியிலேயே கைவைத்து விட்டார் தலைமை என சினம் கொண்டனர் சிறுபகுதியினர். “ஏன் டீச்சர் இப்படிச் செய்தீங்க?” எனக் கேட்க யாருக்கும் துணிச்சலில்லை. கேட்டால் கறுப்பு முகம் கொளுந்துவிட்டெரியும் அக்கினிச் சட்டியாய் மாறிப்போகும் என்பதை அறிந்து வைத்திருந்தனர்.

7

சனிக்கிழமைகளில் துணி ஊற வைப்பது, அலசுவது, ஞாயிறன்று துவைப்பு உடையுடன் அருகிலிருக்கும் நகரத்துக்குச் செல்வது, துணி தேய்ப்புக்குக் கொடுத்துவிட்டு தேவாலயம் செல்வது, ஞாயிறு தவறினாலும் வழிபாடு தவறாது.

அது அவைகளுக்கே உண்டான முகம். சிலருக்கு அந்தச் சிரிப்பு, அமர்த்தியான முகம் வாய்க்கும். கிளப் கடை வெங்கிடு பெற்ற ரெண்டும் அமராவதிகள்; விசுவாமித்ர கோலம் வாய்க்காது. வகுப்பில் மாணவ,மாணவிகளுக்கிடையில் தின்பண்டக் கொடுக்கல் வாங்கல் நிலவிற்று. வாயில் கவ்விய முறுக்கை, கை பாதியாக உடைக்கும். சிலர் தின்பண்டம் கொடுப்பது தெரியாது. ஆனால் திருப்பி வாங்குகிறபோது கறாராக இருப்பார்கள். கலாவதி அஞ்சாம் வகுப்பு, ஞானம் எட்டு. கிளப் கடையிலிருந்து தாவணியில் கொட்டியதைக் குத்துக் குத்தாய் வாரிக் கொடுக்கிற ரெண்டும், கடனைத் திருப்பிக் கேட்டதில்லை.

தொடக்க நாட்களில் சந்திரமதி சமையல், பண்ட, பாத்திரம் கொண்டு வரவில்லை. காபி கிளப்பில் வாங்கிவரச் சொல்லி சாப்பிட்டாள்.

விடுமுறையாதலால் மூன்று பொம்பிளைப் பிள்ளைகளுக்கும் பள்ளிக்கூடம் இல்லை; இதுபோல ஒரு வாய்ப்பை அவர்கள் எதிர்பார்த்துக் காத்திருந்தனர். பக்கத்து டவுனுக்குப் போய் பண்ட பாத்திரம் வாங்கி வரவேண்டும். தந்தை வெங்கிடுக்குத் தங்கமான மனசு. சந்திரமதி வீட்டுத் தொறகால் (திறவுகோல்) எப்போதும் எதிரிலுள்ள ஆண்டாளக்கா வீட்டில் இருக்கும். சந்திரமதி நகரத்துக்குப் போய்விட்ட அந்த சனிக்கிழமையன்று ஞானம், தேனு இரு குமரிப்பிள்ளைகளும் பக்கத்து டவுனுக்குப் பாய்ந்தனர். கலாவதியும் கூட.

அலுவல் முடிந்து மதியம் வீடு தெறந்து பார்த்த டீச்சர் "யப்பாடா" என்று கத்தினாள். "இது யார் செய்தது?" கூப்பாடு போட்டாள்.

எதிரில் பண்டபாத்திரக் குவியல். என்ன கூத்து? எதிர் வீட்டு ஆண்டாளக்கா இதழ்களில் எதையோ மறைத்தாள். 'கம்'மென்று மூடிய உதடுகள், சொல்ல வராமல் கப், சிப் ஆகியிருந்தன.

"ஒங்ககிட்டதத்தான சாவி கொடுத்திட்டுப் போவன். யார் ஒங்ககிட்ட வாங்கினது?"

"எனக்குத் தெரியாது. நா தொறகாலை மாடக்குழியில் வச்சிட்டுப் போயிருவேன்." பிடிசாதனையாய் மறுத்துப் பேசினாள் ஆண்டாள்.

ஒன்னும் அறியாச் சுபாவிகள் போல் மூன்று பிள்ளைகளும் வாசலில் வந்து நின்றனர். "என்ன டீச்சர், என்னென்னவோ வந்து எறங்கியிருக்கு."

எல்லோரையும் போல் கேட்டார்கள்.

கையில் பிரம்பெடுத்தாள். வகுப்பில் எடுக்காத பிரம்பை வீட்டில் எடுத்தாள். "இப்ப எனக்கு உண்மை வரணும்."

"எங்க அய்யா பணம் கொடுத்தாரு. நாங்க போய் வாங்கி வந்தோம்" இதுக்கு யாருகிட்ட அனுமதி வாங்கனும்ங்கிறது என்றாற்போல, மூன்று சீதேவிகளும் ஒன்னுபோலப் புன்னகைத்தன.

"யாரைத் தண்டிப்பது? எம் முட்டாள்தனத்துக்கு நா என்னையே தண்டிச்சிக்கிறேன்"

முக்கியமான சமையல் பற்றி, அதற்குத் தேவையான பண்ட பாத்திரம் வாங்குதல் பற்றி இத்தனைக்காலமும் இருந்துவிட்ட தன் அலட்சியத்துக்கு தன்னையே தண்டிப்பது போலிருந்தது. தன் இடது கைநீட்டி வலது கையால் பளிர் பளிர் என்று வீச்சு. நடக்கிற வேடிக்கையை பார்த்துக் கொண்டிருந்த எதிர்வீட்டு ஆண்டாள், இந்த விபரீதம் கண்டு வேகமாய் ஓடிவந்து டீச்சர் கையைப் பிடித்து தடுத்தாள்.

"என்ன செய்றீங்க? பிள்ளைகள் ஆசைப்பட்டதுகள், அப்படியும் அத்தியாவசியமான பொருட்கள்தானே!"

ஆண்டாள் சிறுமியருடன் சேர்ந்துகொண்டாள். டீச்சரின் கையிலிருந்த பிரம்பைப் பிடுங்கி வீசியெறிந்தாள்.

நால்வரையும் வியப்புடன் பார்த்து நின்றாள் சந்திரமதி.

"இந்தக் கடனையெல்லாம் நா எப்ப தீர்க்கிறது?"

“தீக்கிறதுன்னா மறுபடி மொய்யெழுதுறதா? நீங்க மொய் செய்வீங்க, அதை நாங்க ஏத்துக்கிறனுமா, இந்தக் கேவலத்துக்கா நாங்க ஆளாகி வந்திருக்கம்.”

ஒரேயடியாய்த் தலையாட்டி விட்டார்கள் மூன்று சிறுசுகளும்.

ஆசிரியத் தலைமைக்குச் செய்யவேண்டியது தங்கள் கடமை, அதை யாரும் மறுதலிப்புச் செய்யக்கூடாது.

கோபமாய்ப் பேசினாலும், கொதித்து எழுந்தாலும், சமாதானமாய்ச் சொன்னபோதும், அலங்காரமா சிரித்துச் சிரித்துச் சொன்னாலும் இந்தச் சிறுமிகளது சுயேச்சையான காரியங்களை அவளால் அடக்க முடியவில்லை. சின்னப்பிள்ளைகள் மாய்ந்துமாய்ந்து செய்யும் இதுபோல விசயங்களில் தலைமைக்கு அதிகாரப் பிரம்பில்லை.

“நா ஒன்னும் பேசல செல்லங்களா” உருகி நின்றாள்.

மூன்று சிறுமிகளையும் டீச்சர் ஆரத்தழுவிய நேரத்தில் லேசாய் வெப்பநீர் அவர்களின் மேல் விழுந்தது.

8

புதுச்செருப்பு கடித்துவிட்டது. எண்ணி இருபது நாட்கள்! எந்த டீச்சராவது இருபது நாளில் தேர்வு வைப்பார்களா? இந்தத் தலைமை இப்போது எல்லாப் பாடங்களுக்கும் சேர்ந்து மொத்தமாக 2 -மணி நேரம் தேர்வு என்கிறாள். இருநாள் முன்கூட்டி அறிவிப்பு. வெள்ளிக்கிழமை சாப்பாட்டுக்குப் பின்னர் அரைநாள் தேர்வு எழுதலாம். எல்லாப் பாடத்துக்கும் சேர்த்து, மொத்தம் ஐந்து பாடங்கள், 50 மதிப்பெண்கள்; விடுப்பு எடுக்கக் கூடாது. அது சொத்தை, இது சொத்தை என்று வராது போனால் தலையில குத்துவேன் என முஷ்டியை மடக்கிக் காட்டினாள்.

“எங்க அய்யா யாரு? இவங்க பள்ளிக்குத் தலைமை. எங்க அய்யா ஊருக்குத் தலைமை (கிராம முன்சீப்)”

வரதராசனின் மிரட்டல் டீச்சர் காதுகளுக்குப் போய்ச் சேர்ந்தது. விசாரிப்பில் சொல்லவேயில்லையென்று சாதித்தான்.

“படவா! அன்னைக்கு நீ வரவேண்டாம். ஒங்க அய்யாவை வரச்சொல்லு” காதைப் பிடித்துத் திருகினாள்.

“நா இல்ல டீச்சர். அந்தக் கோள்மூட்டி சொன்னானா?”

துப்பறியும் சிங்கங்கள் வகுப்புக்கு ஒருவராவது இருந்தனர். அதுவும் நல்லது. கோள்மூட்டி யாரெனத் தெரிந்துகொள்ளலாம். வரதராசனுக்கு அழுகை பொங்கியது. “போ இனிமே இப்படி மிரட்டாதே” தலையைத் தடவி அனுப்பினாள். கவ்விக் குதறும் என்று நினைத்த பிராணி, கடைசியில் வாலாட்டிப் போகிறது.

ஒரு அரட்டில் வரதன் பயல் ஒன்னுக்குப் போயிருந்தான். டவுசர் நனைந்து, கால்வழி ஓடியது. வெளியில் வந்ததும் கேட்டார்கள்.

“என்ன பயந்துட்டியா?”

“இல்ல...”

“டவுசர் சொத சொதன்னு கிடக்கு.”

அன்றிலிருந்து பையன்களுக்கு கேலியாகிப் போனது. பள்ளிக் கல்வியை முடித்துப் போகிறவரை, ‘சூரப்புலி’ பட்டப் பெயர் சூட்டிவிட்டனர்.

9

எட்டாம் வகுப்பு வாசல் படியில் ஒரு குழந்தை. பள்ளிக் கூடத்தினுள் போக வர முறையான அனுமதியில்லை. ஆனால் 22 வயது வாலிபக் குழந்தை. இந்த வாலிபக்குழந்தை எட்டாம்வகுப்பு வாசலில் அமர்ந்து தலையை நீட்டி வகுப்புக்குள் நோக்கும் போது, டீச்சரும் ஒன்றும் சொல்வதில்லை.

சதா காலமும் போயிலைக்கட்டையை வாயில் ஒதுக்கிக் கொண்டிருப்பதால், போயிலைக்கட்டை எனப் பெயராகி விட்டது. அப்புச்சியும் ஆத்தாவும் வைத்த பெயர் கல்யாணராமன். ஊருக்கு அவன் போயிலைக்கட்டை. கல்யாணராமன் காணாது போயிருந்தான்.

ஒரு போயிலைக்கட்டை அல்லது இனிப்புப் புகையிலையை வாய்க் கொடுப்புக்குள் ஒதுக்கிக் கொள்வான்.

அன்று திங்கட்கிழமை. தேர்வுத்தாள்கள் திருத்தி வந்தாகிவிட்டது. “ஒம்பேரு என்ன?”

முதல் பெஞ்சில் முதலாவதாய் உட்கார்ந்தவளைக் கேட்டாள் சந்திரமதி டீச்சர்.

“அன்னம்.”

“ஏம் விழுங்குற, முழுசாய்ச் சொன்னா, கோவிச்சிக்கிருவமா?”

வாசற்படிக்கட்டில் உட்கார்ந்திருந்த போயிலைக்கட்டை, “டீச்சர் கேக்குதாங்கள்ளே, கொளப்பாம சொல்லு” சதபுத என்றான். அவனுக்குப் பேச்சுத் திருத்தமில்லை.

அன்னம் அவனை முறைத்தாள். “அன்ன லட்சுமி டீச்சர்.”

“நீதான் முதல்ல ஆரம்பச்சி வைக்கிற, தாயி அன்னத்தாயி.”

அழுத்தம் கூடுன உச்சரிப்பு. நகைப்புக்குச் சமம்.

“பேரு அன்னலட்சுமி. படிப்பில லட்சுமியையும் காணோம். சரஸ்வதியையும் காணோம். வெறும் நொஞ்சு மார்க்.”

அன்னம் எழுதிய தாளைக் காட்டித் தூக்கி எறிந்தாள் டீச்சர்.

“நீதான சிவகாமி” வகுப்பிலே வளர்ந்த பிள்ளையாய்த் தெரிந்த பெண்ணைக் கூப்பிட்டாள். சடங்கான பிள்ளைகளில் சாட்டை அவரைக்காய் போல் சிவகாமி நிமிர்ந்து இருந்தாள். என்ன கேலி

வரப்போகிறதெனத் தெரியவில்லை. நிச்சயமாக எட்டாவது வாசிக்கிற எல்லோருக்கும் எதாவது ஒன்னு கிடைப்பது தவறாது.

"நீ என்ன செய்வே தாயி, களங்கமில்லாம வளந்தாச்சு. கல்யாணம் முடிச்சிருந்தா இந்நேரம் ரெண்டு பிள்ளை பெத்திருப்பே."

டீச்சரின் அடி மடியில் அவ்வளவு நெருப்பிருந்தது.

சின்னச்சாமி வாத்தியார் இதைச் சொல்லியிருந்தால், அது அவருக்கு அதே வழக்கம் என்றாகியிருக்கும். பிள்ளைகளுக்கு உறைக்காது. அகடவிகட அசுரன். இந்த எதிர்வினையைத் தங்களின் பிரியமான சந்திரமதி டீச்சரிடம் பெண்டுகள் எதிர்பார்க்கவில்லை. சின்னச்சாமியை எதிர்த்துக் கேட்டதற்காக கலாவதிக்கு இன்னும் பள்ளியில் பேரிருக்கிறது.

டீச்சரைக் கேட்பது யார்?

பார்வதி பெஞ்சுக்கடியில் தலைகவிழ்ந்து பெருமூச்சு விட்டாள்.

"தலையைக் கூச்சுக்கோங்க. ஒவ்வொருத்தியும் என்ன வாங்கிருக்கீக?" சினம் கொண்டாள்.

"எல்லாம் நொஞ்சு, பத்து! ஒருத்தியாவது 50க்கு இருபதைத் தாண்டலே."

இதில் ஞானம், தேனு எவரும் விதிவிலக்கில்லை. எல்லோருமிருந்தார்கள். திடீரென ஒரு பிள்ளையை எழுப்பினாள். "மீனம்மா, ஒன் வயசென்ன?"

"பதிமூனு."

"அதுல குறைச்சலில்ல. வயசுக்கு ஒன்னா வாங்கிருந்தாக் கூட, பதிமூனு வந்திருக்கும். வெறும் பத்து மார்க்."

விடைத்தாள்களை வகுப்பில் வீசி எறிந்தாள். யாருக்கும் இஷ்டமில்லை தாள்களைப் பொறுக்க.

ஒரே ஒரு விடைத்தாள் டீச்சர் கையில் மீதியிருந்தது. செந்தூரனை எழுந்து நில் என்றாள். "இவன் ஒருத்தன்தான் தேர்ச்சி."

"யாரு?" வாசற்படியில் உட்கார்ந்திருந்த போயிலைக்கட்டை உள்ளே தலைநீட்டிக் கேட்டான்.

"இந்த சிவப்புச் சட்டை."

டீச்சர் பெருமை கொப்பளிக்கக் கூறினாள்.

"எல்லாம் பேஷா கைதட்டுங்க."

டீச்சர் சொல்லுக்கு வகுப்பு தலைவணங்கியது.

எல்லார் முகத்திலும் மீண்டும் முகக்களை வந்தது. "நல்லார் ஒருவர் உளரேல் அவர் பொருட்டு எல்லார்க்கும் பெய்யும் மழை." எல்லா முகங்களிலும் மழை பெய்தது. செந்தூரன் 50க்கு 45 மார்க் வாங்கி அவர்களை டீச்சரின் ஆவேசத்திலிருந்து விடுதலை பெற வைத்திருக்கிறான்.

"நீ பேரு ஏமிப்பா?" உயர்சாதி மொழியான தெலுங்கில் கேட்டான் போயிலைக்கட்டை. தொழிலாளி சமூகத்தினர் எது ஆதிக்கத்தில் இருக்குமோ அந்த சாதி மொழி பேசுவர், தமதாக்கிக் கொள்வர். அது வாழ்க்கையைத் தமதாக்கிக் கொள்ளவேண்டும் என்ற அவர்களின் கட்டாயத்தில் வருவது.

"தெற்குத் தெரு சென்னம்மா மகன்."

"நீயும் நம்ம தெரு தானா?"

தெற்குத்தெருவின் கடைக்கோடியில் இருக்கிறது வண்ணார், மருத்துவர், முடிதிருத்துநர் வீடுகள். நெடுக்க வால்போல் நீண்ட தெக்குத் தெருவில் செந்தூரன் அந்தக் கடைசி வீடு. போயிலைக்கட்டை இன்னொரு மொகணை.

காலையில் செந்தூரன் எழுந்து புளிச்சதண்ணியில் இரவு ஊறப்போட்டிருந்த கம்மஞ்சோறு ஒரு உருண்டை எடுத்துக் கரைத்துக் குடித்த பின், பருத்திக் காட்டுக்கு அல்லது களையெடுப்புக்கு அம்மாவுடன் ஓடுவான்.

"அம்மா கிட்டச் சொல்லி, நல்ல சட்டை, துணிமணி, நல்ல புத்தகம் வாங்கித் தரச் சொல். கெட்டிக்காரத்தனமாப் படிச்சி, ஜில்லாவுக்கு கலெக்டரா ஓசரமா வரனும்."

சதபுத தமிழில் பேசினான். சந்தேகம் வந்தது போல, "நா ஒச்சி மாட்டாடுதேன் அம்ம வாக்க" (நா வந்து பேசறேன் அம்மாவிடம்) என்றான். சிரிப்பைக் கொட்டின இளம் உதடுகள் எல்லாமும்.

போயிலைக் கட்டைக்கு வறண்ட உதடு. போயிலைக் கட்டையைக் கடித்து கடித்து ஒதுக்கி ஈரம் சுண்டிப் போயிருந்தன. தெல்லுக்காய் வடிவிலிருந்த பெப்பர் மிண்ட் மிட்டாயை, செந்தூரன் வாயில் முதலில் ஊட்டிய சந்திரமதி, பின்னர் ஒவ்வொரு பெஞ்சுக்கும் கொத்துக் கொத்தாய்க் கொடுத்தாள். வகுப்பில் ஒரேயொருவன் வெற்றி பெற்றாலும் அதைக் கொண்டாடவேண்டும் டீச்சருக்கு.

10

கண்மாய்க் கரைப் பாதையில் மொடமொடவென்று கஞ்சி போட்டுத் தேய்க்கப்பட்ட கதர் வேட்டி சட்டை உருவம். போயிலைக் கட்டையின் தம்பி அழகர் தேய்ப்புச் செய்து கொடுத்தான். கஞ்சி போட்டுக் காயவைத்த தேய்ப்பில், முட்டைத்தோடு போல் விறைத்து நின்றது வேட்டி, சட்டை; வேட்டி தரையில் பரசி அழுக்காகாமல் இருக்க, காலில் தடுக்கிவிடாமல், வேட்டி நுனியைத் தூக்கிப் பிடித்திருந்தது வலது கை. உடை எப்படி விறைப்பாயிருந்ததோ, அதனினும் கூடுதலாய் தலை- அது செதுக்கு மண்டை; மண்டையை விறைப்பாக்கி நடந்தது உருவம். ஒரே பார்வை. வலது பக்கம், இடது பக்கம் பிறரை மதிக்காத பார்வை.

கண்மாய்க் கரைக்குக் கீழே வண்டிப்பாதை. இவர் மேற்கால் கண்மாய்க்கரை மேட்டில் போய்க் கொண்டிருக்கிறார். கிழக்குப் பார்த்து வண்டி பத்திக் கொண்டு போன சொக்கர் வண்டியிலிருந்து 'சடக்' கென்று குதித்துக் கும்பிடுபோட்டார். கும்பிட்டது போதாதென 'கும்பிடறேன் சாமி' என்றார். ஒரு பார்வை வீசிவிட்டு, பார்வை வீசுவது தனக்குத் தகுதிக் குறைவு என்று கருதினாற்போல, தலையை எதற்கோ கொண்டு போவது போல முன்னால் துருத்திக் கொண்டு விறைப்பாய் நடந்தார் கிராமுன்சு.

கொஞ்சநேரம் அப்படியே நின்ற சொக்கர், கிராமுன்சு கடந்து போன பிறகு, வண்டியில் தாவி ஏறினார்.

"யாரு அவரு?"

"அவன் சக்கிலியக்குடி சொக்கன் டீச்சர்" பதில் பேசியவர்கள் உடன்வந்த பெண்பிள்ளைகள். சந்திரமதி லேசாய் சிரிப்புதிர்த்தாள்.

"நா அதையா கேட்டேன், கரையில் கம்பீரமா ஆடாம அசையாம போறாரே அந்த ஆள்."

"நீங்க இதுவரை பாத்ததில்லியா?"

"இல்ல."

"நெசமாவா?" ஞானம் அதிசயித்தாள்.

“நீங்க பொறுப்பெடுத்த மக்கா நாள் ஊர் முக்கியஸ்தருங்க சிலர் பாக்க வந்தாங்கள்ள, அதுல கிராமுன்சு இருந்தாரு.”

சந்திரமதி மனசுக்குள் நகைத்தாள். பணியில் சேர்ந்த மறுநாள், ஒரு வாரம் முழுதும் யார், யாரோ வந்து போனார்கள். யாரை என்று நினைவில் வைப்பது.

வழக்கம்போல் அன்றைக்கும் கண்மாய்க் கரை வழியாய் பள்ளிக்குப் போய்க் கொண்டிருந்தாள் சந்திரமதி. கண்டதும் கீழே வண்டிப்பாதையில் அன்றேபோல் ‘சடக்’கென்று குதித்துக் கும்பிடு போட்டார் சொக்கர். திகைத்துப் போனாள்.

‘நில், நில்’ அவரைக் கைகாட்டி நிறுத்தினாள். சொக்கர் கரையேறி வருமுன், இவள் கீழே இறங்கி நின்றாள். கூடவே ஞானசௌந்தரியும்.

“இனிமே, இப்படிச் செய்யாதீங்க. சடக்குன்னு குதிக்கிறீங்க. நிலை தடுமாறி ‘தொபுக்கடீன்னு’ விழுந்தா?”

சொக்கர் மரியாதையுடன் திகைச்சிப் பார்த்தார். மாடுகளில் வலவனோ, இடவனோ அவன் கீழிறங்குகையில் மிதித்தால் கால் சவைச்சிப் போகும். ஒரு நேரம்போல் ஒரு நேரமிருக்காது.

கெட்ட கெட்ட வார்த்தைகளை, வசவுகளை சொக்கர் புசித்து ஜீரணித்து வந்திருக்கிறார். நல்ல வார்த்தைகள் கேட்டதும் குளுந்து போனார். படித்துப் பட்டம் பெற்று வந்த பெண், ஊர்ப் பள்ளிக்கூடத்தின் தலைமையாசிரியர்.

“அவர் கிராமுன்சு” என்றார் சொக்கர் பவ்வியமாக.

“எல்லாரும் மனுசங்கதான்.”

“சரிங்கம்மா.” மீண்டும் ஒரு கும்பிடு போட்டார்.

“நீங்க ஒன்னும் அவர் வீட்டுக்கு வேலை செய்யலையே?”

“இல்ல, வடக்குத் தெரு பாலம்மா வீட்டுக்கு வருசக் கூலி பாக்கறேன்.”

கண்மாய்க் கரைப் பாதை மேல், ஒரு பெரும் ஆலவிருட்ச மறிப்பு. நல்ல பிள்ளையாய் கீழிறங்கிய பாதை, தவறவிட்ட அம்மாவின் கையைப் பிடித்துக் கொள்வது போல், மரம் தாண்டி கைப்பிடித்துக் கொள்கிறது.

“பாத்துப் போங்கம்மா” என்றார் சொக்கர்.

11

அக்கா துணை இல்லாமல் சின்னவள் நடமாடுவதில்லை. அக்கா கையைப் பிடித்தபடி அலைவாள். காலையில் காஃபி கிளப் வேலைக்குப் போய்விட்டு, அங்கிருந்து பள்ளிக்கூடத்துக்கு நடைகட்டுவாள் கலாவதி. பின்னர் ஞானமும் கலாவதியும் சேர்ந்து தென்படுவார்கள்.

பள்ளிக்குப் புறப்படுகையில் தலைமையுடன் சேர்ந்து வருவாள் ஞானம். சிலநேரங்களில் பூதலிப்பாய் அவள் முகம் வேறொன்றைச் சொல்லிக்காட்டும். அந்தச் சேதி டீச்சருக்கு எல்லாமும் நானாக்கும் என்ற பெருமித முகமும் நடையும்.

'லாட மடம்' கண்மாய் வாகரையில், மேற்கு முகணையில் உட்கார்ந்திருந்தது. கண்மாய்த் தண்ணீர் குடித்து கொழுத்து மடத்துக்கு மேல் குடைபோல் பரப்பி, கவிந்திருந்தன பெரும் மரங்கள். நாவல், அத்தி, வேம்பு. பகலில் நடமாட வெளவால்களுக்கு வெளிச்சத்தில் அதிகாரமில்லை. மக்களெல்லாம் கண் மூடும் வேளையில் விழித்துக் கொள்ளும் வெளவால்கள், பழமரங்களில் 'கெச்சட்டம்' போடும். காலையில் வெளவால் கூட்டம் சப்பிப் போட்ட கொட்டைகளைப் பொறுக்க, ஓலைக் கொட்டானுடன் விடியலுக்கு முன்னே மரத்தடியில் ஒரு கூட்டம் கிடந்தது.

பெருமரங்களின் கீழ், சாலையில் வடக்கும் தெற்குமாய் ஓடும் பஸ் போக்குவரத்து விஸ்தாரமாகி, மாடு கலைய ஆரம்பித்துவிட்டது. எக்குத் தப்பாய் குதியாட்டம் போட ஆரம்பித்த மாத்திரத்தில் லாட ஆசாரி இடத்தை மேற்கில் மாற்றிக் கொண்டான். சாலைக்கு மேற்கே புளியந்தோப்பில், பஸ் சத்தம் எட்டாத இடத்துக்கு மாற்றி, 'சோலி' நடத்துகிறார் அழகர் ஆசாரி. அவர் தொழில் செய்த இடம் 'லாட மடம்'. இன்றும் அந்தப் பெயரில் நிற்கிறது.

லாடமடத்தில், எப்போதும் சீட்டாட்டம்; எந்தப் பஸ் போக்குவரத்தும் அவர்களை அசைக்க முடியாது.

கறுப்பாய், குள்ளமாய் கத்திக்கல் முகத்துடன் உடம்பு பிடிக்காமல் ஒரு உருவம். அவர்தான் அன்றைக்கு வண்டிக்காரன் சொக்கனுக்கு ஒரு பார்வை வீசக் கூட கஞ்சத்தனமான ஆள் -

உள்ளூர்க் கிராமுன்சு. தண்ணீர் வற்றி குண்டும் குழியுமாய்த் தெரியும் கண்மாய் போல், அம்மைப் பள்ளம் முகம் முழுசும். இத்தனை தாண்டியும் 'தான்' என்ற செருக்கு கிராமுன்சு பதவியால் தொற்றிக்கொண்டு வந்தது.

சமையல், அடுப்புச் சோலி, வடிக்க, எடுக்க, மாடு கட்ட, வேலைக்காரர் படுத்துக் கொள்ள என்று அவருக்கு ஒரு கூரவீடு; சாப்பாடு முதற்கொண்டு, அந்தக் கூரைவீட்டிலிருந்து தெரு முக்கில் இருந்த 'கார வீட்டுக்கு' வந்தது. குடியிருப்பு, குளிப்பு, வாசிப்பு, பஞ்சாயத்து எல்லாம் கார வீட்டில்தான். ஏகாலி என்று அழைக்கப்படும் வண்ணான் அழகர் கதர் வெள்ளை வேஷ்டி, வெள்ளைச் சட்டை வெளுத்து தேய்த்து காரவீட்டுக்குக் கொண்டு வந்து கொடுப்பான்.

அந்த ஊரில் கிராமுன்சுகள் அதிகம். இன்னும் இரண்டு கிராமுன்சுகளும் ஊரில் வசிப்பு. மேல்மாந்தை, நமச்சிவாயபுரம் ஊர்களில் வேலை பார்க்கும் வயசாளி பெரிய கிராமுன்சு. வேலாயுதபுரம், இடைச்சூரணி ஊர்களுக்கு மேற்பார்வை செய்கிற - உருவத்தில் கொஞ்சம் தாட்டியமான, சிவப்புத் தோலான "செவத்த" கிராமுன்சு. ஆனால் மேற்பார்வை செய்யாத தொட்டிக்கவுண்டன் பட்டியில் ஒரு தொடுப்பு வைத்திருந்தார். மேற்படியாரை இந்த ஐந்து ஊர்களுக்குத் தேடிப்போக வேண்டியதில்லை. அவர் மேற்பார்வையில்லாத அந்த ஒரு ஊரில் கண்டு கொள்ளலாம்.

இவர் மேற்பார்வைக்கு உரித்தான ஊர்கள் தொலைவாக இருந்ததால், சைக்கிளில்தான் போவார், வருவார். ஹெர்குலிஸ் சைக்கிளில் ஏறி உட்கார்ந்து உடற்கட்டும், சிவப்புத் தோலுமாய் ராஜாதேசிங்கு குதிரைச் சவாரி போவது போல் கவர்ச்சியாய் இருக்கும். இத்துடன் ரங்கூன் முதலாளி என்றழைக்கப்படும் காசிலிங்கம், மிராசுதாரர் வெள்ளைத்துரை, வாத்தியார் கனகராசு, சங்ஙனன் என்று ஒரு கூட்டமுண்டு. சீட்டாட்டக்காரர்களிலிருந்து இவர்கள் தனித்துத் தெரிவார்கள். நாப்பழக்கம் போடுகிறதுக்கென்று, லாடமடத்தில் இந்தக் கூட்டம் தனியாய்க் கூட்டம் நடத்தும்.

லாட மடத்தின் வடப் பக்கம் ஊருக்கெல்லாம் ஊத்துக் கொடுக்கும் நல்ல தண்ணிக் கிணறு. கிணற்றில் வாளி போட்டு, குனிந்து, கவிழ்ந்து, நிமிர்ந்து நீரிறைத்துப் போகும் பெண்கள் சீட்டாட்டக் கைகளின் பார்வைகளில் படுவார்கள். எந்தப் பெண்ணும் சீட்டாட்டக்காரர் பக்கம் பார்ப்பதில்லை. பெண்கள்

சீட்டாட்டக் கைகளின் பார்வையில் படக் கூடாதென்பதற்காகச் சிலரின் கைச்செலவில் வடப்பக்கம் மறைப்புச் சுவர் எழுப்பப்பட்டது.

லாடமடச் சுவரில் கறுப்புத் தாரில் எழுதப்பட்டிருந்தது ஒரு வாசகம்- "இது சோம்பேறிகள் மடம்."

நேற்றிரவு கீழே, யாரோ தாரில் கோணல் மாணலாய் எழுதிய மற்றொரு வாசகம் தென்பட்டது. சந்தேகமில்லை, யாரோ அவசரத்தில் எழுதியிருக்கிறார். மாடு மோண்டது போல கோணல்மாணலான எழுத்து.

"இங்கு பெண்களைக் கேலி செய்யக்கூடாது."

வழக்கமாய் டீச்சர் வீட்டுக்கு லாடமடம் வழியே வரும் தேவநாதன், இந்தப் புதிய வாசகத்தை வாசித்து வந்திருந்தான். "இங்கு பெண்களைக் கேலி செய்யக் கூடாது...... இப்படி எழுதியிருக்கு, டீச்சர்" என்றான் தேவநாதன். நுழைந்ததும் நுழையாததுமாய் அடிவயிற்றைப் பிடித்துக்கொண்டு, சிரித்தபடி அவன் சொன்னது சந்திரமதிக்குப் பெரிய அதிசயிப்பாய் தோன்றவில்லை.

"அதுக்கு முன்னால ஒரு கதை இருக்கு, வேணுமா?" என்றாள்.

டீச்சரை ஆச்சரியமாய்ப் பார்த்தான் தேவநாதன். யாரோ எவரோ அவனுக்கு முன் செய்தி பகிர்தல் என்ற இடத்தை அபகரித்துக் கொண்டிருக்கிறார்கள். எதிரில் துப்பறியும் சிங்கம் செல்லப்பன் நின்றான்.

சந்திரமதி செல்லப்பனை நடந்த கதையைச் சொல்லச் செய்தாள். பள்ளிக்கூடத்தில், ஒருத்தரைப் பற்றி அல்லது அங்கங்கே பெண்பிள்ளைகளின் மனசில் என்ன அசைகிறது என்பதைத் கண்டுபிடிப்பதில் வல்லவன்; துப்புத்துலக்கி, கோக்குமாக்குப் பண்ணி, கோள்மூட்டி விடுவதிலும் திறமைசாலி செல்லப்பன்; பள்ளிக்கூடம் பூரா அவனுக்குப் பெயர் துப்பறியும் சிங்கம். அவன் வருகிறான் என்றால், பார்த்ததும் ஒதுங்கிக் கொள்வார்கள் பெண்பிள்ளைகள்.

கீழ்ப்பக்கக் கண்மாயின் நீரலைகள் மத்தியான வெக்கைக் காற்றைத் தணித்து, இதமான நடைபோடும் பின்மதிய நேரம். தனுமைக்கும் வெதுவெதுப்புக்கும் இடையே ஒரு குளுமை நீரலைக் காற்றில் கரைந்தது. மத்தியானச் சாப்பாடு முடித்த நான்கைந்து பேர், லாடமடத்தில் தலைக்குத் துண்டை அண்டக் கொடுத்து படுத்திருந்தார்கள். தூக்கம் சொக்கிக் கொண்டிருந்தது. தெற்கிலிருந்து

வடக்காய் போகும் மூன்றரை பஸ் வந்து நின்றது. கீழ்ப்புறம் மடத்திலிருந்து பார்ப்பவர்களுக்குப் பஸ்ஸிலிருந்து இறங்குகிற கால்கள் மட்டும் தெரிந்தன.

வெள்ளையாய் பல கால்கள், உரித்தெடுத்த வாழைப் பூப்போல் நிலத்தில் பதிந்த பாதங்கள், பஸ்ஸின் முன் பக்கம் போகவா, பின்பக்கமாகவா என்று தடுமாற்றமாகித் தயங்கின. லாட மடத்திலிருந்த கண்கள் உஷாராகின.

"என்னடா, இது புதுசாத் தெரியுது."

"ஒயரமான மிதியடியா இருக்கு, ஊரு தாங்குமா?"

"நம்ம ஊருக் கண்மாய்க் கரை சரள்மேட்டில் தத்தக்கா, புத்தக்கா போட்டு நடக்கிறபோது, முட்டிச் சில்லு பேந்து போகும்."

இந்த வார்த்தைகள் சொன்னான் சங்கணன். தலைக்கு இரு கைகளை அட்டுவைத்துப் படுத்துக்கொண்டிருந்த சிவத்த கிராமுன்சு, அவனுடன் சேர்ந்து கொண்டார். வாகாய் பஸ் பக்கம் திரும்பிப் படுத்துக் கொண்டு சொன்னார்.

"அதான, காலே இத்தனை அழகுன்னா...!"

பஸ் நகர்ந்ததும், பின்புறமாய்ச் சுற்றி வந்தன அந்தப் பாவாடைக் கால்கள். வாழைத் தண்டுக் கால்களின் நகர்வும் உடம்பும் முகமும் சேர்ந்த மூன்று உருவங்கள் முன் வந்தன.

வாத்தியார் சங்கணன் முகம் பேயறைந்து கிடந்தது.

"டே சங்கணா, ஒந்தங்கச்சிடா" கத்தினார் ஒருவர்.

லாட மடம் பக்கம் பத்து நாட்களுக்கு மேலாய் வாத்தியார் சங்கணன் தலை தென்படவில்லை. பள்ளிக் கூடம் போகையில், கண்மாய் கீழ்ப்பக்கம் ஒட்டிப்போகும் வண்டிப்பாதையைப் போகவர பயன்படுத்தத் தொடங்கினான். புதுசா இருக்கே. எதிர்ப்படும் சில விழிகள் ஆச்சரியத்துடன் அவனைப் பார்த்து விரிந்தன. முகங்களின் தசைகள் அகலித்தன.

சென்னையில் நர்ஸ்கோர்ஸ் படிக்கும் அவனுடைய தங்கை கலைவாணி. வருடப் பரிட்சை முடிந்து ஊரில் வந்து இறங்கல். உடன் படிக்கும் இரண்டு தோழிகளும், கிராமத்தைப் பார்க்க அழைத்து வந்திருந்தாள்.

"இங்க யாரும் பெண்களைக் கேலி செய்யக்கூடாது" - இரவில் யாருமற்ற வேளையில் லாடமடச் சுவரில் கறுப்புத்தாரில் எழுதப்பட்டிருந்தது.

12

போயிலைக்கட்டை என்ற அந்த வாலிபனின் தாய் பூச்சி, டீச்சர் வீட்டைக் கடந்து போனாள். கையில் ஒரு பானை; காலை ஒருதரம், ராத்திரி ஒருதரம் வீடு வீடுகளுக்கு கஞ்சி வாங்கப் போகிறாள்.

அவள் தொண்டையிலிருந்து காலையில் "கஞ்சி ஊத்துங்கம்மா" என்ற குரல் கேட்கும். ராத்திரி "அன்னம் போடுங்க தாயீ" என்று மாறியிருக்கும். ராத்திரிக்குக் கஞ்சி என்று சொல்லக்கூடாது. பேர் சொல்லாதது என்று சில பொருட்கள் உண்டு. 'வசம்பு' என ராத்திரியில் உச்சரிக்கக்கூடாது, 'பேர் சொல்லாதது' என்றே அதற்குப் பேர். உப்பு என்று சொல்லக்கூடாது. 'ருசிக்கல்' என்று சொல்லவேண்டும். "ரெண்டு 'கல்' இருந்தா கொடுங்க" என்று கேட்டு வாங்கிப் போனார்கள். அதற்கு 'ரவணம்' என்று இன்னொரு சொல் உண்டு. நம்பிக்கைகளை மீறும் வழக்கம் அவர்கள் யாருக்கும் இல்லை. இரவில் பணம், தானியம் கொடுக்க மாட்டார்கள். சுண்ணாம்பு, உறை மோர் தரக்கூடாது.

சந்திரமதி குடிவந்த தெற்குத்தெரு முகணையில் வண்ணாக்குடி பூச்சி வீடு. தாழ்த்தப்பட்ட குடிகள் போல ஊருக்கு வெளியே அவர்களை வீசிவிடவில்லை. விவசாயத் தொழிலுக்கு துணைத்தொழிலான வண்ணார், தச்சர், முடிதிருத்துவோர், கொல்லர் போல கைத்தொழிலாளிகளை ஊர் தனது கக்கத்தில் இடுக்கிக் கொண்டிருந்தது.

அன்று ஞாயிற்றுகிழமை. காலைக்கஞ்சி வாங்கித் திரும்பிய பூச்சி சந்திரமதி வீட்டிற்கு வந்தாள். டீச்சர் வீட்டில் அவள் கஞ்சி வாங்குவது இல்லை. டீச்சர் முறையாக சமையல்வேலை தொடங்கியிருந்தாலும், கஞ்சியோ, அன்னமோ கேட்டு அவள் ஒருபோதும் வாசலில் வரமாட்டாள். துவைப்புச் செய்து கொடுக்கும் வீடுகளிலிருந்து கஞ்சியோ சோறோ கூலியாகப் பெற்றாள்.

“இது உங்களுக்கே நல்லா இருக்கா, டீச்சரம்மா?” பூச்சி கேட்டாள்.

கஞ்சிப் பானையை ‘டொக்’கென்று கீழே வைத்த சத்தம், அவள் கோபத்தைக் காட்டியது. இன்னும் கொஞ்சம்வேகமாய் வைத்திருந்தால், பானைக்குப் பதிலாய் வெறும் ஓட்டாஞ் சில்லு கிடைத்திருக்கும்.

“நாலு உடுமாத்துப் போட்டா, நாங்க பிழைச்சிக்கிருவோமின்னு நெனைச்சிட்டீங்க இல்ல டீச்சர்” நேரடியாய்க் கேட்டாள்.

அவள் வீசிய பார்வையும் பேசிய பேச்சும் அவள் சும்மா போகப்போவதில்லை என உறுதி செய்தன. நச்சென்று தைத்த கேள்விக்கு டீச்சரால் தாக்குப்பிடிக்க முடியவில்லை.

அவள் வீசிய கத்தி வேறொறு மையப்புள்ளியை நோக்கிப் பாய்ந்தது. பூச்சி ‘சிவனேன்னு’ போவதாகத் தெரியக் காணோம். சந்திரமதியின் சொந்த ஊரில், அவர்களது துணிமணியை வண்ணார் துவைப்பதில்லை. தாழ்த்தப்பட்ட குடியிருப்புக்கு துணி எடுக்க வருவதில்லை. தாழ்த்தப்பட்ட குடிகளுக்கு சலவைத் தொழில் செய்கிற ‘புதிரை வண்ணார்’ என அழைக்கப்பெறுபவர்கள் அவளது ஊரில் இல்லை. வட்டாரப் பகுதியில் பல இடங்களுக்கும் அவள் பயணித்ததுண்டு. எங்கும் புதிரை வண்ணார் புழக்கம் தென்பட்டதில்லை. தங்கள் உடுமாத்துக்களை தாங்களே சலவை செய்துகொண்டனர் தாழ்த்தப்பட்ட குலத்தினர்.

மனசில் ஒன்றைச் சொருகிக்கொண்டு நாக்கில் ஒன்றைக் கொடுக்க மாட்டாள் - பூச்சியின் குணவாகு அது.

டீச்சரிடம் ஒரு வித்தியாசம் புலப்பட்டதை பள்ளிப்பிள்ளைகளும் கூர்ப்பாய் கவனித்தன. டீச்சர் ஒரு நாளைக்கு ஒரு உடுப்பு மாற்றுகிறார். ரகரகமாய் சேலை, ரவிக்கை உடுத்தி பள்ளிக்கு வருகிறார். நகரத்தில் நடப்பது போல, சலவைத் தூள் போட்டு, சோப்புத் தண்ணியில் துணிகளை ஊறவைத்து, அவளே துவைக்கிறாள். அலசி, மொட்டை மாடி வெயிலில் காயப் போடுகிறாள்.

வாரந்தவறாமல், ஞாயிறு இளமதிய நேரம் பக்கத்திலுள்ள நகரத்துக்குத் தொழுகைக்குப் போவாள். தேவாலயத் தொழுகை முடித்துவிட்டு, மதியச் சாப்பாடு ஓட்டலில் சாப்பிட்டானபின், திரும்புகையில் அவள் பையில் தேய்ப்புத் துணிகள்.

"டீச்சர் ரொம்ப மோசம்,மா" என்றான் போயிலைக்கட்டை.

அவந்தான் முதலில் கவனித்தவன். ஏதோ புதிய செய்தி அவனிடமிருந்து வரப்போகிறது என்றுணர்ந்தாள் பூச்சி. மகன் கொண்டுவரும் சேதி பிழையாய் இருந்ததில்லை.

சந்திரமதியின் குரல் பலவீனமாகக் கேட்டது. "நாங்க போட்டா, நீங்க தொவைப்பீங்களா?"

டீச்சரின் மனதிற்குள் என்ன சிந்தனையோட்டம் ஓடுகிறது என்பதை பூச்சி விளங்கிக் கொண்டாள். இத்தனை ஆண்டுகள் உயர்சாதி வீடுகளில் கஞ்சி எடுத்து துணிதுவைப்புச் செய்து கொண்டுபோய்க் கொடுக்கும் அவளறியாததா? டீச்சரின் சொல்லை நூல் பிடித்துப் போன பூச்சி பட்டென்று கேட்டாள்.

"சாதி என்னம்மா சாதி? அதான் பெரிய படிப்பு படித்து பெரிய உத்தியோகத்தில் வந்து உட்கார்ந்து சாதியில தீ வச்சிட்டீங்களே!"

இந்தளவு பேசுவாள் என தலைமை எதிர்பார்க்கவில்லை.

"நான் சொல்லலம்மா, ஊர் முழுதும் எல்லா வாய்கள்ளயும் இப்ப நீங்கதான்.."

"என்ன பேசுறாங்க?" ஆர்வமோடு கேட்டாள் சந்திரமதி.

"நம்ம பொண்ணுகளையும் மேப்படிப்பு படிக்க வச்சி இப்பேர்ப்பட்ட உத்தியோகம் பாக்க அனுப்பனும்னுதான் ஒவ்வொருத்தர் நாவும் பேசுது."

"பெறகு?"

"பெருமையாத்தான்."

'இதுக்கெல்லாம் பயந்தா செய்றீங்க' என்று கேட்காமல் கேட்கிறது, குரல். பூச்சியும் அவளருகணைந்து நிற்கும் போயிலைக்கட்டையும் இதுவரை அவளுக்குத் தெரியாத சூக்குமமாய் உயர்ந்து நிற்கிறார்கள்.

"நீங்க துணி போடுற வரைக்கும் நான் போகிறதில்லை" என்பது போல, பூச்சி உட்கார்ந்து விட்டாள்.

"இங்க கொதுங்க டீச்சர்." அவள் துவைத்து, தேய்ப்புக்காக பக்கத்து நகருக்குக் கொண்டுசெல்ல திண்ணையில் தயாராய் வைத்திருந்த துணிப் பையை அவனே எடுத்துக் கொண்டான்.

அவனுக்கு நாக்கு சரியாகப் புரண்டு கொடுப்பதில்லை. குழறல். ட, டா - போன்ற சில ஒலிகள் அவனை விட்டு நீங்கியிருந்தன. துணிப்பையை அவன் எடுத்துக்கொண்டு போனான்.

"நல்லா முட்டைத் தோடு கணக்கா தேச்சுக் கொண்டுவா." கட்டளையிட்டாள் பூச்சி.

பூச்சி அகன்ற பின், சந்திரமதியின் கண்கள் மூடின. இந்த சனத்தின் பாசத்துக்கெல்லாம் என்ன அர்த்தம்? இதுகளுக்கு மாற்றாக அவள் என்ன செய்யப்போகிறாள்? பூச்சி என்றில்லை, இந்த காபி கிளப் கலாவதி, ஞானம், தேனு போன்றோரின் மனசு நடமாட்டத்தைக் கண்டறியக் கண்டறிய கண்களில் மினுக்கட்டாம் பூச்சி பறந்தது. ஆனால் கெட்டி பூமியை வேர் துளைத்துப் போகவியலாமல், திரும்பத் திரும்ப மேலே தவங்கி நின்றுபோனது. இதுகாலம்வரை அவளுடைய சமூகத்துக்கு இழைக்கப்பட்ட கொடுமைகள், ஒதுக்கல்கள் என்ற கெட்டிமண் பூமி அது.

"பூச்சி..." என்று இழைந்தாள். குரல் பூச்சிக்குக் கேட்டது.

"அம்மா..." என்று திரும்பி வந்தாள்.

"ஒனக்கு இவன் ஒரு பையந்தானா?"

"இல்லம்மா, இன்னொரு பையன், அழகர் பெருமாள்."

" பெருமாள் பள்ளிக்கூடம் வர்றானா?"

"இல்ல, அவனை அஞ்சாப்போடு நிறுத்தியாச்சு. தொழிலுக்கு ஆள் வேணும். ரெண்டாவது இந்த சின்னச்சாமி வாத்தியோட அவனுக்கு ஒரே ரோதனையா இருக்கு."

"அவனை இப்ப அனுப்பு. ஆறாம் வகுப்புல சேத்துருவம்."

13

“மனுசன மனுசன் சாப்பிடுறாண்டா சின்னத்தம்பி

இது மாறுவதெப்போ தீருவதெப்போ அருமைத் தம்பி”

காலைவெயிலைப் பிளந்து திரைப்படப் பாடல் ஒலித்தது. இடைவேளை மணி அடித்து, ஒன்னுக்கிருக்க ஓடையை நோக்கிப் பாய்ந்த மாணவர்கள், பாட்டு வந்த திசைநோக்கிப் பறந்தனர். சாலையின் மேற்புறம் ‘காபி’ கிளப் முன் ஒரு பெரிய வேன்; முன்னும் பின்னும் அந்தக் காலத்தின் இரண்டு பெரிய ஒலிபரப்புக் குழாய்கள். “த.பி. சொக்கலால் ராம்சேட் பீடி” வேனின் முன்புறமும் குழாய்களின் உள் வட்டத்திலும் பக்கவாட்டிலும் எழுதப்பட்டிருந்தது. வாகனத்தின் இருபக்கமும் பீடி குடித்தபடி சொர்க்கத்திற்குப் போவதுபோல் பாதிக் கண்கள் மூடி பீடி குடித்துக்கொண்டிருக்கும் ஒரு படம்! சொக்கலால் ராம்சேட் பீடி பிடிக்கிற குடிமகன்கள் சொர்க்கத்திற்குப் போவது நிச்சயம் என்று அந்தப் படம் சொல்லாமல் சொல்லிக் கொண்டிருந்தது.

கிளப் கடைக்கு இடது பக்கத்தில் ஒரு பெட்டிக்கடை; சாலையின் கீழ்ப்புறம் ஒரு பெட்டிக்கடை. முதல்கடையில் பீடிக்கட்டுகளைக் கொடுத்த ஆள், பின்னர் தன் சட்டைப் பாக்கெட்டிலிருந்த பீடிக்கட்டிலிருந்து ஒரு பீடியை உருவி உள்ளங்கையைக் குவித்து பற்றவைத்தான். எப்படிப் பற்ற வைக்க வேண்டும் என்று அங்கிருந்தோருக்குச் சொல்லிக் கொடுப்பது போல் இருந்தது இது. கிராமத்து வெள்ளந்திகள் அருகாமையில் நின்று வேடிக்கை பார்த்துக் கொண்டிருந்தனர். இரண்டு மூன்று பேருக்கு இலவசமாக பீடி வழங்கிய பிறகு, தீப்பெட்டியை உரசி அவர்களுக்குப் பற்றவைத்தான்

போயிலைத் தூள்களில் இனிப்பு கலந்த போயிலை, வெறும் போயிலைக்கட்டை, சுருட்டு இவைகளையும் கடைகளில் விற்பனை செய்தான். போயிலையைத் தூள்செய்து காய்ந்த வாழைமட்டைகளில் சுருட்டி மடித்துக் கட்டிய போயிலைத் தடை, வெறுமனே வாயில் ஒதுக்கும் போயிலைக்கட்டை - இந்தப் பொருட்களுக்கு மளிகைக் கடைகளில் கிராக்கி அதிகம். அந்த

பெரிய ஊருக்குள் விற்பனை செய்ய மேலத்தெருக் கடை, கீழத்தெருக் கடை, சந்துக் கடை, வரதன் கடை என இன்னும் நான்கு கடைகள் இருந்தன. நடுத்தர வயசுப் பொம்பளைகள், முதிய கிழடுகள் வரை வாயில் புகையிலையை அதக்கியபடி திரியத் தொடங்கியிருந்தனர். ஆண்கள் கையில் பீடி; பெண்கள் வாயில் போயிலை உருண்டை.

சொக்கலால் ராம்சேட் பீடி, கிளிமார்க் பீடிகளுக்கிடையில் போட்டா போட்டி. இதுபோன்ற வேன்களில் பாடல்கள் ஒலிபரப்புவது, பெரிய ஊராக இருந்தால் இரவுநேரத்தில் ஊருக்கு ஒரு திரைப்படமும் போடுவது- வேன்களின் பின்புறம் ஸ்டேண்ட் வைத்து, திரை பொருத்தப்பட்டது.

புகையிலை விற்பனையில் உச்சம் தொட்டு நின்றது திண்டுக்கல் அங்குவிலாஸ் புகையிலை; அங்குவிலாஸ் புகையிலையை வேற யாராலும் தோற்கடிக்க முடியாது என்று கிரீடம் சூடி நின்றது. ஏறக்குறைய எல்லா ஊர்களிலும் மக்களைப் போயிலைப் பழக்கத்தில், புகைபிடிக்கும் பழக்கத்தில் தென்மாவட்டங்களில் இம்மூன்று நிறுவனங்கள் கபளீகரம் செய்திருந்தனர்.

போதைபொருள் பயன்பாட்டில் உச்சத்தில் நின்ற அங்குவிலாஸ் புகையிலை "இன்னிசைக்குழு" ஒன்றயும் உருவாக்கி இசைக்கச்சேரி செய்தது. பெரிய இசை விற்பன்னர்களான விளாத்திகுளம் சாமிகள் என அழைக்கப்படும் நல்லப்பர், எம்.எம்.மாரியப்பா, எம். கே.தியாகராஜ பாகவதர், கே.பி. சுந்தராம்பாள் எனப் பல பிரபலங்களும் அங்குவிலாஸின் கைப்பிடிக்குள் வளைக்கப்பட்டனர்.

புதிய தலைமை ஆசிரியர், புதிய பள்ளிக்கூடத்தை உருவாக்கி மூன்று மாதங்கள் கடந்து விட்டன; மாணவிகள் கட்டுப்பாட்டுக்குள் இருந்தனர். புகைப்பழக்கம், போயிலை என்றால் என்னவென அவர்கள் அறிந்திருக்கவில்லை. விளம்பரத்தின் பொருட்டு ஒலிபரப்பான பாடல் அவர்களைப் பெரிதாக ஈர்க்கவில்லை. வகுப்பறை வாசல்கள், சாளரங்கள் வழியாக சாலையில் நடக்கிறவற்றை வேடிக்கை பார்த்தனர்.

காலை இடைவேளை முடிந்ததும் வாசல் இழுத்து மூடப்பட்டது. கையில் பிரம்புடன் புதிய தலைமையாசிரியர் சந்திரமதி வாசலில் நிற்கிறார். பக்கத்தில் உடற்பயிற்சி ஆசிரியர். புதிய தலைமை, புதிய பள்ளிக்கூடம் உருவாகிவிட்டதென்பதை

சொக்கலால் பீடி விளம்பர ஊர்தியின் பாடலுக்குள் மயங்கி நின்ற மாணவர்கள் உணரவில்லை. ஊர்தி ஊருக்குள் நகர்ந்ததும் பள்ளிக்குத் திரும்பினார்கள்.

“வாங்க ஸார் வாங்க. எங்க ராஜா போயிட்டு வர்றீங்க?”

எகத்தாளமான வார்த்தைகள் பிரம்பு வீச்சுடன் வெளிப்பட்டன. கடைநிலை ஊழியர் சோலையப்பன் அவர்களை வரிசையாக நிறுத்திக் கொண்டிருந்தார். ஒவ்வொருவருக்கும் பின்புறத்தில் பிரம்பு வீச்சு விழுந்தது. அடிவாங்கியவர்கள் நெளிந்து உள்ளுக்குள் ஓடினார்கள். மொத்தம் 30-க்கும் மேற்பட்ட பிரம்பு வீச்சுக்கள் என்று சோலையப்பன் கணக்கு வைத்திருந்தார்.

புகையிலை என்னும் போதைச் சரக்கை மக்களுக்கிடையே பரப்புவதற்காக அந்தப் பழக்கம் கொஞ்சமுமில்லாதிருந்த ஆண்களை, குடும்பங்களின் உள்ளிருந்து வெளியே இழுத்தார்கள். குறிப்பாய் விடலைகளின் விரல்களில் பீடி, சிகரெட், பில்டர் சிகரெட், சுருட்டு என பல புதுப்புது போதை வஸ்துகள் பெருகின. சோம்பேறிகள் மடமான லாட மடத்தில் “ஏ ஒரு பீடி கொடுப்பா” என்னும் குரல்கேட்டது. அந்த அவலக் காட்சியை ஊருருக்கு, தெருத்தெருவாக, வீடுவீடாக, அலுவலகம் அலுவலகமாக அரங்கேற்றிய நிறுவனங்கள் நிமிர்ந்துநின்றன. எவ்வித அறமும் அற்றது வணிகம். லாபமில்லாமல் அவர்கள் அந்தப் புகைப்பழக்கத்தை உண்டாக்க மாட்டார்கள்.

பெட்டிக்கடை முன்பு, கைகள் குவித்து பீடி பற்றவைத்துக் காட்டியவன் தமிழர் வாழ்வியலின் மீது முதல் கொள்ளியை ஏற்றினான் என்பதைப் புகையிலை நிறுவனங்கள் அறிந்திருந்தன. அவர்கள் அறிவார்கள். அறிந்தே கொள்ளிக்கட்டைகளை தொடர்ந்து ஏற்றிவைத்தனர்.

இவ்வாறுதான் வண்ணாத்தி பூச்சி மகன் கல்யாணராமன் போயிலைக் கட்டையானான். இவ்வாறுதான் போயிலைக் கட்டையின் ராச்சியத்திலிருந்து கல்யாணராமன் என்றோ வெளியேறி விட்டிருந்தான்.

14

நுழைந்ததும் சந்திரமதி தன்னை பள்ளி ஆசிரியர் என அறிமுகம் செய்துகொண்டார். ஞானம், தேன்மொழி மாணவியர் முகம் கொறாவிப் போனது. முதலில் போய் வருகிறவர் யார் என பெரியவரிடம் சொல்ல வேண்டுமெனத் துடித்துக் கொண்டிருந்தனர்.

ஏமாற்றமாகிப் போயிற்று.

சந்திரமதியை கைகூப்பி அமரச்சொன்னார். மனிதன் என்றால் இப்படித்தான் இருக்கவேண்டுமென்று முதல் பார்வையில் தெரிந்துவிட்டது.

உடன் வந்த பிள்ளைகளைக் கேட்டார்.

“நீங்க எந்த வகுப்பு வாசிக்கிறீங்க?”

“ரெண்டு பேரும் எட்டாம் வகுப்பு.”

“உங்களுக்குப் படிப்பிக்கிற குரு யாரு?”

“இதுதான் எங்க டீச்சர்.”

பிள்ளைகள் வெட்கத்தில் உடல் நெளிந்து சந்திரமதியைக் கைகாட்டினர். டீச்சருக்கு எதிரில் கைநீட்டிச் சொல்லும்படியாகி விட்டது. அவர்கள் இன்னொரு ரகசியத்தையும் அவரிடம் போட்டு உடைக்கவேண்டுமெனத் துடித்தனர். செய்தார்கள்.

“இவங்க எங்களுக்குத் தலைமையாசிரியர்.”

“அப்படியா?” ஆச்சரியமாகிப் பார்த்தார் செக்குக்காரர். எழுந்து நின்று மறுபடி கைகூப்பினார்.

“நீங்க அதைச் சொல்லலையே!” வியந்து போனார்.

“அதைக் கேட்கிறீங்களா, நாந்தான் இவங்களுக்குத் தலைமை ஆசிரியர்.”

“பேரு என்ன?” பிள்ளைகளிடம் கேட்கிறார். பிள்ளைகளிடம் வெட்கம் கொட்டும் சிரிப்பு.

“எதுக்குத்தான் வெட்கப்படுறதுன்னு இல்ல” கேலிசெய்தார் சந்திரமதி.

“பேரில்லாப் பூச்சியா” பெரியவர் சிரித்தபடி கேட்டார்.

அவர் தாமசிக்கவில்லை. “வாங்க போய்ப் பாப்போம்.”

பெரிய ஆள் யார் வந்தாலும் அழைத்துப்போய்க் காட்டுவது அவர் வழக்கம். இரண்டு இயந்திரங்கள் உள்ள கூடாரம் ; செக்கு ஓடுகிறபோது எள் அல்லது வேர்க்கடலை பருப்பைத் தள்ளி விடுகிற, ஓரம் ஒதுக்குகிற, இரண்டு இரும்புத் துடுப்புகள் அதில் பொறுத்தப்பட்டுள்ளன. “இது நானா கண்டுபிடிச்சி புதுசா சேத்துக்கிட்டது” லேசாக நிறுத்தி துடுப்புக்களைத் தொட்டுப் பதம் பார்த்துக்கொண்டார் - சூடு (வெப்பம்) போதுமா எனத் தெரிந்துகொண்டார். கருகல் வாடை வராமல் (பொங்கு ஆகாமல்) பார்த்துக் கொள்கிறபோது, எண்ணெ பக்குவமாய் அமையும். சுற்றிலும் பணியாட்கள் ஐந்து பேர் கவனித்துக் கொள்கிறார்கள். இரண்டு கூடாரமும் அதைச் சுற்றிய களமும் என பதினைந்து ஏக்கர் பரப்பளவு. இன்னும் எத்தனை கூடாரங்கள் வேண்டுமானாலும், எத்தனை மெஷின்கள் வேண்டுமானாலும் போட இடம் இருக்கிறது.

“இரும்புச்செக்கு முப்பது வருஷம் முன்னாடியே பம்பாயில் இருந்து வந்திருச்சு; இரும்புச் செக்கில 500 லிட்டர் எண்ணெ எடுக்கணும்னா, அந்த அளவு எள்ளு போட்டு உறுதிப்பாடா எடுக்க முடியும். எண்ணெயில் குறிப்பிட்ட அளவு ஹீட் (சூடு) இருக்கணும். அப்பத்தான் எண்ணெய் பேக்கிங்குப் பெறகு கெட்டுப் போகாது. இரும்புச் செக்கில் அளவான சூடு கொடுக்க முடியும். அளவான சூடு கொடுக்க முடியாததாலே மரச்செக்கு எண்ணெயை குறிப்பிட்ட நாளைக்கு மேல் உபயோகப்படுத்த முடியாது.

“இன்னும் இரண்டு செக்கு போடப்போறேன். பழைய மரச் செக்கில்லை. இரும்புச் செக்கு. இன்னைக்கு பழையசெக்கில் எண்ணெ ஆட்ட முடியாது. அதில் ஓரமொதுங்குறதை வழிச்செடுக்கமுடியாது; இரும்புச் செக்கு தேய்மானம் ஆகாது. அது கெட்டியாய் இறுக்கிப் பிழிவது போல் மரச்செக்கு பிழியாது. மரச் செக்கில் பிழியறதுங்கிறது வெட்டி விருதா வேலை. எங்களிடம் கிடைப்பது மரச்செக்கு எண்ணெய்ன்னு சொல்றதெல்லாம் ஏமாத்து.

கெமிக்கல் சேர்க்கிறதால அது ரீபைண்ட் ஆயில்; பல எண்ணையும் கலந்த வாடை தெரியாமல் இருப்பதற்காக கெமிக்கல் சேர்க்கிறான். குறிப்பிட்ட இனத்துக்கு மேலே சேர்த்து கொதிக்க வைத்து அந்த கெமிக்கல் வாசனை தெரியாம ஆக்குறான். ரீபைண்ட் ஆயில் உடம்பு ஆரோக்கியத்துக்கு நல்லதில்ல. இன்னைக்கு எதைச் சாப்பிட்டாலும் பூச்சி மருந்து ரசாயனம் உள்ள இருக்கு. உடம்பு எப்படிக் கெடாமல் இருக்கும். பூச்சி மருந்து கலக்காத எண்ணை என்ற அந்தப் பெயரைத்தான் நான் காவல் காத்துட்டு வர்றேன். என் காலத்துக்குப் பிறகு எப்படியோ."

ஒரு நல்ல மனிதர் எதிரில் தெரிகிறார். வினோபாவை நேரில் பார்த்தது போல் தோற்றம்; ஆனால் நடுத்தர உயரம். நாணல் பூப் போல் தாடி; இடுப்பில் ஒரு ஒற்றை தட்டு வேட்டி (துவராடை). அது என்ன நிறமாகவும் இருக்கலாம். மேலே மெல்லிசாய் ஒரு ஈரிழைத் துண்டு. மேற்சட்டை இல்லாத உடம்பு. எங்காவது வெளியூர்ப் பயணம் சென்றால் சட்டை அணிந்து கொள்வார். வயது எண்பத்தி ஒன்று; ராமப்பயிர் தோகை போல் பழுப்பும் மஞ்சளும் கலந்த நிறம். ஒற்றைத்தட்டு வேட்டியும் துண்டும் போர்த்தின எளிய உடையில், வெளிர்மஞ்சள் நிற வெள்ளரிப்பூ போல் தெரிந்தார்.

15

“நேர்மை பிறழாமல் இருப்பது என் சுயநலனுக்குத் தான். ஒரு திருடன் தெருவில் நடந்து போறான், எதுத்தாப்புல ஒரு போலீஸ்காரன்; போலீஸ்காரரைப் பார்த்து இந்தத் திருடன் மிரளுகிறான், மனசு பதைபதைக்குது, ஏன் அப்படி? தப்பு பண்ணி இருக்கிறதால அவன் பயப்படுறான். அந்த நிலை தான் நமக்கும். தப்பான காரியம் பண்ணினா ஐயோ, இப்படி பண்ணிட்டமே, பண்ணிட்டமேன்னு நிம்மதியா இருக்க முடியாது. அப்படி என் மனசு என்னை தட்டிக் கேட்பதற்கு இடம் கொடுக்க மாட்டேன், இது சுயநலம் இல்லையா?”

தன்னுடைய சுயத்திலிருந்து பார்த்து தன்னைத் தூய்மை செய்து கொள்கிறார்.

“ஒரு காலத்தில் இந்த ஊரில் 16 செக்குகள் ஆடின. செட்டிமார்கள் தலைச் சுமையாய் எண்ணெய் சுமந்து மற்ற ஊர்களில் விற்றார்கள். அதைத்தான் நான் எதிர்பார்க்கிறேன். மற்றவர்களெல்லோரும் ஒவ்வொருவராய் ஏறக்கட்டிவிட்ட போது, எங்க அய்யா காலத்திலிருந்து இவ்வளவு பெரிய இடத்தில் இரண்டு செக்குகள் ஆடிக்கொண்டிருந்தன. இப்பவும் அதே இரண்டு செக்குகள் தான். அந்தக் காலத்தில் ஊரின் ஒரே வருவாய் எண்ணெய் உற்பத்தியும் விநியோகமும்.”

ஊரின் பூர்வீகம் சந்திரமதி டீச்சருக்கு தெரியாமலிருந்தது. அவள் பிறந்த காலத்திலிருந்து ஊரின் வரலாறு தெரியவேண்டியிருக்கிறது. எவருக்கும் முழுமையாய் ஊர் வரலாறு தெரிந்திருக்கவில்லை. களத்துமேடு வழியாய் பள்ளிக்குப் போகிறபோது வருகிறபோது, பழைய செக்கின் மிச்ச மீதிகள் கண்டிருக்கிறாள். உடன்பிறவாச் சகோதரிகளாய் எப்போதும் வரும் ஞானம், தேன்மொழியை விசாரித்தாள்.

“நாங்களும் ஒங்கள மாதிரித்தான் டீச்சர்.”

பட்டென்று பதில் வெளிப்பட்டது. அது நேரடிப் பதிலில்லை என்பதை ஒதுக்கம் உணர்த்திற்று.

இப்போது எண்ணைச் செக்குகளின் பூர்வீகம் மூலவர் ஒருவரால் வெளிச்சத்துக்கு வருகிறது. இத்தகைய ஒரு மனிதரை - ஏறக்குறைய பள்ளித் தலைமையேற்று ஆறு மாதங்கள் கடந்தும் சந்திக்காமல் போனமே என்னும் வேதனை கொண்டு குமைந்தாள் தலைமை.

"இடையில் ஒரு டாக்டர் வெள்ளை சட்டை போட்டுட்டு வந்து இந்த எண்ணெய் கருப்பாய் இருக்கு; பொங்கா இருக்கு (சூடு அதிகம்); சுவையாய் இல்லை. எங்க தயாரிப்பு வெள்ளையா இருக்கு; டேஸ்டா இருக்கு என்று ஆடுற பாடுற குமரிகளைக் காட்டி விளம்பரம் போட்டாங்க. அதுவரைக்கும் ஊருக்குள் பதினாறு செக்குகள் ஆடிக்கொண்டிருந்தன. இப்பவும் பாண்டிச் செட்டி வந்து எங்களிடம் எண்ணை வாங்கி தலைச் சுமையா போய் விப்பாரு. இப்பத்தா அவரு சைக்கிள் வாங்கீட்டாரு. ஊர்ஊருக்குப் போய் நயம் வேர்க்கடலைப் பருப்பு, சுத்தமான எள், கலப்படமில்லாத கொப்பரைத் தேங்காய் வாங்கிக்கொண்டு வந்து எங்ககிட்ட கொடுக்கிறார்.

"சில பேர் தங்கள் நிலத்தில் விளைந்ததை, சொந்த உபயோகத்துக்கு எங்கிட்ட அரைச்சிட்டுப் போவாங்க; அவங்கவங்க வீட்டுத் தேவைக்கு ஏற்ற மாதிரி அரைச்சி எடுத்திட்டுப் போவாங்க; நாங்க அரைச்சு விக்கிறதும் உண்டு. எல்லாம் ஒன்னுக்குள்ள ஒன்னு கைவசம் இருந்தது. கொடுப்பதும் வாங்குவதும்தான் இருந்துச்சு. அப்புறம்தான் வியாபாரமாகிருச்சி."

சந்திரமதியின் சிந்தனை பழைய வாழ்க்கைக்குள் ஓடியது. காடல்குடியிலிருந்து அவருடைய பாண்டவபுரம் ஊருக்கு தலைச் சுமையாகவே ஒரு செட்டியார் எண்ணெய் கொண்டு வருவார்; பெயர் தெரியாது. எண்ணெய்ச் செட்டியார் என்றுதான் பேர். அவர் இப்போது இல்லை. தெருத்தெருவாய்க் கொண்டுவந்து வீட்டு வீட்டுக்கு விற்பனை செய்த பழைய பண்டமாற்றுமுறை எல்லாமும் பணமாகிப் போனது. அவர் எண்ணை விநியோகம் செய்தபோது, எண்ணைக்குப் பதிலாய் தவசம் தானியம் அளந்தார்கள்.

1950-களில், அறுபதுகளில், அறுபது முடியக் கூட பண்டமாற்று முறைதான்; பிறகுதான் பணமாற்றுமுறை வந்தது. தவசம், தானியம் (கம்மம் புல்) அல்லது கொத்தமல்லியைக் கொண்டுபோய்க் கடையில் போட்டு, தமக்கு வேண்டிய மற்ற

சாமான்களை வாங்கிவந்தார்கள். கம்மம் புல் அல்லது கொத்தமல்லி அளந்துவிட்டு வெத்திலை பாக்கு, பொட்டுக்கடலை, வெல்லம், பருப்பு, எண்ணெய் என பலவித மளிகைப் பொருட்களும் வாங்கிக் கொண்டனர்.

பிறகு 'கையிலே காசு, வாயிலே தோசை' என்ற பணமாற்றுமுறை வந்தது. சாதாரணருக்கு கேடு விளைந்தது. வியாபாரம் பெருகியது; ஊருக்கு ஊர் வங்கி, சேமிப்புக் கணக்கு, லாக்கர் பெருகின. சூப்பர் மார்க்கெட் முதலாக பெரும் வணிக வளாகங்கள் பணமாற்று வித்தைப் பெருக்கத்தால் தொந்தி வீங்கிக்கொண்டன.

“இப்ப எடுத்தேறி நாம் கடைக்குப்போய் வாங்க வேண்டிய காலம் வந்துவிட்டது. இங்கே வந்து ஜனங்கள் மாசம் ஒரு தடவை, இரண்டு தடவை குடும்பத்திற்கு தேவையான சாமான்களை வாங்கிட்டுப் போவாங்க. அதில் எண்ணை தவறாது. அன்னைக்கு எங்கிட்ட வந்து எண்ணெய் வாங்கிட்டு போனவங்க, இப்ப அருகிப் போயிட்டாங்க. இன்னைக்கு எல்லாமே பேக்கிங் (வண்ண காகிதங்களின் பார்சல்) ஆயிடுச்சு. பேக்கிங் அழகில் பொருளின் தரத்தை மறந்து போனாங்க. பிளாஸ்டிக் குடுவையிலிருந்தால் தரமானதுன்னு நெனைக்கிறாங்க; அளந்து வாங்குறத, நேருக்கு நேர் வாங்குறத தாழ்வா நினைக்கிறாங்க. இந்த நினைப்புத்தான் பெரிய பெரிய கம்பெனிக்காரன் பணம் சுருட்டுற வாய்ப்பா ஆனது.

“அன்னைக்கு நம்பிக்கையா கொடுத்தாங்க, நம்பிக்கையா வாங்கினாங்க. இன்னைக்கு மனநிலை மாறிடுச்சு. பாமர மக்களுக்கு எது நல்லது எது கெட்டது என்று கேட்டுத் தெரிந்து கொள்கிற ஆற்றல் குறைவு. ஊர்ல நாலு பேரு பரோட்டா விளம்பரம் பண்ணினா பின்னாலயே ஓடுறவங்க வந்திட்டாங்க. அன்னைக்கு நாலு பேரு வழிகாட்டிகளாக இருந்தாங்க; ஒற்றுமையா இருந்து சாதிச்சாங்க. இன்னைக்கு ஒவ்வொருத்தரும் பெரிய மனுசன் ஆயிட்டான். ஒத்துமையாப் போறது எப்படி, ஆளுக்கு ஒரு திசையாப் போவது எப்படி!”

நேரடியாக தன்தொழில் பற்றிப் பேச ஆரம்பித்தார்.

“கடலைப்பருப்பு, எள்ளு காய வைக்கிறோம்; அதுக்கு உரிய ஆட்களைத் தான் செய்யப் போடுவேன். அவங்க நம்பிக்கையாயும் சரியாயும் செய்வாங்க. எதுக்கு எந்த ஆளை விடுறதுன்னு பாத்துச் செய்றதினாலே தப்பாச் செய்ய மாட்டாங்க. அப்படியே விட்டு

விடவும் முடியாது. சரியா செய்கிறாங்களா இல்லையான்னு அப்பப்ப போய்ப் பாப்பேன்; பார்க்க வேண்டியிருக்கு. நாம உழைப்புக்கேற்ற கூலி கொடுக்கிறோம். அவங்க ஏமாத்தமில்லாத உழைப்பைக் கொடுக்கிறாங்க. நாம வழிகாட்டியா இருக்கனும். நம்மளைப் பின்பற்றி வருவாங்க. நான் சில நேரங்களில் துடைப்பத்தை எடுத்துக் கூட்டுவேன். பாத்துட்டு அவங்களும், ஓஹோ இங்க தூசி இருக்கோ, நாம கவனமா கூட்டலையோன்னு ஒரு தடவைக்கு ரெண்டு தடவை கூட்டுவாங்க. காயவைக்கும் களமும் எண்ணை அரைக்கும் கூடாரமும் சுத்தமா இருக்கும். அப்பத்தான் எல்லாம் தனதுன்னு நெனைப்பு எடுக்கும்".

இப்போதும் அவரது களத்தில் சாதி மத வித்தியாசமில்லாமல் எல்லாப் பெண்களும் வேலை செய்கிறதை சந்திரமதி கண்டாள். ஒவ்வொருவருக்கும் மாதச் சம்பளம் இவ்வளவு என உறுதியாகிப் போனதால், மேலான சாப்பாடு, கீழான சாப்பாடு என வித்தியாசம் கிடையாது. பொம்பளைக எல்லோரும் ஒன்னாய் உட்கார்ந்து கூட்டாஞ்சோறு சாப்பிடுகிறார்கள்.

வேலைசெய்கிற பெண்கள் ஒவ்வொருவராகக் கூப்பிட்டார்.

"நீங்களே அவங்க பேர் என்னன்னு கேளுங்க."

விசாரிப்பில் சந்திரமதி ஆச்சரியமாகி நின்றார்.

ஒரு பெண் சுஹைனா - இஸ்லாமியர்.

இன்னொரு பெண் வெயிலாள். தாழ்த்தப்பட்ட சமூகத்தைச் சேர்ந்தவள்.

இன்னொருத்தியின் பேர் மீனாம்பாள்- முடி திருத்துவது அவளது அப்பன் தொழில்.

இப்படியும் இருக்குமா - சந்திரமதியால் நம்ப முடியவில்லை.

களத்தில் வேலை செய்த பெண்கள் தலையில் வண்டு கட்டியிருந்தனர். குனிந்து, குத்துக்கால் வைத்து ஒவ்வொருவரும் ஒரு தினுசாய் உழைப்புச் செய்தார்கள். ஒரு பெயரைச் சொல்லி கூப்பிட்டால் பெயருக்குரிய பொம்பிளை வேலையில் ஏதோ குறை என்று அர்த்தம். அந்தப் பெண்ணின் இதயம் படபடவெனத் துடிக்கும்.

"நா எவரையும் போய் சந்திப்பதில்லை. யாரை எதற்கு நான் போய்ப் பார்க்க வேண்டும்? தொழில் உண்டு, நானுண்டு,

தொழிலுக்கான நேர்மை உண்டு. எவருக்கும் எதற்கும் அஞ்ச வேண்டியதில்லை. எந்த ஊராட்சி, நகராட்சிமன்ற உறுப்பினரும், தலைவரும், சட்டமன்ற உறுப்பினர், நாடாளுமன்ற உறுப்பினர் யாரும் என்னை வந்து சந்திப்பதில்லை. நானும் அவர்களைப் போய்ப் பார்ப்பதில்லை. எனக்குத் தேவையில்லை.''

நாம் நேர்மையாய் நல்ல மனிதராக இருப்போமெனில், அவர்கள் நம்மைத் தேடி வருவார்கள். அதற்கு வலுசேர்க்கும் ஒரு நல்ல மனிதர். சந்திரமதியால் அவ்வாறு இருக்க முடியாது. இந்தச் சமுதாயம் ஒரே சீராய் இல்லை; குறுக்கு நெடுக்கு, திண்டுக்கு முண்டுக்கு, சொத்தை, சூத்தையாய் இயங்குகிறது. இதற்குள் நாம் ரத்தினக் கற்களைத் தேட வேண்டியுள்ளது. அதனால் எதிலும் எப்பவும், வாழ்வு முழுதும் தேடலே சரியானது. நேர்மையான மனிதர்களை தேடிச் சென்று சந்திக்க வேண்டுமென நினைத்தாள். வகையாய், ரகரகமான ஆட்களைச் சந்திக்கிறபோது அனுபவங்களும் மகசூல் பெருக்கெடுக்கும். அது ஒன்றும் பிழையில்லை; அப்படியொரு தேடல் இருந்திருக்காவிட்டால், இன்றைக்கு எதிரில் தெரிகிற இந்த மனிதர் கிடைத்திருக்கவே மாட்டார். இப்போதெல்லாம் மனிதர்களைக் காண்பது அபூர்வமான காரியமாக ஆகியிருக்கிறது.

“எதற்கு வெறுப்பை வம்பை வளர்ப்பது? அது கொலை வரை போய் முடிவது. நமக்கு அது வேண்டாம், மனிதர்கள் வேண்டும்'' என்றார்.

சிலர் பேசப் பேச கேட்டுக்கொண்டே இருக்கலாம்; சொந்த வாழ்விலிருந்து பரிசீலனை செய்து சுயமாகப் பேசுவார்கள்.

“ஆனந்தம், மகிழ்ச்சி, திருப்தி என்ற சொற்கள் இல்லையா? இவை தமிழ்ச்சொல் அல்லவா? இவைகளுக்கு அர்த்தம் இல்லையா? உடம்பில் இருந்து தொடங்குவோம்; பிறந்த போது சப்பிக் குடித்த தாய்ப்பால் என்ன சாதி என குழந்தை அறியுமா? ஏன் வேற யாரும் முலைப்பால் ஊட்டி இருந்தா சுவை மாறுபாடு தெரியுமா? கால்களை உதைத்து கைகளைப் பரப்பி மற்றவர்களிடம் தாவும்போது, வேற்றுமை அதற்கு உண்டா? இளமை வருகிறது; ஆணும் பெண்ணும் இரு இளம் உயிர்கள் பிரியம் கொள்கிறபோது கத்திகள் தீட்டப்படுகின்றன. கழுத்து அறுக்கப்படுகிறது. இன்பமும் ஆனந்தமும் சாதி பார்த்து, மதம் பார்த்து, இனம்பார்த்து வருவதில்லை. அவரவர் செய்கிற தொழிலைச் செய்து நிறைவாக

வாழ்க்கையைக் கொண்டு செலுத்துவது ஆனந்தம் இல்லையா?"

சந்திரமதி வாழ்நாளில் இதுவரை கண்ட காட்சிகள், பெற்றிருக்கும் அனுபவங்கள் இவைகளிலிருந்து கசப்பானது.

பிறகு பிள்ளைகளைக் கூர்ந்து பார்த்துக் கேட்டார், "எதனால இந்த எண்ணைக்கு தனிச்சுவை ஏற்படுகிறது?"

சட்டெனச் சொன்னார்கள், "ஓங்க தனிப்பட்ட கவனம்தான்."

அவர் அதை மறுதலித்தார்.

தன்னுடைய ஒரு கவனம் மட்டுமே சுவையைக் கூட்டவில்லை; கூட்டுழைப்பு தான் அந்தச் சுவை தந்தது. அந்த எண்ணை பொங்கு (கருகல்) ஆகாமல், பதம்பார்த்து உருவாக்கினார்கள் அல்லவா அவர்களின் கூட்டுழைப்பு - இந்தச் சுவை! பெரியவர்கள் ஒருபோதும் மற்றவர்களது பங்களிப்பை மறந்தவர்களல்ல.

"நா செய்ததெல்லாம் என்ன, வேலையாட்கள் முகம் வாட்டம் கொள்ளாமல் பார்த்துக் கொள்வது. அதில் ஆனந்தம் பெருமகிழ்வு கொண்டு விடுகிறோம். அதற்குமேல் என்ன வேண்டும்?"

வியப்புடன் அவரைப் பார்த்துக் கொண்டிருந்தாள் சந்திரமதி. எல்லா மனிதர்களிடமிருந்தும் உயர்ந்து தெரிந்தார் அவர்.

16

சந்திரமதி வீடு திரும்பிய அன்று மாலையில் காத்திருந்தது ஒரு அதிசயம். தாம்பாளத்தில் வெற்றிலை பாக்கு திருமண அழைப்பிதழ்.

"மூத்தவளுக்கு திருப்பூட்டு வச்சிருக்கு டீச்சர், வர்ற புதன்கிழமை."

ஞானத்தின் தாய் செல்லக்கண்ணு தட்டை நீட்டினாள். சந்திரமதி சட்டென்று திரும்பி ஞானத்திடம் கேட்டாள்.

"ஒனக்கு ஒரு அக்கா இருக்கான்னு சொல்லலையே."

தாயும் மகளும் திகைப்போடு பார்த்தனர். இத்தனைநாள் உடன்பழகுகிறாள், தன்னுடன் பிறந்த மூத்த ஒரு அக்கா இருப்பதாய் ஏன் வாய் திறக்கவில்லை?

ஞானம் லேசாய்ச் சிரித்தாள்; அம்மாக்காரி கோபித்தாள்.

"சூதானமா நடந்துக்கோ. டீச்சர்ட்ட எதைச் சொல்லனும் எதை மறைக்கனும்ங்கிற ஓர்மை வேணும்."

சிலவீடுகளில் சோதரங்களுக்குள் குடும்ப அரசியல் இயங்கும். அக்காவுக்கும் தங்கை, சகோதர சகோதரிகளுக்குள்ளும் பிடிக்காமல் போகிற போக்கு உலவும்.

"உனக்கு என்ன வயசு?"

"எனக்கு பதினாலு நடக்கிறது டீச்சர். என்னை விட ரெண்டு வயசு கூட."

"ஒன்னை விட ரெண்டு வயது மூத்தவ, ரொம்ப சின்ன வயசாத் தெரியுதே." நிறுத்தினாள்.

"நம்ம சுமையை நாமதான் இறக்கிவைக்கணும் டீச்சர்."

செல்லக்கண்ணு நடைமுறை யதார்த்தம் தந்தாள். அவ்வாறிருந்தும் ஒரு ஆசான் என்ற வகையில் தலைமைக்கு நிறையக் கேள்விகள் உண்டு. இத்தனை வசதியோடு வாழ்பவர்களுக்கும் பிள்ளையை

மேலே படிக்க வைக்க வேண்டுமென ஏன் தோன்றவில்லை. இன்னும் நாலு எழுத்து கற்றுக் கொள்ள விட்டிருக்கலாம்.

"ரொம்ப சந்தோசம்."

மின்னல்போல் சிரிப்பு அந்த கறுத்த மேகத்தைப் பிரகாசப்படுத்திற்று.

செல்லக்கண்ணு எதிர்பார்க்கவில்லை. கிருத்துவப் பெண்ணுக்கு குங்குமம் திருநீறு வைத்து கொடுக்கலாமா என்ற சம்சயம் அவளுக்குள் முதலில் முளை விட்டிருந்தது. 'போய்த்தான் பாப்பம்' என்று துணிந்து வந்து நின்றாள். அசூயையோ வெறுப்போ கொள்ளாமல், திருநீறு நெற்றியில் கீறிக்கொண்டு குங்குமத்தை தொட்டெடுத்து முன்நெற்றியில் இட்டுக்கொண்டாள் சந்திரமதி.

"திருப்பூட்டுக்கு முதல் நாள் செவ்வாய்க்கிழமை பரிசம் வச்சிருக்கு டீச்சரம்மா" அழைத்தாள் சிந்தாமணியின் தாய்.

செவ்வாய்க்கிழமை மாலை பள்ளியிலிருந்து வீடு திரும்புவதற்குள், வாசற்படியில் உட்கார்ந்திருந்தாள் ஞானம். எதிரில் நின்றவளைக் கண்டதும் டீச்சருக்கு சிரிப்பு ஏற்பட்டது.

"நா வரமாட்டேன்னு ஒங்க அம்மா ஒன்னைய அனுப்பிச்சிட்டாளா?"

அம்மா நினைப்பு இருக்கட்டும்; என்னைப்பற்றி, என்னுடன் ஏறக்குறைய வாழும் ஒன் நெனைப்பு இப்படியா? என்பதுதான் எள்ளல்.

பரிசம் போடுதல் நிகழ்வு மிக வித்தியாசமாய் தென்பட்டது. அது ஒரு வித்தியாசமான நிகழ்ச்சி என தொடக்கமே கோடு காட்டிவிட்டது. நாற்காலி போட்டு சந்திரமதியை நடுநாயகமாய் உட்கார வைத்திருந்தார்கள். அவள் வருகை பற்றிய தகவல் முன்கூட்டியே கிடைத்திருக்கும். கருத்த கிராமுன்சு, செவத்த கிராமுன்சு, பெரிய மனிதர்கள் தென்படவில்லை. இழிகுலப் பெண்ணுக்கு முக்கியத்துவம் தருகிறார்கள். இழிந்த குலத்தைச் சேர்ந்த ஒரு பெண்ணுக்கு அழைப்புத் தந்திருக்கக் கூடாது. ஆனால் பெண்வீட்டார் அவளுக்கு உயரமான இடம் தந்து அவர்களைத் தாழ்த்தியுள்ளனர்.

சந்திரமதி எதிர்பார்த்த மணப்பெண் இல்லை இந்தக் குமரி. உருண்டு திரண்ட சதைப்பிடிப்பான முருங்கைக் காய் போல் எதிரில் நின்ற பெண்ணைக் கண்டாள். நாளை பூ உதிர்க்கவிருக்கும் இந்த நெட்டிலிங்க மரம் எத்தனை பூச் சொரியும் என இப்போது சொல்ல இயலாது; காபிகிளப் வடை, மசாலா மொச்சை, அவித்து உப்பிய முக்கடலைப் பயறு அனைத்தும் அவள் அங்கம் ஒவ்வொன்றிலும் வடிவு கொண்டிருந்தன. பக்கவாட்டு, பின்புறம், முன்புறம், நேருக்கு நேர் என நாற்புறமும் பார்க்கையில் கொழுத்த புஞ்சைக்காடு ஒன்று பளபளத்தது.

பரிசம் நிகழ்வினை பெண்ணின் எதிர்கால வாழ்வை உறுதி செய்யும் நிகழ்வாக தெலுங்கு பேசுகிற அந்த உயர்சாதியினர் நடத்தினர். மாப்பிள்ளை வீட்டார் என்ன பாதுகாப்புச் செய்யப்போகிறார்கள், பெண்ணுக்கு எவ்வளவு நகை போடுகிறார்கள், சொத்துக் கொடுக்கிறார்கள் என விரிவாக உரையாடப்பட்டது. பெண்ணின் பாதுகாப்பைக் கோருகிற இதுபோல ஒரு நிகழ்வை இதன்முன் சந்திரமதி கண்டவளில்லை. இதுகாறும் காட்சியானதெல்லாம் ஆணின் வருங்கால வாழ்வைப் பற்றிப்பேசும், உறுதிப்படுத்தும் சீதன மொழிதான். எப்படி தலைகீழாய் மாறினது என சமுதாய வரலாறு படித்த அவளால்கூட எத்தனை ஆழத்திற்குள் அலைந்தும் அறிந்து கொள்ள இயலவில்லை.

பனைத் தொழில் செய்யும் பனையேறிகளை "வாதிரிமார்கள்" என அழைத்தனர். அந்தத் தொழில் ஷீணித்து வருகிறது. அவர்களைச் சுற்றி வேறு சில தொழில்களையும் கைக்கொண்டு வாழ்வைக் கடக்க முற்பட்டுள்ளனர். ஆடுமாடு வளர்த்தல் பெண்டிரின் தொழிலாகியுள்ளது. ஒரு பனையேறி குடும்பத்தில் கல்யாணம் முடிந்து கணவனுடன் போகிற மகளின் கையில் இரண்டு பள்ளை ஆடுகளைக் (பால் ஆடுகள்) கொடுத்துச் சொல்வாள் தாய். "இது அம்மா கொடுத்தது, இதுகளைப் பல்கிப்பெருகி வாழ்ந்துக்கோ." பெண்ணின் பாதுகாப்பை பெண்தான் யோசிக்க முடியும் என்பது நிரூபணமானது.

17

பெண்வீட்டார், மாப்பிள்ளை வீட்டார் என பிரிவு பிரிவாய் அமர்ந்திருக்க பரிசம் நிகழ்வு தொடங்கிற்று. நிகழ்ச்சி உயர் சாதிகளின் பேச்சுமொழியான 'தெலுங்கு' மொழியில் நடந்தது.

"சுட்டாலந்தரு ரெண்ட ஐயா."(விருந்தினர்கள் எல்லோரும் வாருங்கள் ஐயா) பெண் வீட்டார் மாப்பிள்ளை வீட்டாரை வரவேற்கிறார்கள்.

"சுட்டாலந்தரும் ஒஸ்தினமையா." (விருந்தினர் எல்லோரும் வந்தோமையா) மாப்பிள்ளை வீட்டார் பக்கமிருந்து பதில் வருகிறது.

"சுட்டாலந்தரு ஏ தேசமையா?" (விருந்தினர்களுக்கு எந்த தேசம்?)

"சுட்டாலந்தரு உத்திரா தேசம் (எல்லோருக்கும் வடக்கில் உத்திர தேசம்)

"வடக்கில் இருக்கிற எல்லா நாடுகளும் உத்திர தேசம்தான். ஒங்களுக்கு எந்த நாடு?"

பெண்வீட்டார் கேள்வி எழுப்ப மாப்பிள்ளை வீட்டார் பதில் தருகிறார்கள்.

"மீ தேசம் எது?"

"அயோத்தி தேசம்."

"உமது பட்டணம் பெயர்?"

"அயோத்தியாபுரி."

இப்போது அதே போன்ற கேள்விகள் பெண்வீட்டாரை நோக்கி வைக்கப்படுகின்றன.

"உங்களோட நாடு எது? ஊர் எது?"

"மிதிலாபுரிப் பட்டணம்."

"ராஜா பெயர்?"

"ஜனக மகாராஜன்."

"எத்தனை பிள்ளைகள்?"

"ஒரே மகள் சீதாலட்சுமி."

சீதாலட்சுமி புட்டின வரலாறு செப்பண்டி ஐயா.'' (சீதை பிறந்த வரலாறு சொல்லுங்க ஐயா)

கல்யாண புரோக்கர் பள்ளி வாத்தியாராகவுமிருந்தார். அவருக்கு எல்லாம் தெரிந்திருந்தது. அவருக்கு குறிப்பிட்ட நேரக்கணக்கு உண்டு; இத்தனை மணிக்குத் தொடங்கி, இத்தனை மணி நேரத்துக்குள் முடிக்க வேண்டுமென்ற கணக்கு. மாப்பிள்ளை, பெண் இருபக்கமும் இதைத் தம் சொந்தக் கணக்காய் பாவிக்கவேண்டும்.

பூர்வீக விவரம் பரிமாறப்பட்டதும், இருபக்கமும் சொத்து பத்து என்ன உண்டும் என விசாரிப்பு. "பத்துக்கல் தொலைவில் மாப்பிள்ளை ஊர். பெண்ணோடு ஒப்பிட்டுப் பார்த்தால், மணமகன் வீடு ஒன்றுமில்லை. பையனுக்கு அய்யா இல்லை. அம்மா மட்டும். அம்மாவுக்கும் மகனுக்கும் தன்னைக் கட்டி போகிறது. 'வெறும் மாப்பிள்ளை தானாம்.' பெண்ணின் பக்கமிருந்து, கேலி புறப்பட்டு வருகிறது.

"எங்களுக்கும் பேசத் தெரியுமில்ல" என்பதுபோல் மாப்பிள்ளை பக்கம் முறைக்கிறார்கள்.

பையனும் அம்மாவும் ஊரில் நல்லவர்கள் என்று பெயர் எடுத்தது தவிர, சொத்து வேறெதுவும் இல்லை. உழைப்பாளிகள்; ஒத்தைப் பிள்ளை; ஊரில் முன்னோடி உழைப்பாளிகள் என்பதால் தன் காலில் தான் நின்றுகாட்டுகிற வல்லமை. பெண் கொடுக்க சம்மதிக்க இவையெல்லாம் காரணம்.

பெண் வீட்டார் இறுதியில் சொல்லுகிறார்கள்.

"எங்க பொண்ணுக்கு உழைப்பதெல்லாம் சொல்லித்தர வேண்டியதில்லை."

எங்கு இருந்தாலும், எந்த இடமாயினும் இடத்தோடு ஒட்டி வாழப் பழகிக்கொள்வாள் பெண். இருந்தாலும் இல்லாவிட்டாலும் இடத்தோடு பொருந்த வாழக் கற்றுக்கொண்டு ஆறை நூறாய்ப் பெருக்குவார்கள் பெண்கள் என்பது சமுதாயத்தின் பேருண்மை.

பெண் என்னும் பேருரு கால்பதித்த நாள் முதலாக பெண்ணுக்குப் பாதுகாப்பான பரிசம் போடுதல் முறை இருந்தது. சீதனம் என்பது ஆண் ஏந்திய கோடாரி. சந்திரமதியின் சிந்தனை சொந்த வாழ்வுக்குள் நடந்தது. சொந்த வாழ்வுக்குள்ளிருந்தும் அவள் கற்ற சமூக வரலாறுக்குள்ளிருந்தும் எவ்வளவு தேடியும் அவளால் அது பிறப்பெடுத்த காலத்தின் வேரைக் கண்டடையக் கூடவில்லை.

18

மீனாட்சிபுரக் குடியேறியான சந்திரமதி, பண்ட பாத்திரங்கள் வந்து சேர்ந்தபின் சொந்தமாய்ச் சமையல் செய்யத் தொடங்கினாள். எதிர்வீட்டு ஆண்டாள் ஒவ்வொருநாளும் ஒரு சமையல், புதிதாய் சில சமையல், சொல்லித் தந்தாள்.

கரிசல் சீமை, மற்ற பிரதேசங்களிலிருந்து வித்தியாசப்பட்டது என்பதை அப்பட்டமாய் அறிவித்தது. பேச்சு, உச்சரிப்பு, பழக்கங்கள், விளையாட்டுகள், உழைப்பு வித்தியாசமானவை.

கரிசலுக்கு பெயர் போனது கோடை வெயில். இதுதா கரிசலுக்கு கெட்டபெயர் வாங்கித்தருகிறது. வெம்பரப்பாய்க் கிடக்கும் கரிசல் காட்டில் நிழலுக்கு ஒரு மரம் செடி கொடி பார்க்கவியலாது.

சித்திரை மாதத்தில் கோடை உழவு. உழவுகட்டிகளில் கலப்பை மூழ்க உழுது வருகிற ஆட்கள் பகலின் முடிவில் முன்னிரவில் முற்றத்தில் வைத்துக் குளித்தார்கள். கிராமத்தார்கள் அலுவலகப் பணியாளர்கள் அல்லர்; நகர வாழ்க்கைக்குள் போனவர்கள் அல்லர்; கரை வேட்டி, வெள்ளை சொள்ளைகளும் அல்லர். வெள்ளைச் சட்டைக்காரர்கள் போல் காலைக் குளியல் கலப்பை பிடிப்போருக்கு ஏலாது. வண்டி ஓட்டுதல், பாரவண்டி அடிப்பு, மண்வெட்டு, சாணி, சகதி கூடையில் அள்ளி தலையில் சுமப்போருக்கு காலைக் குளியல் லாயக்கில்லை. உழைத்த களைப்பு போக்க, தினமும் முற்றத்தில் சாயந்திரக் குளிப்பு; அது உள்முற்றமோ, வெளிமுற்றமோ. முற்றக் குளிப்பில் இன்னொரு நன்மையும் விளைந்தது. நனைந்த முற்றத்தில் பாய்விரித்து, பனைநார்க் கட்டில் போட்டுப் படுக்க தென்காற்று சொர்க்கத்துக்குத் தூக்கிப் போகும்.

வாரம் இரண்டு முறை நல்லெளண்ணெய் தேய்த்துக்குளியல். சனியும் புதனும் நீராடு என்ற மொழி அவர்களுக்கானது. உடம்புச் சூட்டை எண்ணெய்க் குளியல் கேட்கும். நல்லெண்ணெயில் இரண்டு, மூணு பல்லுகள் (பூண்டு) போட்டு சூடு பண்ணுவார்கள். சம்சாரம், அக்கா, தங்கை, அவ்வா (பாட்டி) யாரோ ஒரு பொம்பளையாள் ஆணின் தலைக்கு எண்ணெய் வைத்து

தேய்த்துவிடுவார்கள். அழுக்குப் போக முதுகு தேய்த்து விடுவார்கள். எண்ணைக்குளியல் காலையில் எடுக்கிற அன்னைக்கு வெந்தயக்களி அல்லது உளுத்தங்களி வெறும் வயிற்றில் சாப்பிட வேண்டும்.

மத்தியானம் கம்மஞ்சோறு. கம்மஞ்சோற்றை உருண்டை பிடித்து புளிச்சத் தண்ணியில் போட்டு காலை, மதியம் மோர், தயிர் விட்டுச் சாப்பிடக் கொடுத்து வைத்திருக்க வேண்டும். கம்மஞ்சோற்று உருண்டை சாப்பிட்டால் குளுச்சி உடம்புக்கு. கிராமத்தாருக்கு லயிப்பிருந்தது.

சந்திரமதிக்கு சனி, ஞாயிற்றுக்கிழமைகள் விடுமுறை. மற்ற மற்ற விடுமுறை நாட்களிலும் எதிர்வீட்டு ஆண்டாள் விசேடமாக சமைத்துக் கொடுப்பாள். அன்றைக்கு மதியம் சனிக்கிழமை. புதிதாய் கம்மஞ்சோறு கிண்டினாள். இது டீச்சர் அறியாதது. மண்பானைச் சமையலுக்கு, மண்ணெண்ணெய் அடுப்பு அவ்வளவு சூடு பிடிக்காது. விறகு அடுப்பு தான் தோது. மணக்க மணக்க சாம்பார் வைத்து சமையல் முடித்து மிதுக்க வத்தல் வறுத்து வைத்து “சாப்பிட்டுப் பாருங்க, டீச்சர்” என்றாள் ஆண்டாள்.

கோவக்காய் தடிமனில் இருக்கும் படர்செடிகளில் காய்க்கும் மிதுக்கங்காய். இரண்டு மூன்றாக நறுக்கி வெய்யிலில் காயவைத்து வற்றலாக்கி நார்க்கொட்டான் அல்லது ஓலைப் பெட்டிகளில் பாதுகாத்து வைத்துக்கொள்வார்கள். உலர்பொருட்களை கோடைவரை பத்திரமாய்க் காத்து வைக்கிற குணவாகுள்ளவை நார்க்கொட்டானும் ஓலைப் பெட்டியும். சம்சாரி வீடுகளில் சீனிஅவரைக்காய் (கொத்தவரங்காய்), வெண்டை, அதலக்காய், மிதுக்கம் வத்தல்கள் தயார்செய்து நார்ப் பாத்திரங்களில் போட்டு வைத்துவிடுவார்கள். பயிர்பச்சைக் காலத்தில் வதவதவென்று வெள்ளாமை காணுகிற இந்த மூலிகைக் காய் வத்தல்கள் கோடையில் சோறுக்கு தொட்டுக்கொள்ள ருசியாக இருக்கும். சேவு, முறுக்கு தின்பண்டங்கள் மாதிரி, அம்மா வறுத்துத் தந்த வத்தல்களை சின்னப் பிள்ளைகள் மொறு மொறுவென்று வெறுமனே வாயில் அரைத்தனர்.

வெள்ளை வெளேரென்று நாட்டுக் கம்மம்புல் (தானியம்); பசு வெண்ணை மாதிரி பளபளப்பாய் கம்மஞ்சோறு; மூலிகைக் குணம் கொண்ட மிதுக்கு வத்தல், சீனி அவரைக்காய் வத்தல் கடித்து, தயிர்விட்டு கம்மஞ்சோறு சாப்பிட்ட வேளை, சந்திரமதி

“ஏ யப்பா, எவ்வளவு ருசி” என அதிசயித்துப் போனாள். நாக்கு எச்சிலில் சொட்டாங்கு போட்டாள்.

ஆண்டாளக்கா வீட்டில் இரண்டு பசுமாடுகள். காசு கொடுத்து கிராமத்தார் பால் வாங்கிப் போவார்கள். மீதியாகும் பால் அப்படியே வைத்திருந்தால் கெட்டுப்போகும். கைக்கு எட்டும் உயரத்தில் கயிற்றினால் மேலே வளையத்துள் கட்டியிருக்கும் உரி அல்லது அசையில் எடுத்து வைப்பாள். (அக்காலத்தில் இன்றைய குளிர்சாதனப் பெட்டிகள் இல்லை; மிக்ஸி கிரைண்டர் கிடையாது. இவை இல்லாத சாதாரண வீடுகளைக் கூட இப்போது காண முடியாது). மிச்சப்படும் பாலை நன்றாகச் சுண்டவைத்து, மேலே உரியில் மாட்டிவிடுவாள். விடியலில் ஒரு பெரிய மண் சட்டியில் இரு கால்களுக்கும் இடையில் இடுக்கிக்கொண்டு, மத்துவைத்து வெண்ணை கடைவாள். மத்துவைத்துச் சிலுப்புகையில் கெட்டி கெட்டியாய் மிதந்து வருகிறது வெண்ணை. மோர் சிலுப்புவதை கண்ணாரக் கண்டுவந்தாள் சந்திரமதி.

பள்ளியில் நடந்த ஒரு சம்பவம்; இரண்டு ஆறாம் வகுப்பு பெண்பிள்ளைகள் விளையாட்டு நேரத்தில் சண்டையிட்டுக் கொண்டனர். அதுவரை விளையாட்டு நன்றாகப் போய்க்கொண்டிருந்தது.

ஆடிப்பெருக்கு பதினெட்டாம் நாள் விளையாட்டு. கடைசி ஆடிக்கு முந்தின நாள் சிறுவர்களும் சிறுமிகளும் மண்பொம்மைகளை கம்மாய்க் கரைக்கு எடுத்துச் சென்று பாட்டுப் பாடியபடி கரைப்பார்கள். இங்கே பள்ளியிலும் அது போல் பாடி, கரைப்பது போல பாவனை செய்தனர் சிறுமியர். அவர்கள் பார்வையில் படாது, சன்னலில் ஒளிந்து காதுகளைக் கூர்மையாக்கிக் கேட்டாள் சந்திரமதி.

“கால கட்டி கைய கட்டி வளர்த்தனடி பொம்ம

காலாங்கரை தண்ணியில போறயடி பெர்ம்ம

வாயை கட்டி வயித்த கட்டி வளர்த்தனடி பொம்ம

வாய்க்காலு தண்ணியில போறயடி பொம்ம

மூக்கு கட்டி முகர்ந்தெடுத்து வளர்த்தனடி பொம்ம

நீ முக்காலுத் தண்ணியில போறயடி பொம்ம

பொட்டு வச்சு பூ வச்சு வளர்த்தனடி பொம்ம

நீ முட்டங்கால் தண்ணியில போறயடி பொம்ம."

அவர்கள் ஒன்றாய் இசைத்தார்கள். அருகில் ஆடும் மரங்களின் சருகுகள் இசைத்தன.

இந்தநேரத்தில் தான் சொன்ன பேச்சைக் கேட்கவில்லையென்று அந்த சின்னப்பொண்ணுக்கு, முணுக்கென்று கோபம் கொப்புளித்தது. முகம் கோணி, "நான் உன் ஆட்டைக்கு வரல, போ" என்று உதறி வெளியேறினாள். "இவ இந்த சிலுப்பு, சிலுப்புறா" என்று மற்றொரு விளையாட்டின் தலைவி சிறுமி, தனம் கோபித்துக் கொண்டாள்.

விளையாட்டிலிருந்து வினையானதில், இடைவெட்டாகிப் போனதில் சந்திரமதிக்கு சினம் ஏற்பட்டது. "நல்லாத்தான வெளையாடிட்டு இருந்தா இந்த சின்னக் கழுத. அதுக்குள்ள முணுக்குன்னு ஒரு கோபம்." அந்த சின்னக்கழுதை அத்துக்கொண்டு போகாதிருந்தால், அந்த நேரம் நிறைய ஆட்டமும் பாடல்களும் கிடைத்திருக்கும்.

ஒரு விசயம் கத்துக்கொண்டாள். தயிர் சிலுப்புதல் ஒன்றாய் இருப்பதை மோர், வெண்ணை என்று தனித்தனியாக்கி விடும். சிறுமிகளின் விளையாட்டுச் சண்டையை ரசித்து சொல்லாராய்ச்சி செய்த சந்திரமதியின் உதடுகளில் புன்னகை கசிந்தது.

சேகரித்த வெண்ணையை வாரம் ஒருமுறை உருக்குவாள் ஆண்டாள். வீட்டு நெய் அவ்வளவு ருசி. "இன்னைக்கு இந்த வீட்டில் நெய் உருக்குறாங்களாக்கும்". காற்று வீடுவீடாய் போய் தெரிவிக்கும். நெய் மணக்கும் சொற்களுடன் காற்றடிக்கும் போது, தெரு விழித்துக் கொள்ளும். எனக்கு உனக்கு என்று போட்டிபோட்டு ஆண்டாளக்கா வீட்டுக்குப் படையெடுத்தார்கள்.

"எனக்கில்லையா நெய்?" கேட்டவாறே எண்ணைக்காரச் செட்டியார் வந்து நின்றார். காரணம் உண்டு. "அடுத்த தடவை உருக்குகிற நெய் எனக்குத்தான்"என்று போனவாரம் அவர் சொல்லிவிட்டுப் போயிருந்தார்.

19

“இன்னைக்கு இவரு என்ன செய்தார் தெரியுமா?”

சந்திரமதி டீச்சர் முற்றத்தில் வந்து நின்றிருந்தார்.

“என்ன செய்தாரு?” உள்ளே படித்துக்கொண்டு இருந்தவன்மேல் பார்வையை ஓட்டி அம்மா கேட்டாள்.

“நான் மதுரைக்கு படிக்கப் போறேன். டிரான்ஸ்ஃபர் சர்டிபிகேட் கொடுங்கன்னு பிடிவாதனையா நிக்காரு.”

மதுரையிலுள்ள சித்தப்பா மேல் இவனுக்கு கூடுதலான பிரியம். ஆலைத் தொழிலாளியான அவர் 30 கி.மீ. தொலைவிலிருக்கும் சொந்த ஊருக்குப் போகையில், எழுதுகோல், நோட்புக், டவுசர், சட்டை ஏதாவது ஒன்று அவர் கைப்பையில் இருக்கும். காஃபி, மசாலா மொச்சை, உப்பலாய் அவித்த முக்கடலைப் பயறு, வடை என்று பேருந்து சனம் அத்தனையும் கிளப் கடையில் கொறித்துக் கொண்டிருக்கும். தோதாக அமையுமானால் பள்ளியில் வந்து பார்த்துக் கொடுத்துப் போவார்; நேரம் இல்லாத நாட்களில் கலாவதி காபி கிளப்பில் அந்தக் கொஞ்சப் பொழுதில், ஓட்டுநரும் நடத்துநரும் இளைப்பாறிக் கொள்கிற வேளையில், காஃபி கிளப் வெங்கடப்பரிடம் கொடுத்துவிட்டு அதே பேருந்தில் ஊருக்கு போய்விடுவார் சித்தப்பா.

சித்தப்பா பேரில் அவனுக்கு ரொம்பப் பிரியம். சித்தப்பாவுடனான பாசம், கூடுதலாய் அவனை மதுரை நோக்கி இழுக்கிறது. மேலே படிக்கவேண்டுமெனவும் அவன் நினைத்தான்.

பேச்சுச் சத்தம் கேட்டு வெளியில் வந்து முற்றத்தில் கூடினர் பெண்டுகள். அரிக்கன் விளக்கு வெளிச்சத்தில் படித்துக் கொண்டிருந்த செந்தூரன், முற்றத்தில் தெரிந்த உருவம் பார்த்து வெளியில் வந்தான். டீச்சருக்கு செந்தூரன் கன்னங்கள் மேல் கொள்ளைப் பிரியம்; இரு விரல்களால் கன்னத்தைக் கிள்ளி, “கன்னம் பாரு, ரோஜாப் பூ மாதிரி” என்றாள். செந்தூரன் வெட்கத்தில் அம்மாவின் புடவைக்குப் பின்னால் மறைந்தான்.

"இவரு கேப்பாரு, நாங்க டி.சி. கொடுத்திருவமா?"

டீச்சர் சொன்னது, வகுப்பில் சொன்னதுதான்.

"பள்ளிக்கு இவனால நல்ல பேரு. போன வருசம் ஏழாம் வகுப்பு எல்லாப் பாடத்துலயும் இவர்தான் முதல். நான்தான் அத்தனை பரிசுகளையும் கொடுத்தேன். எல்லாவற்றையும் அள்ளிக்கொண்டு போனாரு. அந்தா மினுக்கிக்கிட்டிருக்குதே அரிக்கேன் லைட், அதுவும் கூட முதல் பரிசுதான்."

"இது மாதிரி நல்லா படிக்கிற பிள்ளைங்க ஒன்னு ரெண்டு பேரை வச்சுக்கிட்டு, பள்ளியின் பெயரைக் காப்பாத்திட்டு வரேன். இவரு போறேன்னு சொன்னா நாங்க விடனுமா, நாங்க விட்டால்தானே இவர் போக முடியும்" டீச்சர் தீர்மானமாகத் தெரிவித்தாள்.

ஒருநாள் இரவு டீச்சரிடம் "சந்தேகம் கேட்கப் போறேன்" என்று இரவு உணவுக்குப் பிறகு போனான். இரவு திரும்பவில்லை. செந்தூரன் மட்டுமில்லை, வடக்குத்தெரு சிவத்த அழகர்சாமி, இன்னும் நான்கு பையன்களைக் காணோம். காத்திருந்த அம்மாக்கள் கவலையைச் சுமந்து நின்றனர். நாலெட்டு தான, நடந்து போய்ப்பார்த்து வந்து விடலாம் என்று போன அம்மாவுக்கு டீச்சரின் பூட்டிய வீடு தரிசனப் பட்டது.

எதிர்வீட்டு ஆண்டாள் சொன்னாள், "அவங்க இரண்டாம் ஆட்டம் படத்துக்கு போய்ட்டாங்க."

"யார் யாரு?"

"ஒங்க பையன், சிவத்த அழகர்சாமி, பக்கத்து வீட்டு சின்னராசு, ஒரு அஞ்சு எண்ணம் இங்கிருந்து புறப்பட்டுப் போச்சு. அவங்களுக்கு டீச்சர் துணை. உங்ககிட்ட சொல்லலையா?"

"சொல்லாமத் தானே போயிட்டான்." அம்மாவின் குரல் பரிதாபமாய் வந்தது.

இரண்டாவது ஆட்டம் போய் வந்த களைப்பு. காற்றோட்டமாக இருந்த ஊர்க்கடைசி காளியம்மன் கோயில் மடத்தில் அத்தனை பயல்களும் தூங்கிவிட்டனர். ஒன்றும் தெரியாத அப்பாவிகள் போல் காலையில் அவரவர் வீட்டுக்குப் போனார்கள்; செந்தூரன் எழுந்து வந்தபோது, அம்மா கதவைப் பூட்டிவிட்டு பருத்திக் காட்டுக்கு போய்விட்டிருந்தாள். வழக்கமாகத் திறவுகோல்

வைக்கும் இடத்தில் இல்லை. அவர்களை விட 25 வயது மூப்பான ஒரு பெண்ணுடன் பதின்மத்தில் கால் வைக்கும் பையன்கள் கொஞ்சமும் விசனமில்லாமல் இரண்டாவது ஆட்டம் பார்க்கப் போய் வந்திருக்கிறார்கள். பராசக்தி படத்துக்குப் போய்வந்தது ஊரில் தெரிந்து, அது பற்றிப் பேச ஊருக்கு தனிநாக்கு உண்டாகியிருந்தது.

ஒரு ஒத்தப்பாரிப் பொம்பிளை. கூலி வேலை செய்து அம்மா அவனைக் காப்பாற்றி படிப்பித்து வளர்க்கிறார். பையன் இரண்டாவது ஆட்டம் போய் பராசக்தி படம் பார்த்துவிட்டு திரும்பியிருக்கிறான். நாற்பது வயது தோழியுடன் போயிருக்கிறான்.

செந்தூரன் காட்டில் போய் நின்ற வேளையில் அம்மா முகம் கொடுக்கவில்லை; கொதிநிலை கொண்டிருந்தது முகம்.

“எல்லம்மா இவரை என்னன்னு கேளு.”

பக்கத்து நிறையில் பருத்தி எடுத்துக்கொண்டிருந்த எல்லம்மா, சிறு சிரிப்பு உதிர்த்து “ராத்திரி எங்கையா போயிருந்தீக?” என்றாள்.

“படத்துக்கு.”

“அம்மா யாரு, வேத்து ஆளா?” அவனிடம் பதிலில்லை.

“பெற்ற தாயிடம் கூட சொல்லிட்டு போக முடியலையா ஒங்களுக்கு?”

எல்லம்மா கொண்டுபோய்க் கோர்த்தது அவன் நெஞ்சுக் கூட்டில் நச்சென்று பாய்ந்தது. தலைகவிழ்ந்து நின்றான். இடுப்பில் சொருகியிருந்த திறவுகோலை உருவி திரும்பிக்கூடப் பாராமல் அம்மா தூர வீசி எறிந்தாள். அம்மா திருப்பி அவனைக் கூப்பிடவில்லை; பார்க்கவும் இல்லை.

20

இரவில் வெடிக்கும் விண்மீன்கள், பகலில் மண்ணில் கொட்டியது போல், பருத்தி வெடிப்பு. நல்ல கோடை வெள்ளாமையின் அடையாளம்.

இரவில் புளிச்ச தண்ணிப் பானையில் போட்ட கம்மஞ்சோற்று உருண்டை கெடாமல் கிடக்கும். ராத்திரி குத்திப் போட்ட ஒரு உருண்டை கஞ்சி, குளுச்சியாய் 'ஜில்'லென்று குடலில் இறங்க, அம்மாவுடன் பருத்தி எடுப்புக்குக் கிளம்புவான்.

கோழிக்குஞ்சை ஏந்துவது போல் ஒவ்வொரு சுளையும் மெத்து, மெத்தெனக் கைகளில் உருண்டது. மடிகட்டிக் கொள்ள அம்மா கிழித்துக் கொடுத்த வாகான சேலை. இடுப்பில் மடிநிறைய கட்டிய பருத்தியை, அம்மா குவித்திருந்த இடத்தில், தனியாய்க் கொட்டினான் செந்தூரன்.

ஒரு நாள் விட்டு ஒரு நாள் பருத்தி எடுப்பு. ஒரு நாள் விட்டு ஒரு நாள் போகையில், பருத்திக் காடு சுண்ணாம்புக் கற்கள் போல் வெள்ளையாய்ச் சிரித்திருக்கும். மடியை அவிழ்த்துக் கொட்டிய பருத்தியில் ஒரு சூத்தையில்லை; சொத்தையில்லை. செவ்வண்டு விழுந்து தீய்ந்த சுளை ஒன்னு கூட காண முடியாது. நசுக்கி நசுக்கிப் பார்த்த போதிலும், கொட்டை எங்கிருக்கிறதென்று தெரியாது. இந்த வருசம் நல்ல வெள்ளாமை.

"எட்டு மணி பஸ் போயிருச்சா" கேட்டாள் அம்மா. அவனுக்கு அதுதான் நேரம். போய்க் குளித்துவிட்டு, கைகால்களில் நண்டுக் கோடுகளாயிருந்த பருத்திமார்க் கீறல்களில் தேங்காய் எண்ணெய் தேய்த்துவிட்டுக் கிளம்புவான். ஒன்பது மணிக்கு முதல் மணி, 'கண கண'வென ஒலிக்கும்.

செந்தூரன் எடுக்கிற பருத்தி அவன் கணக்கில் சேரும். இன்னும் நாலைந்து பொம்பிளைகளும் எடுத்தார்கள். அவர்கள் எடுத்து முடிப்பதற்கும், புஞ்சைக்குச் சொந்தக்காரி நடந்துவந்து சேருவதற்கும் சரியாக இருக்கும். புஞ்சைக்காரருக்கு நாலு கூறு என்றால், கூலிப் பருத்திக்காரர்களுக்கு ஒரு கூறு. நல்ல விளைச்சலில் அஞ்சுக்கு ஒன்னும் பகிர்தல் நடக்கும்.

அம்மாக்காரி சொன்னாள். "இந்த வருசம் அவனுக்கு ஒரு நல்ல டவுசர், சட்டை எடுக்கணும்."

"அவனுக்கென்ன தங்கத்துக்கு, படிப்பில் கெட்டிக்காரன்னு ஊரே சொல்லுது" என்றாள் பக்கத்து நிறை எல்லம்மா.

"புதுசா வந்திருக்கிற டீச்சரே சொன்னாங்களாம்."

தாயாரம்மா முகம், பெருமிதத்தில் பொங்கியது.

இப்பேர்ப்பட்ட அம்மாவை, தன் பிள்ளை தன்னைவிட்டு வெகு தொலைவு விலகிப் போய்விட்டான் என்பது போல் வருத்தப்படச் செய்துவிட்டான். அந்த ஒரு நாளிரவு அம்மாவிடமிருந்து அந்நியப்படுத்தியது. அதொரு பாவப்பட்ட இரவு. அந்த இரவுப்பொழுது சொல்லாமல் செய்யாமல் அம்மாவிடமிருந்து அந்நியப்பட்டதென்பது, வாழ்நாளெல்லாம் அந்நியப்படவைத்தது போல் அம்மாவை உணரவைத்துவிட்டது.

"பருத்தி எடுப்பு, களையெடுப்பு எதுவெனினும்- அதிலும் இந்தவருசம் பருத்தி கோடைவெள்ளாமை வண்டிவண்டியாய் கண்டிருக்கிறது. நீ எடுத்த பருத்தியை தனியே போட்டுவைத்து ஒனக்குத் தேவயான துணிமணி எடுத்துக்கோ மகனே" என வாஞ்சையுள்ள அம்மா சொன்னாள். அவள் தவிர வேற யார் சொல்வார்கள்!

கெட்டிக்காரத்தனமாய், படித்து முன்னேறி, நல்ல வருவாய் தரும் பணியிலமர்ந்து அம்மாவைத் தன்னுடன் வைத்துக் காப்பாற்றுவது ஒன்றே மகன் தன் அன்னைக்குச் செலுத்தும் விசுவாசம்; எதிர்வரும் காலத்தை நினைத்து நெக்குருகினான்.

21

ஒன்று அவனுக்கு நன்றாக ஞாபகமிருக்கிறது.

ஏழாப்பு படிக்கையில் மதுரைக்குப் படிக்கப் போகனும்னு கோப்புக் கட்டினான். இப்போது விதை போட்டால், அடுத்த வருடம் அது பூ தரும் செடியாக ஆகும் என்று அறிவான்.

அவனது கரிசல்நில அனுபவமும் அதுவாக இருக்கிறது. கரிசலில் ஐப்பசியில் விதைவிதைத்தால் பங்குனியில் மிளகாய்ப்பழம் வந்துவிடும். தை மாதம் தண்ணீர் பாய்ச்சுதல். மாசி உரம்வைத்து ஒரு தண்ணீர் விட்டால், பங்குனியில் காய்ப்பு வந்து நிற்கும். பங்குனி மத்தியில் பழம்பறிப்புக்குக் காடு தயாராகி கூப்பிட்டது; சித்திரை மூன்றாம் வாரம் மிளகாய்க் காடெல்லாம் தலையில் வண்டு கட்டி குனிந்த பெண்களின் தலைகளாய்த் தென்படும். மொத்தம் ஐந்து பறிவரை பழம் விழுகும்.

ஆனால் எந்தத் திட்டத்தையும் தகர்த்து விடும் ராட்சசியாக தலைமை அவனுக்குத் தென்பட்டாள். தளர்ச்சி இன்றி, எட்டாம் வகுப்புத் தொடக்கத்தில் மீண்டும் அரங்கேற்றினான்.

எட்டாம் வகுப்பு துளசிமணி சொல்துடுக்கான பேர்வழி. வகுப்பில் 'பட் பட்'டென்று கேட்டுவிடுவான். சில நேரம் ஆசிரியர்கள் திணறிப்போய் நிற்பார்கள். அவர்கள் திணறிப்போகக் காரணம், கேட்பதும், அறிந்துகொள்ள முயல்வதும் யதார்த்தம் சார்ந்ததாக, தனக்கு விளக்கப்படுத்திக் கொள்வதாக அமைந்தது என்பதுதான்.

"அனிச்சம் மலரினும் மெல்லியது பெண்களின் பாதம் என திருக்குறளில் வருகிறதே, அது நம் அக்கா தங்கைகளிடம் காணமுடிகிறதா ஐயா?" - கேள்வி வரும். குறிப்பாக காடு, கரை, வீடு என்று உழைக்கும் பெண்களது கால்கள் மட்டுமா, கைகளிலும் பெண்மையின் மென்மையைக் காணமுடிகிறதா? சொரசொரப்பாகவும் கரடுமுரடாகவும்தான் கைகள் தென்படுகின்றன. எல்லா நீதி போதனைகளும் இன்றைய சமுதாய நடைமுறைக்கு முரணாக உள்ளது என்பது அவனது ஆச்சரியம். அப்படி நடக்க

முயன்று வாழ்க்கையில் மண்ணைக் கவ்வியவர்கள் மிகுதி என யதார்த்தத்தில் கண்டறிந்த அனுபவத்தை 'நச் நச்'சென்று, கேள்விகளாய் வெளிப்படுத்தினான். கேள்விகள் யாவும் இன்றுள்ள சமுதாயத்துடன் இணக்கப்படாத வளரிளம் பருவத்தினரின் கேள்விகள்தாம்.

'நீதிமணி' என்று மாணவர்கள் துளசிமணியைத் தமக்குள் கொண்டாடினர். பட்டம் சூட்டி, அவனை அப்பெயரில் அழைத்ததை ஒன்றிரண்டு ஆசிரியர்கள் கேட்டு திடுக்கிட்டனர். அதிர்ச்சியை, மகிழ்ச்சியை மற்ற ஆசிரியப் பெருமக்களிடம் பகிர்ந்துகொண்டனர்.

ஒருதடவை வகுப்பில் நடந்ததை வேடிக்கை என்று எளிதாக ஒதுக்கிவிடக் கூடுமா? பெண்களை இழிவுசெய்கிற, பெண் சீண்டல் செய்கிற ஒரு காரியத்தினை வேடிக்கை என்று எவ்வாறு கூறமுடியும்? வேதனையைக் கிளறும் ஒன்று அது. பெண்கள் போலப் பேசி, அவர்களை அருகணைய முயல்பவன் மனோகரன். பெரும்பாலும் அவனது பேச்சுப் பழக்கம் பெண்களுடனானது. பெண்ணின் நளினம்; பெண்ணின் ஒயில்; வெள்ளரிப் பூவின் வெளிர்மஞ்சள் நிறம். பெண்சாயலில் நீட்டி நீட்டிப் பேச்சு. துளசி மணிக்கு அவனை வள்ளிசாய்ப் பிடிக்காது. "பெண்ணாங்கி வருது பாரு" என்று கேலி செய்வான்.

எட்டாம் வகுப்புக்கு சமூக வரலாறு பாடம் எடுத்துக் கொண்டிருந்த சந்திரமதி, லோகேஸ்வரியை ஒரு கேள்விக்கு எழுப்பினாள். "ஒழுங்காச் சொல், குழப்பாதே."

குழறுபடிப் பேச்சுக்கு பேர் பெற்றவள் லோகு என அறிந்திருந்ததால் மட்டுமல்ல, அனுபவமாகவும் பட்டிருக்கிறாள் என்பதால் தலைமை அவ்வாறு சொன்னாள். ஏதொன்றுக்கும் நேர் பதில் லோகேஸ்வரியிடம் கிடைக்காது. எழும்பிய அதே வேகத்தில் 'பட்'டென்று உட்கார்ந்தாள் லோகேஸ்வரி. சடைப் பின்னல் பெஞ்சின் பின் பக்கம் சேர்த்துக் கட்டப்பட்டிருந்தது. பக்கத்தில் நாயகி - அவளாலும் எழுந்திருக்க முடியவில்லை. தன் சடைப் பின்னலும் பெஞ்சின் பின்னால் சேர்த்துக் கட்டப்பபட்டு இருந்தது கண்டு, 'டீச்சர்' என்று அலறினாள்.

மனோகரன் ஒருவனைத் தவிர எவரும் இந்தக் காரியத்தைச் செய்திருக்க மாட்டர்கள். முடியாது. இவர்கள் நேர்பின்னால் அவன்

அமர்ந்திருந்தான். இரண்டு பிள்ளைகளின் ஒவ்வொரு சடைப் பின்னலும் புது ரிப்பனால் பெஞ்சுடன் சேர்த்துக் கட்டப்பட்டிருந்தது. அவனது வலப்பக்கம் ரகுராமன், இடப்பக்கம் ஆறுமுகம். தன்னருகில் இருக்கும் இருபேரும் அறியாமல் அவ்வளவு சூதானமாக சடைகளை முடிச்சிட்டிருந்தான்.

துளசிமணி உறுதியாக நம்பினான். கோணங்கித் தனமான காரியத்தை, பெண்ணாங்கி மனோகரன் தவிர வேறு யாரும் செய்திருக்க முடியாது. பெண்கள் எல்லோரும் எழுந்து மனோகரனை நோக்கி, டீச்சர் சந்திரமதியைப் பார்த்து கூப்பாடு போட்டனர். சந்திரமதி மேசையிலிருந்த பிரம்பை எடுத்துக்கொண்டு மனோகரன் இடம் நோக்கி வந்தாள்.

“எந்தக் கைகள் கட்டியதோ அந்தக் கைகளே அதைக் கழட்டனும்.” கட்டளையிட்டாள். முகம் தொங்கியவாறு நின்றான் மனோகரன். டீச்சர் பின்பெஞ்சில் அமர்ந்திருந்த மற்ற மூவரையும் முதலில் விசாரித்தாள். மூன்று பேரும் தங்களுக்கு ஏதும் தெரியாது என்றனர்.

துளசிமணி ஓங்கி அடித்துச் சொன்னான், “இவன்தான் டீச்சர், இவனைத் தவிர வேறு யாரும் செய்ய மாட்டாங்க.”

மனோகரன் கண்கள் நடுங்கின; நனைந்து அழும் குரலில் மெதுவாய் சொன்னான். “ஏய், என்னப்பா என்னையப் போய்ச் சொல்ற?”

எவருக்கும் அஞ்சுபவனல்ல நீதிமணி. பள்ளியில் திடமான முறுக்கேறின வாலிப உடல் கொண்டவன். பையன்களுடனான மல்லுக்கட்டில் பலரை வீழ்த்தி பெரும்பெயர் ஈட்டியவன். பலரையும் வென்று சாய்க்க, அவன் கையில் இருந்தது ஒரு ரகசிய ஆயுதம். அது அவனது வலது கை முட்டி. ஆட்காட்டி விரலுக்கும் நடு விரலுக்கும் இடையில் பெருவிரலைத் துருத்தி எதிராளிப் பையனைக் குத்திச் சாய்த்து விடுவான். ஆடு மேய்க்கும் இடைப் பையன் கருவண்டு என்பவனிடம் ஒருமுறை தோற்றுப் போனான்.

ஆடு மேய்க்கும் காட்டில் சண்டை. விளைந்து தீர்ந்து போன தப்புப் பருத்தியும், தப்பு மல்லியும், தப்பு மிளகாய்ப் பழமும் அற்றுப் போன வெற்றுநிலத்தில் மேய்ப்பதற்கு பதில், துளசிமணியின் சொந்தக் காட்டில் ஆடுகளை விட்டிருந்தான்

கருவண்டு. தட்டிக் கேட்கப் போய் சண்டை மூண்டது. "நா ஓரமாத்தான ஆடுகளை விட்டிருக்கேன்." கருவண்டு சாதித்தான். முட்டியின் நடுவில் பெருவிரல் துருத்தி இடைப்பையனைக் குத்தப் போன அப்போது 'தன் கை' விழுந்துவிட்டது. (உடலில் ஒரு கை அல்லது ஒருவிரல் மட்டும் செயல் படாமல் போதலை, தன் கைவிழுதல் என்பார்கள்).

"தன்கை விழாமல் இருந்திருந்தால் அன்னைக்கு அவனக் காலி செய்திருப்பேன்" என்றான் துளசிமணி.

மனோகரன் அழுகைக் குரலில் கெஞ்சினான். அதுபோல் முட்டியை மடக்கி அவன் இடது பக்க இடுப்பை நோக்கி பயமுறுத்தினான் துளசிமணி. டீச்சர் மனோகரனைப் பார்த்து கட்டளையிட்டார். புது ரிப்பன்களால் சுருக்கு முடிச்சுப் போட்டு கட்டிய இரு பெண்களின் சடையையும் அவிழ்த்து விட்டான். அவிழ்த்து விட்டானோ இல்லையோ, புளிச் புளிச் என்று இந்தப் பக்கமும் அந்தப் பக்கமும் பிரம்பு வீசினாள் சந்திரமதி. முதுகிலும் முன்னாலும் அவள் கோபத்தின் மொழியை பிரம்பு பேசியது. "குட்டைக் கத்திரிக்காய் மாதிரி இருக்கிற. ஒனக்கு இவ்வளவு சேட்டையா?" 'டீச்சர் டீச்சர்' என்று கத்திக்கொண்டே பிரம்பு வீச்சைத் தடுக்க முயன்றான்.

வலது கை வலி எடுத்ததும், "ஆ, ஊ" என்று துடைத்துக் கொண்டு, உள்மடக்கியபோது, இடது கையைத் தூக்கிக் கொடுத்தான். "ஒனக்கு ஒரு மரியாதை, கடைசி பெஞ்சுக்குப் போடா."

கண்ணீர் சிந்தலுடன் புத்தகப் பையை எடுத்துக்கொண்டு கடைசிப் பெஞ்சு நோக்கி நகர்ந்தான். ஒரு பெண்ணாங்கிக்கு உரிய தண்டனை வாங்கித் தந்த துளசிமணியை வகுப்பு கொண்டாடிற்று.

இடைவேளையின் போது, பெண்கள் படைசூழ வந்த பார்வதி, "சரியா செஞ்சப்பா" என்று பாராட்டினாள்.

22

மற்றொரு நாள் வகுப்பில் எழுந்திருந்தான் துளசிமணி.

"சொல்லையா நீதிமணி..." சந்திரமதி டீச்சர் மரியாதையுடன் அழைத்தாள். நீதிமணி என்ற வார்த்தை எப்படியோ டீச்சரை வந்தடைந்திருக்கிறது. ஒருக்கால் ஒரு மாணவனிடமிருந்து மற்றொரு மாணவிக்கு, ஒரு மாணவியிடம் இருந்து விடைபெற்று இன்னொரு மாணவிக்கு வகுப்பு பெண்கள் சிலரின் காதுகளுக்குள் சென்று சேர்ந்திருக்கும். நாக்குகள் எப்போதும் ஓய்வதில்லை. சந்திரமதியைச் சென்றடையும் பயணம் அத்தனை கடினமானதல்ல. குறிப்பாக பெண்ணாங்கியின் தண்டனைக்குப் பின் டீச்சருக்கும் மாணவிகளுக்குமான இடைவெளியற்று ஒண்ணுமண்ணாய் ஆகியிருந்தனர்.

துளசிமணி எழுந்து நின்று கேட்டான் - நிமிச்சலான கேள்வி. "ஆளுக்கு ஒரு நியாயமா டீச்சர்? பெண்ணுக்கு ஒரு நியாயம், ஆணுக்கு ஒரு நியாயமா?"

துளசிமணி எதைச் சுட்டிக் காட்டுகிறான் என்று தலைமைக்குப் புரியவில்லை. சுதாரித்தாள். "நீ என்ன சொல்ல வர்ற?"

"எட்டாம் வகுப்பில் சுந்தரி என்ற மாணவிக்கு டிசி இடமாறுதல் சான்றிதழ் தரப்படுகிறது. வசதியாக தனது ஊருக்கு பக்கமான மணவாளக்குடி உயர்நிலைப்பள்ளியில் சேர்ந்து கொள்கிறாள். அதே பள்ளியில் அதே வகுப்பில் படிக்கிற செந்தூரன், பள்ளியிலேயே கெட்டிக்காரன்; அனைத்துப் பாடத்திலும் முதல் மதிப்பெண் வாங்கும் பையன் - மேற்படிப்புக்கு மதுரைக்குப் போக சான்றிதழ் மறுக்கப்படுகிறது. ஒரு கண்ணில் வெண்ணெய், மறு கண்ணில் சுண்ணாம்பு." துளசிமணி துடுக்குத் தனமாகப் பேசுவான்.

புன்னகைத்துக்கொண்டே தலைமை கேட்டாள். "இப்ப என்ன சொன்ன?"

"நல்லா படிக்கிற பையனுக்கு டிசி மறுக்கலாமா?" அழுத்தமாக வந்தது துளசிமணி பதில்.

“அதைத்தான் நானும் சொல்றேன்; நல்லா படிக்கிற பையங்கிற காரணத்தாலதான் தர முடியாதுன்னு சொல்றேன்.”

‘தர முடியாதுன்னு சொல்றேன்’ என்ற சொல் ஓங்கி இடிஇடித்தது போலிருந்தது. ஆனால் அந்த இடி-புன்னகை என்னும் மழைத்துளிகளூடாக வெளிப்பட்டு, வீரியம் அற்றுப்போயிருந்தது.

“இதுதான் உங்க சட்டமா?” நேருக்கு நேர் கேட்டான்.

“ஆமா, இதுதான் என் சட்டம்.” சந்திரமதி டீச்சர்.

நீதிமணி கேட்ட சுந்தரி ஒருமாசம் முன்னர்தான் பள்ளியிலிருந்து இடை நின்றிருந்தாள். அவள் ஊருக்குப் பக்கமாயுள்ள வேறொரு உயர்நிலைப் பள்ளியில் சேர்ந்துவிட்டாள் என்னும் சேதி கிடைத்தது.

“அப்ப சுந்தரிக்கு மட்டும் கொடுத்தீங்க.” செந்தூரன் கேட்டான்.

“அவ சடங்காயிட்டா, கொடுத்தேன். நீ சடங்காகு.”

வகுப்பு சிரித்துக் குலுங்கிற்று. டீச்சர் ஆத்திரத்திலிருந்தார்.

சந்திரமதி கிண்டலடித்த வேளையில் பொம்பிளைப் பிள்ளைகள் வெட்கம் பீறிட, பெஞ்சுக்கடியில தலை கவிழ்த்துக் குனிந்து சிரித்தனர். பையன்கள் துளசிமணியைக் கைவிடத் தயாராயில்லை. வகுப்பு முடிந்து வெளியில் வந்ததும் “ஏ, நல்லாத்தான் கேட்ட” என பாராட்டில் குளிக்க வைத்தனர்.

“இந்த டீச்சர் இவ்வளவு தெறப்பாப் பேசீட்டாங்களே.” பெண்பிள்ளைகளுக்கு ஆச்சரியம்.

23

மீனாட்சிபுரத்தைக் காலும் முக்காலுமாகப் பிளந்து செல்கிறது மதுரைச் சாலை. சாலையின் மேற்கில் மேலூர், கிழக்கில் கீழூர் என சொல்லிச் சொல்லி நாத்தழும்பாகிப் போயிற்று. மீனாட்சிபுரத்தாருக்கு மட்டுமல்ல, சுத்துப் பதினெட்டுப் பட்டிக்கும் அது மேலூர், கீழூர் தான். மீனாட்சிபுரம் என்றால் நாக்கில் ஒட்டுவதில்லை.

கேந்திரமான சில இடங்கள் மேலூரில் உள்ளன. அரசு நடுநிலைப்பள்ளி, ஆரம்ப சுகாதார நிலையம், ஊராட்சி அலுவலகம் - ஊரின் இதயங்கள். உச்சமாக போகிற வருகிற பேருந்துகள், மகிழுந்துகள், சரக்குந்துகள் என ஒரு வாகனமும் கலாவதி காஃபி கிளப்பில் தாமதிக்காமல் போனதாய் சரித்திரமில்லை. காஃபி கடையில் மண்பானை சமையல் என்று சுவையான மதிய உணவும் செய்கிறார்கள்.

திருமணம் நடந்தேறிய வெங்கிடுவின் மூத்தமகள் சிந்தாமணி இப்போது குளிக்காமல் இருக்கிறாள். மகப் பேறுக்கு தாய் வீடு வந்திருக்கிறாள். வாக்கப்பட்டுப் போன பூமியில் வெள்ளாமை வீடு வந்து சேர்ந்துவிட்ட காலத்தில் கோடை காய்கிறது. ஊருக்குள்ளும் அதே அனல். விவசாய வேலையும் அற்றுப்போய் மருமகன் சிவநேசன் காஃபி கிளப்பில் முழு நேர பணியாளர் ஆகிவிட்டான். ஒத்தை பாரி பொம்பளையான அம்மாக்காரி இன்றைய பொழுதில் ஊரில் சமைத்து சாப்பிட்டுக் கொள்கிறாள்.

பேச்சு, ஊகம், சந்தேகம் – போன்றவை ஊர்வலம் போக, சைக்கிள், மகிழுந்து, பேருந்து, தொடர்வண்டி, கப்பல், விமானம் என்று வாகனம் எதுவும் வேண்டியிருக்கவில்லை. காஃபி கிளப்பில் மருமகப்பிள்ளை சிவநேசன் உரியதாரி ஆகப் போகிறார் என்று பரவிப் பாய்ந்தது அந்தப் பேச்சு ஊர்வலம். சொன்னாலும் சொல்லாவிட்டாலும் அவர் தான் கடைக்கு உரியதாரி. கொஞ்சநாளில் மருமகப்பிள்ளை கையில் எல்லாவற்றையும் ஒப்படைத்த பின்னர் காசி ராமேஸ்வர யாத்திரை போகிறார் வேங்கிடப்பர் எனச் சிலர் ஊமைக்குழல் எடுக்கிறார்கள். (நாயனத்துக்கு ஒத்து ஊதுவது ஊமைக் குழல்.)

படிப்பை இடைநிறுத்திவிட்டு இரண்டு ஆண்டுகள் கூலி வேலை செய்தான் தேவநாதன். தங்கை, அம்மா, அவன் என மூவரும் அப்படித்தான் கஷ்ட ஜீவனம் செய்யவேண்டியிருந்தது. தங்கை செண்பகம் ருதுவாகி களையெடுப்பு, கதிரறுப்பு, பருத்தியெடுப்பு, மிளகாய்ப்பழம் பறிப்பு, மல்லிக்காய் பிடுங்க என காட்டு வேலைகள் செய்யத் தொடங்கிவிட்டாள். தங்கச்சி உழைப்பு கிட்டாமல் போயிருந்தால் அவனுக்குப் பள்ளிப் படிப்பு வாய்க்காமல் போயிருக்கும்.

அலுப்புப் பாராமல், முகம் கோணாமல் உழைக்கிற ஆளுக்கு வருடம் முழுவதும் வேலை உண்டு.

“செண்பகம், நாளைக்கு எங்க காட்டுக்கு வேலைக்கு வர முடியுமா? ஆனா மூணு நாள் தொடர்ந்து வரணும்.” வீடு தேடிவந்து சொல்லிவிட்டுப் போவார்கள்.

இரண்டு ஆண்டுகள் இடைநின்று, தேவநாதன் எட்டாம் வகுப்பில் சேர்ந்தான். வயதுக்கு மீறிய உருவம்; அக்காலப் பள்ளிகளில் இடைநிற்றலும் மீண்டும் படிப்பைத் தொடர்தலும் ஒரு பொருட்டில்லை. எப்போது வந்து சேர்ந்தாலும் வகுப்புக்களின் வயிறு ஏற்றுக்கொள்ளத் தயாராக இருக்கும். அந்தக்காலப் பள்ளிகள், மாணவர்களைக் காக்கும் அணைகள்; அவர்களைக் காலிசெய்யும் மதகுகள் அல்ல.

ஊர்தாண்டி சிறிதுதொலைவில் முனியாண்டி கோயிலின் மேற்புறத்தில் 6 முதல் 10 வரையிலான புதிய வகுப்புகளுக்கு கட்டிட வேலைகள் நடந்து கொண்டிருந்தன. புதிய கட்டிடங்கள் ‘ப’ வடிவில் எழும்பிக் கொண்டிருந்தன. இடப்பக்கம் மூன்று வகுப்புகள், வலப்பக்கம் மூன்று வகுப்புகள், நடுவிலுள்ள கட்டிடத்தில் தலைமையாசிரியர் அறை; பக்கத்தில் ஆசிரியர்கள் அறை; இறுதியில் சாமான்கள் வைக்கும் சேமிப்பு அறை (ஸ்டோர் ரூம்).

அம்மாவுக்கு துணையாவது செந்தூரன் உழைப்பு; அவனது வருமானம் தனிக் கணக்கில் அடங்கிற்று. அம்மா தனிப்பிரிப்பு செய்து துணிமணி புத்தகம் வாங்குவதற்கு பயன்படுத்திக்கொள்ளச் சொல்லிவிட்டாள். தேவநாதனின் உழைப்பு பருத்தி எடுப்பு, களையெடுப்பு போல் எளிதானதல்ல. அவன் கட்டிடம் எழும்ப சாந்துச் சட்டி சுமக்கிறான், செங்கல் சுமக்கிறான், கரண்டி எடுத்து செங்கல்லை இரண்டாக உடைத்து மேலிருக்கும் கொத்தனாரிடம்

வீசுகிறான். அவனது உழைப்பு சக பிள்ளைகள் அறியாதபடி சனி ஞாயிறு விடுமுறை நாட்களில் நடந்தேறுகிறது.

ஒரு தடவை பைக்கூட்டை நிரப்பி இருந்தன துண்டு, சும்மாடு, சாந்துக் கரண்டி ஆகியவை. வேலையைப் பாதியில் நிறுத்திவிட்டு சுண்ணாம்பு படிந்த கை கால்களோடு வகுப்புக்கு ஓடிவந்தான். கணித பீரியட் நடுவில் வந்து நின்றவனை, மீசையை விட முறுக்கேறிய கோபக்கார வரதப்பன் முறைத்துப் பார்த்தார். "ஏன்டா இவ்வளவு தாமதம்?" பிரம்பைத் தூக்கிக்கொண்டு பாய்ந்தவரை தேவநாதன் சொற்கள் பின்வாங்கச் செய்தன.

"சட்டியில் இருந்தால் தானே அகப்பையில் வரும் சார்?" எதிர்த்தடித்தான்.

முகம் சப்பழிந்து அப்படியே பின்வாங்கி நாற்காலியில் போய் உட்கார்ந்தார் வரதப்பன். எழுந்து நின்று யோசித்தார். என்ன நடந்தது, ஏது நடந்தது என யதார்த்த நிலையைக் கணக்கிடாமல் கோபப்பட்டு விட்டோமோ? நாற்காலியில் மீண்டும் போய் அமர்ந்து சிந்தனை செய்யத் தொடங்கினார்.

தேவநாதன் தான் வைத்திருந்த உழைப்புச் சாதனங்களை அவர் அறியுமாறு திறந்து காட்டினான். புத்தகங்களுக்குப் பதில் செம்மண் படிந்த துண்டு, கூடை சுமந்த சும்மாடு, சாந்துக் கரண்டி என உழைப்புச் சாதனங்கள் தெரிந்தன. வகுப்புப் பிள்ளைகள் அறியாதவாறு அவர்முன் வகுப்பை மறைத்து நின்றான்; அவர் ஒரு சொல் பேசவில்லை. அவர் கற்றுத் தேர்ந்து இந்த ஆசிரிய இடத்துக்கு வந்தவழி முட்கள் மொய்த்திருந்தன. இன்று வாத்தியார் பதவி, அரசு வருமானம் என இரு வரங்கள் கிடைத்துள்ளன. கல்லும் முள்ளும் காலுக்கு மெத்தை என உழைத்து இப்போது இந்த வாழ்க்கை அவருக்கு வாய்க்கப் பெற்றிருந்தது. இரு கைகளாலும் தலையைத் தாங்கி கவிழ்ந்து சிந்தனை வயப்பட்டிருந்தார்.

தேவநாதன் மறைத்து நின்றிருந்த போதிலும், மாணவர்களும் மாணவிகளும் பைக்கூட்டில் என்ன இருக்கிறது என எக்கிப் பார்த்து கண்டுபிடித்து விட்டனர். தேவநாதன் போல் அவர்களுக்கும் இதயம் நிறைய வண்டிவண்டியாய் சொல்லக் கதைகளிருந்தன. இவர்கள் உல்லாசபுரியிலிருந்து, ஒரு சொர்க்கபுரியிலிருந்து பள்ளிக்கு இறங்கியவர்கள் அல்லர். சித்தாள் உழைப்புச் சாதனங்கள் பார்வையில் பட்டதும், அவர்களது முகங்கள் சுண்டின.

ஆளுக்கொரு பிரச்சினை, வீட்டுக்கொரு பிரச்சினை; பிரச்சினை இல்லாத சாதாரண கிராமத்து மக்களாய் அவர்களது அய்யா, அம்மா எவருமில்லை. அன்று முதல் தேவநாதனை மரியாதைக்குரிய பேருருவாகக் கண்டனர்.

தேவநாதன் தன்னை விட்டு அகன்ற பின், 30 ஆண்டு முன்னான வாழ்க்கைக்கு பயணம் செய்துகொண்டிருந்தார் வரதப்பன். ஊரில் அவனும் அவ்வாவும்தான் (தெலுங்கில் பாட்டியை அவ்வா என்றனர்). ஏழாம் வகுப்பு படித்துக் கொண்டிருந்த காலத்தில் தரித்திரம், பசி, பட்டினி அவர்களைச் சுற்றித் தன் கொடுங்கரங்களை கவித்திருந்தது. "ஒன் ஒருவனுக்காவது கஞ்சி ஊத்த முடியுமான்னு பார்க்கிறேன், முடியலையே ஐயா" கண்ணீர் சொரிந்தாள் அவ்வா.

கோடை விடுமுறை. அவ்வா அவனோடு ஒரு யோசனை பகிர்ந்தார். "நான் பயறு அவித்து கொடுக்கறேன். தட்டாம்பயறு, மொச்சைப்பயறு. உள்ளூர் வியாபாரம் அவ்வளவு சுகம் இல்லை. நீயும் மயிலும் பக்கத்து ஊர்களுக்கு போய் வித்திட்டு வாங்க."

கண்மாய்பட்டி, கழுகாசலபுரம், முத்தையாபட்டி, ராமாபுரம், பக்கத்து ஊர்கள். இங்கெல்லாம் சக்கைபோடு போட்டிருந்தது மகசூல்! கோடை நாட்களில் காட்டு வேலை ஏதுமின்றி வீடுகளில் கிடந்தனர் ஆண்களும் பெண்களும். கால்படி அல்லது அரைப்படி பயிறு வாங்கி கருப்பட்டி அல்லது வெல்லக்கட்டி கடித்துச் சாப்பிட்டு விட்டு தண்ணீர் குடிப்பார்கள். முழுச்சாப்பாடு எடுத்தது போல, வயிறு திம்மென்றிருக்கும். மதிய சாப்பாடு என ஒன்று வேண்டியதில்லை.

பயறு வாங்கிச் சாப்பிடுகிறவர்கள் கருப்பட்டி, வெல்லக்கட்டியை தேடக்கூடாது. இலவசம்... இலவசம்... வெல்லக்கட்டி இலவசம் என்று சேர்த்துக் கூவினால், பயறும் விற்பனையாகிக் கொள்ளும்.

இந்த யோசனையை மயில்வாகனன் சொல்லி அவ்வாவைத் தூண்டி விட்டிருக்க வேண்டும்; வரதப்பன் அந்த யோசனையை ஏற்றுக்கொள்ள குணக்கம் காட்டியபோது, "நீ ஏன் கஷ்டப்படுறே, வெல்லக்கட்டி கொடுக்கிற வேலையை மயில் செய்வான்" என்று அவ்வா சொன்னாள். மயிலும் தன்னோடு விற்பனைக்கு உடன்வருகிறான் என அவனுக்குத் தெரிந்தது.

பயறு அவிப்பு பக்குவம் கெடாது செய்யவேண்டும். மொச்சை என்றால் இரவு; தட்டாம் பயறு என்றால் நள்ளிரவின் பின் ஊறவைக்கவேண்டும். நன்றாய் உப்பிவெந்து பல்லுக்கு மெத்மெத்தென்றிருக்க, பனைநார்ப் பெட்டியில் போட்டு அவ்வா கொடுத்தாள். பக்கத்து ஊர்களில் கூவிக்கூவி விற்றும் ஒரு ஈ காக்கை கூட வாங்கவில்லை; கிராமங்களில் இரண்டு நாள்அலைந்து கழிந்ததுதான் மிச்சமானது.

முன்னர் கொன்றுபிழிந்த பள்ளிப் பருவ ஏழ்மையை, மீண்டுவரும் நினைவுகளால் கோதிக் கொடுத்துக் கொண்டிருந்தார் வரதப்பன்.

வகுப்புப் பிள்ளைகளின் குடும்பச்சூழல் அறியாது, இனி ஒரு அடியும் எடுத்துவைக்கக் கூடாது என கணித ஆசிரியர் தீர்மானத்துக்கு வந்திருந்தார். எத்தனை ஆசிரியர்கள் அவரைப்போல் பழைய வாழ்வை அசைபோட்டு, பிள்ளைகளின் குடும்பப் பின்னணியைப் பிணைத்துப் பார்ப்பார்கள், அல்லது பச்சாதாபத்தோடு அணுகுவார்கள்!

24

தேவநாதன் குழப்பத்தில் இருந்தான்; விடை காணவியலாத அந்தகாரத்திற்கு அவனை இட்டுச் சென்றிருந்தது யோசிப்பு. இமைக் குடையின்கீழ் யோசனையைத் தேக்கிவைத்து விழிமூடி, தாடையில் கைவைத்து தாங்கியும் ஒன்றும் ஓடவில்லை. விடை என்ற ஒன்றை மேலே கொண்டுவரும் பாதாளக் கரண்டி தென்படவில்லை. நீருக்குள் ஆழ்ந்து அமிழ்ந்து போய்க் கொண்டிருக்கையில் விழிதிறந்து நோக்கின் கனத்த கெட்டி இருள் தென்படுமாப் போல், ராத்திரி டூரிங் டாக்கீஸ் இரண்டாம் ஆட்டம் போய் வந்த விசயத்தில் கெட்டி இருள் அடைத்திருந்தது.

டீச்சர், டீச்சர் - என ஊர் கொண்டாடும் ஒருவர் ஏன் இப்படிச் செய்தார்? சிறுபிள்ளைகள் விளையாட்டில் மேட்டு உச்சியிலிருந்து கீழ் நோக்கி சறுக்குவார்கள். சிறுபிள்ளை போல் சறுக்கா மறுக்கா விளையாட இது என்ன சிறுபிள்ளை விளையாட்டா?

ஒன்றுமறியாச் ‘சுபாவி’ போல் கன்னியப்பன் இடையில் பசங்களோடு வந்து சேர்ந்து கொண்டான்! டீச்சர் அறிய தகவல் போயிருந்தால் தவிர கன்னியப்பன் வந்து சேர்ந்திருக்க வாய்ப்பில்லை. தேவநாதன், ராமக்காளையையும் உள்ளடக்கி ஐந்து எண்ணம் இரண்டாம் ஆட்டம் போன பயல்கள், இதில் ஆறாவதாய் இவன் எப்படி முளைத்தான். ஏன் இங்கு வந்தான்?

படம் பார்த்துவிட்டுத் திரும்புகையில் ஊர் எல்லையில் நின்று பின்புறம் பார்த்தபோது, இரண்டு பையன்களுக்கும் சாலையில் ஒரு உருவமும் தென்படக் காணோம். பிறகு காற்றோட்டமான காளியம்மன் கோயில் மடத்தில் அவர்களின் படுக்கை.

பெயருக்குப் பொருத்தமாக காளை மாதிரி இருந்தான் ராமக்காளை. மூட்டுப் பெருத்த ஆளாக வளர்த்தி. வளரிளம் பருவம் அவனிடமிருந்து அப்புறப்படுத்தப்பட்டு இருந்தது. பெயர் ராமச்சந்திரன். ஒத்தைப் புள்ளையாய், சிறு பையனாக இருக்கையில் தவழ்ந்து வந்த குழந்தை நெற்றியில் நாமக்கட்டியை நீரில் தொட்டு நாமம் இட்டனர் பெற்றோர். நாமம் தீட்டிய நெற்றியுடன் தவழ்ந்து தவழ்ந்து ராமச்சந்திரன் வந்தபோது, ஆயர் குலக்

கண்ணனை நேரில் தரிசிப்பது போல் இருந்ததாம். கண்ணன் குழந்தையை வாரி அணைத்து, தலைக்குமேல் தூக்கி போட்டுக் கொஞ்சினாள் ஆண்டாளக்கா.

“படுக்காளிப் பய போடு போடு

பத்துப் பத்தா போடு போடு ”

கொஞ்சிய வேளையில் உதிர்ந்தது தாயின் இதழ்களிலிருந்து சிறு பாட்டு.

நெற்றியில் இட்ட நாமம் அழியாமல் பள்ளிக்கு வந்து பெரியவன் ஆனான். நாச்சியாரப்பனும் ஆண்டாளக்காவும் இந்த விசயத்தில் எந்த வேற்றுமையும் இல்லாது ஒரே நோக்கமாய் ஒத்துமையாய் பிள்ளை வளர்த்தனர். இன்று அவனுக்கு யாரும் நாமம் தீட்டிவிட வேண்டிய வேலையில்லை. முதலில் தொடங்கிய பையன்களின் கேலி ஒருநாள் அவன் எதிர்வினையாற்றும் நாளாயிற்று. ஒற்றை வெள்ளை கோப்பாளத்துடன் இருபக்கமும் சிவப்புக் கோடுகள் டாலடிக்கும் கோப்பாள இலச்சினையை அவனே இட்டுக் கொண்டு வந்தான்.

“அன்னைக்கு கேலி செய்தீங்க. அதான் முழுசாய்க் கோப்பாளம்.” தனது நிலைமாற்றத்துக்கு நியாயம் சொன்னான்.

‘ராமக் காளை’ என உச்சரிக்கக் கூடாது. நாமக்காளை என்றுதான் சொல்லவேண்டும். சிறு பையன்களுக்கு மொழி இலக்கணம் ஒரு பொருட்டில்லை. இலகுவான உச்சரிப்பு – அருத்த பொருத்தம் பார்த்து வருவதில்லை.

முன்பெல்லாம் மேலூர் கலாவதி காஃபி கிளப்பில் சந்திரமதி சாப்பிட்டுக் கொண்டிருந்தாள். எட்டாம் வகுப்பில் பெரிய பையனான தேவநாதன் அல்லது ராமக்காளை மதியம் சாப்பாட்டுத் தூக்கை எடுத்துப்போய் சாப்பாடு எடுத்து வருவார்கள். இப்போது பண்ட பாத்திரங்கள் வந்துவிட்டதால் டீச்சர் சமையல் வேலை செய்துகொள்கிறாள். இரண்டு மாணவர்களுக்கும் வேலை மிச்சமாகிப்போனது.

அதனினும் மேலான ஒரு காரியம், ஒரு கடமை இருவருக்கும் விதிக்கப்பட்டிருந்தது. அந்தக் கடமையை அவர்கள் தங்களுக்குத் தாங்களே எடுத்து தோள்மேல் போட்டுக்கொண்டனர். வயது கடந்த பின்னும் டீச்சர் இன்னும் கல்யாணப்படி மிதிக்காத

ஒரு கன்னிப்பெண். கன்னியை கை வளவுக்குள் கொண்டுவர கண்ணபிரான் போல் உயர்சாதி சமூகப் பேர்வழிகள் வலைவீசிக் கொண்டுள்ளார்கள்.

மேலூரிலிருந்து தேவநாதன், கீழூரிலிருந்து டீச்சரின் பக்கத்து வீட்டு ராமக்காளை ஆகிய இரு வாலிபர்கள் பாதுகாப்புக்கு ராத்திரியில் டீச்சர் வீட்டில் படுத்துக்கொண்டனர். டீச்சர் வீட்டின் திண்ணையில் படுத்துக் கொள்வாள்; மொட்டைமாடியில் (மெத்தை) தென்காற்று அள்ளிக்கொண்டு போக பையன்கள் ரெண்டு பேரும் படுத்திருப்பார்கள். அந்தக்கால வீடுகள், குறிப்பாய் அந்த ஊரின் வீடுகள் அமைப்பு அப்படி. காரை பூசிக் கட்டிய வீடுகளில் மொட்டை மாடியிலும் காரை பூசுவார்கள். இன்றைக்கு அது 'செண்டரிங்' என அழைக்கப்படுகிறது. அதை மெத்தை எனச் சொன்னார்கள். மெத்தைக்கு போக வீட்டுக்குள் மர ஏணி போட்டு தயாராக வைத்திருப்பார்கள்.

குறிப்பாய் கண்ணபிரான் வந்து பேசிக்கொண்டே இருப்பான். டீச்சருக்கும் பையன்களுக்கும் தூக்கம் சொக்கும். அப்படியும் கண்ணபிரான் என்ற கள்ளப் பிறாந்து நகரும் வரை, விடாப்பிடியாக உட்கார்ந்திருப்பார்கள் இருவரும்.

25

“நான் உலகெங்கும் சென்றிருக்கிறேன்;

இந்தக் காற்றைப்போல் இனிய காற்றை

நான் வேறெங்கும் சுவாசித்ததில்லை.”

தலைமைஆசிரியை சந்திரமதி முன்னிரவுத் தொடக்கத்தில் முற்றத்து நார்க்கட்டிலில் அமர்ந்திருக்கையில், முன்னர் வாசித்திருந்த பஞ்சாபிக் கவிதை மேலெழுகிறது. கவிதை இதயத்தின் ஆழத்தில் வேர் பாய்ச்சியிருப்பதால் மறுமுறை மறுமுறை எனத் தரிசனமாகிறது. இந்தக் கோடை முழுதும் இக்கவிதைத் தரிசனம் கிட்டும்.

புலம்பெயர் வாழ்விலிருந்து இருவாரம் சொந்த மண்ணில் வாழ்ந்து போக வந்திருக்கும் அந்தக் கவிஞனுக்கு காற்றோடு பிரச்சினையில்லை; மண்ணின் நீரோடும் இல்லை. ‘வேறெங்கும் இத்தனை சுவையான நீரை நான் சுவைத்ததில்லை’ என்றான். தாமசிக்க வேண்டிய பத்து நாட்கள் தாமெனினும் சொந்த பூமியுடன் பிரச்சினையோ, முரண்டுகொள்ளலோ கிடையாது.

சிற்றூரில் வருடக்கணக்காய் வாடகைக்கு வசிக்க வந்திருக்கும் சந்திரமதிக்கு பிரச்சினைகளுண்டு. கிராமப்புறங்களில், இருக்கிறவன் வீடென்றால் ஒரு மாதிரி; இல்லாதவர் வீடென்றால் ஒரு மாதிரி என்னும் இரட்டை அளவுகோல், அரசு அலுவலகங்களின் பணியாளர்களிடம் காணப்படுகிறது. வேறெதிலும் காணப்படுகிறதோ இல்லையோ வசதிகொண்டவர் பக்கமே மின்சாரத் துறையின் சாய்வு. மின்வரத்தே இல்லாத வீடுகள் இன்னும் 75 விழுக்காடு என்னும் பெருமை சுமந்து நிற்கிறது மீனாட்சிபுரம்.

சந்திரமதி வசிக்கும் வீட்டில் ‘மினுக் மினுக்’ எனக் கோபித்துக் கொள்ளும் இரண்டு பல்புகள் உண்டு. மின்விசிறி கிடையாது. மின்விசிறிகள் அற்ற வீடுகள் வீதிக் காற்றைச் சுவாசித்து வாழ்கின்றன.

எட்டாம்வகுப்பு வரையுள்ள அரசு நடுநிலைப்பள்ளியில் சந்திரமதி தலைமை ஆசிரியை. நாற்பது வயதாகிறது. தமிழ்ச்

சமூகத்தில் ஒரு பெண்ணுக்கு முதலும் முடிவுமான தகுதி திருமணம். நாற்பது கடந்து நடுத்தர வயதினிலும் திருமணம் இன்னும் வாய்க்கவில்லை. மழையில் நனைந்த பனைபோல் மேனி. பற்கள் மட்டும் வெள்ளை. தாழ்த்தப்பட்ட குலம். படர் செடி போல் தடித்த உடல்; இப்பேர்ப்பட்ட உடல்வாகுள்ள பெண்ணுக்கு கல்யாணத் தகுதி எவ்வாறு கிட்டும்!

பள்ளி முடிந்து வீடு வந்து சேர்ந்ததும் கை, கால், முகம் கழுவி, தலைசீவி முற்றத்துப் பனைநார்க் கட்டிலில் அமர்வாள்; கனிமரம் தேடி வரும் வவ்வால்கள் போல் பெண்டிர் எங்கெங்கிருந்தோ வருவார்கள். இனிய மாலைப்பொழுதில் டீச்சரைச் சுற்றிச் சென்றடைந்து அந்திப் பொழுதைப் பிரகாசப் படுத்துவார்கள். காடு மேடு கரை என அலைந்த உடல் அலுப்பைப் போக்குவது ஒருவருக்கொருவருடனான உரையாடல் மட்டுமல்ல; ஒன்றுகூடலில் தெற்குப் பக்கமிருந்து அவர்களை ஆரத்தழுவிப் பேசும் தென்பாங்குக் காற்றும்தான்.

தெற்கின் காடுகளில் புறப்பட்டு, மஞ்சனத்தி செடிகளின் தலை தடவி, கொப்பும் குலையுமாய் பரவிய போடம்மா தோட்டத்து கருவேப்பிலை மரத்தைக் கட்டித்தழுவி, வண்டிப்பாதை ஓரங்களில் வளர்ந்த பன்னீர் மரங்களின் கொண்டை பிடித்து முத்தமிட்டு, வண்ணார்குடி வழியாய் வருகிறது தென்காற்று. குளுமை பொழியும் இரவைக் கொடையளித்திடும் தெற்கின் ஆத்மா அது!

மாலைப்பொழுதில் மகளிர் கூடுதல் என்பது அந்திக் கலம்பகம். தன் தெருவில், வீட்டில் நடந்த ஒரு பழைய சம்பவத்தை அன்று புதிதாய் நடந்ததுபோல் விவரித்துப் பரிமாறுவர். 'இப்படி நடந்தது அம்மா' என தலைமை ஆசிரியையிடம் சமர்ப்பிக்கும் அறிக்கையாக அது அமையும். இதற்கு முன்னெனில் இவ்வாறான கூடுதல் பொறணி பேசுவதாக மையம் கொள்ளும். அந்தப் புள்ளியில் போய் தொடங்கிடவோ, முடியவோ ஒன்றுகூடலை டீச்சர் அனுமதித்ததில்லை. டீச்சர் வருகையின் பின்னர் 'பொறணி' என்னும் அத்திசை போகாது, வாப் பழக்கம் போடுதல் நடந்தது. மதிப்புக்குரிய ஒரு இடம் பார்த்து பிரச்சனையின் உரையாடலை கோர்த்து நகர்த்தி, "இப்ப நீங்க சொல்லுங்கம்மா" என்று அவளுடைய கருத்துக் களம் நோக்கிப் பந்தினை இறுதியாகத் தள்ளுவார்கள்.

அன்று பள்ளி முடிந்த மாலையில் தான் அது நடந்தது; இந்தச் சம்பவத்தின் பங்காளியாக இருந்த பெண் பிள்ளைகளில் அவளுடைய பிரியத்திற்குரிய ஞானசவுந்தரி இருந்தாள். மோகன்ராசைப் பின்னிருந்து துரத்திய பெண்களின் படையில் அவளிருந்தாள்; அவள் செருப்பை கழற்றி வீசுவதற்கான வாய்ப்புக் கிட்டவில்லை. ஞானம் என்ற ஞானசௌந்தரி வந்தால் முழு உண்மையும் வெளியே குதித்துவிடும்.

மொத்தத்தில் அன்றைய ஒன்றுகூடலின் எதிர்பார்ப்பு, இந்த நிகழ்ச்சியைக் குறிவைத்து மையமிட்டிருந்தது. "இந்த அநியாயத்தை நீங்க கேட்கிறதில்லையா? அன்னைக்கு இந்த மோகன்ராசுவோட சேர்ந்துதானே நீங்களும் இரண்டாம் ஆட்டம் போய் வந்தீங்க?" என்று சின்னவடிவு படக்கெனக் கேட்டாள். தன் மன வேதனைகளை டீச்சரிடம் வெளிப்படுத்த பெண்கள் தயங்கிடவில்லை. டீச்சர் இப்படியெல்லாம் செய்யமாட்டார் என்று அவர்களுக்கு அளவுகடந்த நம்பிக்கை. சின்னப்பிள்ளைகள் "சறுக்கா மரம் சறுக்குதல் போல்" சரட்டென்று ஒருநாள் கீழ்நோக்கிச் சரிவாள் அவர்களின் டீச்சர் என எவரும் எதிர்பார்க்கவில்லை.

"தப்பு செய்தால் அதற்கான தண்டனையை அனுபவித்து தான் தீரனும்." ஒற்றை வாக்கியத்தில் வந்தது டீச்சரின் தீர்க்கமான பதில். சந்திரமதி எதைச் செய்தாலும், எப்படிக் கருத்துச் சொன்னாலும் முற்றுப்பெற்ற வாக்கியம் போலிருந்தது. காரணம், சந்திரமதி என்னும் தலைமையாசிரியை மீது அப்பெண்கள் வைத்திருந்த மதிப்பு. அந்த மதிப்பின் முன்னால் தனது மரணத்துக்கு தானே சாட்சியாக அவள் விரும்பவில்லை.

முடிவைத் தெரிவித்த பின் டீச்சர் மவுனம் கொண்டுவிட்டாள். அதன்பின் பேச்சு இல்லை. அன்றாடம் வரும் ஞானசௌந்தரி அன்றைய இரவு வருகையைத் தவிர்த்திருந்தாள்.

26

முருங்கைக்காய் போட்டு புளிக் குழம்பு வைக்க முடியுமா? சந்திரமதி வாழ்நாளில் கண்டதும் இல்லை. கிராமத்தில் காலடி வைத்தது முதலாகக் கேள்விப்பட்டதுமில்லை. 'சாம்பார், காரக்குழம்பு - இருவகை தான நீங்க கண்டது, குழம்பில் எத்தனையோ வகையுண்டு, நா ஒவ்வொன்னா செஞ்சி தாரேன்' என சொல்லாமல் கொள்ளாமல் செயலில் காட்டியவள் ஆண்டாள் மாத்திரமே.

மார்கழி மாதம் திருவாதிரை அன்று கருப்பட்டி போட்டுச் செய்த பச்சரிசிக் களி கொண்டு வந்தாள். அன்று திருவாதிரை என்பதால் தலைக்குக் குளித்திருந்தாள். தலை குளித்து துவட்டி, தலையில் துண்டு கட்டி முதுகுப்புறத்தில் நீர் வழிய "இன்னைக்கு ஒரு வாய்க்களி சாப்பிடுங்கம்மா. நான் செஞ்சது" கொண்டு வந்து கொடுத்தாள். திருவாதிரை தினத்தில் செய்கிற பச்சரிசி களிக்கு 'ஒரு வாய்க் களி' என்று பேருண்டு.

"நீங்களும் அப்படியே சொல்லிட்டீங்களா, அதான" அங்கு வந்த ஞானம் அதிசயித்துக் கேட்டாள். அவளும் ஒருவாய்க் களி கொண்டுவந்திருந்தாள்.

மேகங்களினூடு மின்னல் பறப்பதுபோல், சந்திரமதியின் கருத்த முகத்தில் வெள்ளைப் பற்கள் பளிச்சிட்டன. "ரெண்டுபேருமாச் சேர்ந்து என்னைய சாப்பாட்டு ராமன் ஆக்கிருவீங்க" சின்னஞ்சிறுசாய் சிரிப்பு உதிர்த்தாள்.

ஆண்டாள் பூசணிக்காய் கூட்டு வைத்து, தோதாய் மோர்க் குழம்பு செய்தாள் ஒருநாள். அத்தனை ருசியாக இருந்தது. 'கைப் பிள்ளைக்கு' என்று தெருப் பெண்கள் கூட்டு, குழம்பு, ஒரு கரண்டி அன்னம்(சோறு) வாங்கிப் போவார்கள்.

மிளகாய் வத்தலை அம்மியில் வைத்து விழுதாக அரைத்துக் கொதிக்க வைத்து, நல்லெண்ணெய் சரி எண்ணெய் ஊத்தி கருப்பட்டி சேர்த்துக் கிண்டுவாள். லேகியம் மாதிரி இருக்கும். கையில் உருட்டி உருட்டி கணவன், பையன் இருபேருக்கும் தருவாள். அன்றைக்கு டீச்சருக்கும் கொடுத்துச் சொன்னாள்.

"சாப்பிடுங்கம்மா, லேகியம் மாதிரி எல்லா நோய்க்கும் இது மருந்து."

இதே மாதிரி எல்லா நோய்க்கும் மருந்தாகும் சமையல் எத்தனையோ வகை உண்டு என சொன்னாள். அதுதான் கரிசல் காட்டு விசேசம்.

ஆண்டாள் வீட்டில் இரண்டு பசுமாடுகள். ஒருபசு கன்று ஈன்றது. முதல்பால் 'சீம்பால்.' ஆனால் மூணு நாள் முதலில் வரும் பாலை சாப்பிட முடியாது. ரத்தப் பாலாய் இருக்கும்; செறிமானம் ஆகாது. வயிறு கடமுடா பண்ணும். மூணு நாள் சென்று சாப்பிடலாம். சீம்பால் கெட்டியாய் வழவழப்பாய் நாக்கடியில் சுவையைத் தேக்கிவைக்கும். ஒரு மண் கலயத்தில் கொண்டுவந்து டீச்சர் முன் சீம்பால் வைத்த வேளை, "இத்தனையும் எனக்கா?" சந்திரமதி கண்கள் விரிந்தன.

"முடிந்த அளவு சாப்பிடுங்க, எத்தனை பேர் இல்ல சாப்பிட?" ஆண்டாளின் பதில் வந்தது.

"நான் யாருக்கும் கொடுக்க மாட்டேன், மீதி வச்சு சாப்பிடுவேன்."

சின்னப்பிள்ளை ஒன்று அவளுள்ளிருந்து இப்போது தலை நீட்டியது.

"அப்படியே வைக்கக்கூடாது டீச்சர். சாயந்திரம் வரை தாங்காது. புளிச்சுப் போகும். இப்பவே சாப்பிட்டா 'தகனு' மாதிரி தித்திப்பா இருக்கும்."

சந்திரமதிக்கு 'தகனு' தெரியாது. தகனு தின்றதில்லை; "தகனுன்னா?" என விசாரிக்க வேண்டியதாயிற்று.

மீனாட்சிபுரத்திலிருந்து தென்கிழக்கில் 30 கல் தொலைவில் தங்கம்மாள்புரம். தங்கம்மாள் புரத்தில் தெலுங்கு பேசும் சமுதாயம் மிகுதி. அவளுக்கு சொந்தக்காரர்கள் அங்கே உண்டு. மீனாட்சிபுரம் கரிசல் கொதியுள்ள பூமி என்றால், தங்கம்மாள்புரம் தென்னந்தோப்புகள் எழுந்து நிற்கும் செம்மண் பூமி. எங்கே நீர்வளம் மிகுதி உண்டுமோ, அங்கு தென்னை மரங்கள் பாடிக் கும்மி கொட்டும்.

சூரங்குடி, தங்கம்மாள்புரம் அருகருகேயுள்ள ஊர்கள். சூரங்குடி தாண்டினால் தங்கம்மாள்புரம்; தங்கம்மாள்புரத்தார் தம் ஊர் தண்ணீர் வளத்தைப் பெருமையாய்ப் பாடுவார்கள்.

"ஊறி ஊறித் தண்ணியெடுக்கும்

ஊத்தப்பய சூரங்குடி;

பாடிப் பாடி தண்ணியெடுக்கும்

பாண்டிய ராசா தங்கம்மாள்புரம்"

வேடிக்கையாக சூரங்குடி ஊரை தாழ்த்திப் பாடுகின்றனர்; விடுவார்களா சூரங்குடியார்!

"தட்டாம் பயிறவிக்கும் தட்டுக்கெட்ட தங்கம்மாள்புரம்

மொச்சைப் பயிறவிக்கும் முதலாளி சூரங்குடி."

ஊர்களுக்குள் தம் பெருமை பேசிக் கொள்வதில் போட்டி.

தங்கம்மாள்புரம் மணற்பாங்கான பகுதி; நல்லதண்ணி தாராளமாய் கிடைக்கிற மணல்தேரி அங்குண்டு. தேரிக்காடு என்று அழைத்தார்கள். தேரிக்காட்டில் தென்னந்தோப்புகளும் பனைகளும் நிரவித் தென்படும். கோடையில் வட்டாரத்தில் பெயர்போன தின்பண்டம் பனங்கிழங்கு. பனங் கொட்டைகளை மணலில் ஒரு முழ ஆழம் தோண்டி நட்டு வைப்பார்கள். தரையில் ஆழமாக ஊன்றினால், தோண்டி எடுக்க சிரமப்படும். மரமாய் வேரூன்றிவிடும். மணலில் ஒரு முழத்தில் ஊன்றிய பனங்கொட்டை விதைகள் முளைத்து ஒற்றைத் துளிர்விடும். ஒற்றைத் துளிர் அதிசயமாய் தன்னைச் சுற்றி நாலாபக்கமும் ஏறிட்டு நோக்கும். குத்திட்ட பார்வையை ஆகாயத்தில் நிலைநிறுத்தும். பிறகு இரண்டு மூன்று தளிர்க் கீற்றுக்கள் விடும்போது, குமரியின் அழகு வந்து கோர்க்கும். "என்னமா போறா பாரு, நிமிர்ந்த பனங்கிழங்குத் துளிர் மாதிரி" என குமரியின் முறுக்கை ஒப்பிடுவார்கள்.

மண்ணின் மேல் ஒரு முழம் தளிர் தெரிந்தால், கீழே ஒரு முழத்துக்கு பனங் கிழங்குகள் தென்படும். தோண்டி எடுப்பார்கள். கிழங்குகளின் அடியிலுள்ள பனங்கொட்டைகளைப் பிளந்து பார்த்தால் வெள்ளையாய் தேங்காய்ச் சில் போல் ஒரு பொருள் தென்படும் - அதுதான் 'தகனு'. கனவில் கூட அத்தனை ருசியை அனுபவித்திருக்க முடியாது. தகனுக்கு அப்படியொரு தித்திப்பு.

"இது கோடை தான, நான் தங்கம்மாள்புரம் போகிறபோது கொண்டு வாரேன் டீச்சர்."

சொன்ன ஆண்டாளை சந்திரமதி மனசில் கைகூப்பி வணங்கினாள். தன்னையறியாமல் கைகள் வெளியேயும் கூம்பின.

இரவில் பருத்திக் கொட்டைகளைப் பொறுக்கி எடுத்து தண்ணீர்விட்டு ஊறவைத்தால், காலையில் அவித்த மொச்சைப்பயறு போல் பொது பொதுவென ஊறியிருக்கும். அதில் கல், விறகுச் செதில் போல தூசுதும்புகளை நீக்கிய பின், ஒன்னுக்கு ரெண்டு தடவை தண்ணிவிட்டுக் கழுவி வேகவைப்பாள் ஆண்டாள். வெந்த பருத்திக் கொட்டைகளை அரைத்து, வெள்ளைத்துணியில் வடிகட்டிப் பருத்திப் பால் செய்வாள்.

தற்செயலாய் காலைப்பொழுதில் எதிர் வீட்டுக்குப் போன டீச்சர் கண்டுவிட்டாள். “இன்னைக்கு என்ன விசேசமா?” என்று கேட்டாள். இதுவரை காணாதது இது.

“நீங்க வீட்டுக்குப் போங்க டீச்சர், நா பெறகு வந்து சொல்றேன்.” அனுப்பிவைத்தாள் ஆண்டாள்.

ஈயம் பூசாத வெங்கலப் பாத்திரத்தில், உணவுப் பதார்த்தம் திடப் பொருளாகவோ, திரவமாகவோ வைத்தால், களிம்பு பிடித்துக் கெட்டுப்போகும். பக்குவமாய் பருத்திப் பால் கிண்டி, ஈயம் பூசிய செம்பில் எடுத்து வந்தாள் ஆண்டாள். “உடம்புச் சூட்டைத் தணிக்கும் குளுச்சியான பொருள் பருத்திப் பால்” என்றாள்.

சித்திரை வெயிலில் உழவுகட்டியில் கலப்பை பிடிக்கும் வேலை. சால் பிடிக்க ஆண்டாள் வீட்டுக்காரரர் மாணிக்கத்தை கூப்பிடுவார்கள்; நான்கு ஏர் உழுதால், சால் பிடிக்கிற கடைசி ஏர் மாணிக்கத்தினுடையதாய் இருக்கும்.

அலுவலகப் பணிகளில் ஈடுபடுகிற பேர்வழிகளுக்கு மாத்திரம் அலுப்பு வருமென்பதில்லை; அவர்களுக்கு வாரம் ஒருநாள், இருநாள் விடுமுறை. வேணா வெயிலில், உழு கட்டியில் பாடுபட்டு வருகிறவர்கள் வாரம் ஒருமுறை, பத்து நாட்களுக்கு ஒருமுறை ‘தைப்பாறுதல்’ (இளைப்பாறுதல்) செய்துகொள்வார்கள். என்றைக்கு இளைப்பாறுதலோ, அன்றைக்கு அவர்களுக்கு விடுமுறை.

தலைக்கு நல்லெண்ணை வைத்துத் தேய்த்து, காலாற கையாற வெந்நீர்க் குளிப்பு மட்டுமல்ல, உடல் சூட்டைத் தணித்து ஓய்வுகொள்ளச் செய்ய பருத்திப் பால். இத்தனை நாள்

உடம்பிலேறிய அத்தனை சூட்டையும் அந்த இளைப்பாறும் நாளில் தீர்த்துக்கொள்வார்கள். அந்த நாளில் ஆணுக்குத் துணை பெண். இம்மாதிரி ஓய்வு நாளை களிப்புறு பொழுதாகக் கொண்டாடுவது பற்றி ஆண்டாளுக்குச் சொல்லித் தர ஆண்டாள் ஒன்னுமறியா பாவாடைச் சிறுபெண் அல்ல. ஒரு உழைப்பாளியை எவ்வாறெல்லாம் பேணிக்காக்க வேண்டுமோ அவ்வாறு பேணிக் காக்கிறாள்.

இதெல்லாமும் மணமாகாத முதிர் கன்னிக்கு விளங்குமா!

"இன்னைக்கு முழுசும் நீங்க என்னைய தேடக்கூடாது" என்றாள் ஆண்டாள்.

புறப்பட்டுப் போன பெண்ணின் முதுகுப்புறத்தை விரிந்த விழிகளுடன் நோக்கினாள் சந்திரமதி.

அத்தியாயம் இரண்டு

27

அன்றைக்கு ஒரு வேதனையின் நாள்.

காலை இடைவேளைக்குப் பின் ஒவ்வொரு வகுப்பின் பின்னால் நின்று ஏறிட்டு நோட்டமிட்டு வருவாள் தலைமை ஆசிரியை. கைகளைப் பின்புறமாய் கட்டி பார்வையிடுதல் நடக்கும். வகுப்புக்குப் பின்னால் நின்று முன் வரிசைகளை நோக்குகின்றபோது, "இது எல்லாம் உன்னோட பள்ளி தான், பிள்ளைகதான், எடுத்துக்கோ" என வகுப்பு அழைப்பது போலிருந்தது.

ஐந்தாம் வகுப்பு கடைசி பெஞ்சில் அமர்ந்திருந்த பையன் டெஸ்க்கில் முகம் கவிழ்த்து அழுது கொண்டிருந்தான். கைக்கடிகாரம் எவரிடத்தும் இல்லாதபோது, ஆசிரியர்களே பேருந்துகளின் நேரத்தை வைத்து பள்ளி நேரத்தை கணித்துக் கொண்டிருந்தபோது, ஊரின் கீழ்க் கோடி சக்கிலியக்குடிப் பையன் கடிகாரம் கட்டி வருகிறான். அவன்தான் அய்யப்பன். கடிகாரப் பையன். சின்னச்சாமி வாத்தியாருக்கு பொசுபொசுவென்று சினம் பீறிட்டது. முதன்முதலில் அய்யப்பன் கடிகாரம் கட்டி வந்தபோது, பிள்ளைகளுக்கு கடிகார தரிசனம் கிடைத்தது. அவன் கையைத் தொட்டுத் கழற்றித் தரச் சொல்லி பெருமையுடன் பார்த்தார்கள். முதல் கேள்வி சிவகாமி.

"யார் கொடுத்தது?"

"அண்ணன்."

"எங்கிருந்து வாங்கி வந்தான்?"

அய்யப்பனோட அண்ணன் சங்கர்ராம் ராணுவத்திலிருந்து இரண்டு மாத விடுப்பில் வந்தவர் தம்பிக்கு வாங்கி வந்திருந்தார். விடுமுறையில் வருகிற போது, ஒவ்வொரு முறையும் தம்பிக்கு புதுஉடுப்பு வாங்கி வந்து தருவார். ஆக்ராவின் தாஜ்மகால் காதல்சின்னத்தைக் கடிகாரமாய் வாங்கிவந்து தந்திருந்ததில் அண்ணனுக்குள் வாழும் கலைமனது பளிச்சிட்டது.

"ஓங் கைக்கு வடிவா இருக்கு." சொல்லி மகிழ்ந்தனர் பெண்பிள்ளைகள். பிறகு களங்கமில்லாமல் தங்கள் கைகளில் மாட்டிப் பெருமை பொங்கப் பார்த்தனர். புளகாங்கிதம் அடைந்து, பெருமிதத்தில் நனைந்து அவர்கள், பக்கத்து வகுப்புக்குப் போய் தலையொத்த பிள்ளைகளிடம் காட்டி மகிழ்ந்தனர். மொத்த வகுப்பின் குதூகலிப்பை, பாராட்டை அண்ணனிடம் போய் பகிர்ந்து கொள்ள இருந்தான் அன்று. அந்த ஆசையில் மண் விழுந்தது. பாலகனின் கனவுகளில் மண்ணள்ளிப் போட்டுப் பழக்கப்பட்ட ஆசிரியர்களில் சின்னச்சாமி வாத்தியார் முதலாவதாக வந்தார்.

சின்னச்சாமி வாத்தியாருக்கு நரகத்தில் கால் வைத்தது போல் ஆயிற்று. "எந்திரிடா."

வகுப்பில், முதன்முதல் கைக்கடிகாரம் கட்டிக் கொண்டு வந்தவன் அய்யப்பன். மணிக்கட்டை பிரம்பால் மெல்லத் திருப்பி, "துரைக்குக் கெடிகாரம் கேக்குதோ, கழட்டுலே" அரட்டினார். அய்யப்பன் கூனிக்குறுகி கழட்டினான். "பெஞ்சு மேல வை." பிறகு மணிக்கட்டை குறி பார்த்து முன்னும் பின்னுமாய்த் திருப்பி பிரம்பு விளாசியது.

"ஓங்க அய்யா, ஒன்னைய வெள்ளூரியா உரிக்கச் சொல்லிட்டுப் போறாரு."

தாழ்த்தப்பட்ட குடியில் பிறந்துவிட்டால், சின்னச்சாமி வாத்தியாரிடம் இதையெல்லாம் எதிர்கொண்டே ஆகவேண்டும்.

இந்த வாத்தியாரோடு வருசம் முச்சூடும் இப்படித்தான் மாரடிக்கணும் என்று நினைத்தபோது மாணவப் பாலகருக்குப் பயம் எடுத்தது. அதிலும் பெண்பிள்ளைகள் அஞ்சாம் வகுப்பில் கால்வைத்த முதல் நாளிலிருந்து எத்தனை தாலி அறுபடுமோ என்னும் பயத்தில் வாழ்ந்தனர்.

பெண்பிள்ளைகள் இன்னொரு உண்மையை உருவிக்கொள்ள முடிந்தது. இவருக்கு பொம்பளப் பிள்ளைகள் என்றால் பிடிக்காது என நினைத்தார்கள். ஆனால் அய்யப்பன் கடிகார விவகாரம் வழியாய் தாழ்த்தப்பட்ட சாதியினரோடு அவர் நேர்ப் பகை கொண்டிருந்தது நிரூபிக்கப்பட்டது.

அன்று காலை சக்கிலியக் குடியில் துக்ககரமான ஒரு சம்பவம். 'பெரியகண்மாய்' கீழ்முகனையில் தாட்டியான கொப்புகளுள்ள பெருத்த புளியமரம். இருண்டு படரும் நிழல் ஈரச் சொத சொதப்பாகி பெண்பிள்ளைகள் கோடு கிழித்து குந்துவான்

விளையாடும் விருட்சம். பையன்கள் சடுகுடு, கிளித்தட்டு, கிட்டிப்புள் ஆடினார்கள். அய்யப்பனின் அண்ணன் அழகிரி (16 வயது) புளியமரத்தில் ஆட்டுக்குக் குழை பறிக்க வழக்கமாய் ஏறுகிறவன். வாயில் பால் ஊறச்செய்யும் இளம் தளிர்கள் பூத்திருந்த மரத்தில் இரண்டு தோள்கள் வழியாக வேட்டியை கழுத்தில் கட்டிப் பறித்து நிரப்பிக் கொண்டிருந்தான். கைப்பிடி லேசாய் நழுவியது. முரட்டுக் கொப்புகளில் 'தட்தட்' என்ற சத்தத்துடன் அடிபட்ட ஒரு பறவை இரு கைகளையும் விரித்து பறப்பதுபோல் கீழே வந்தான் .

கைகளைக் கட்டி மெதுவாய் நடைபோட்டு உள்ளே வந்த சந்திரமதி அய்யப்பனை தொட்டுக் கேட்டாள் "ஏன் அழற?"

"வணக்கம் அம்மா" ஒட்டு மொத்த வகுப்பும் கொடுத்த குரலில் டேபிள்மேல் தலைவைத்துத் தூங்கிக்கொண்டிருந்த சின்னச்சாமி விழித்துக் கொண்டார். வகுப்பின் கடைசி பெஞ்சில் நின்றிருந்த தலைமையாசிரியரின் அருகில் பரிதாபமாய் வந்து நின்றார்.

"ஏன் அழுகிறாய்?" அந்தப் பையனின் அருகில் அமர்ந்து முதுகில் கை வைத்து சந்திரமதி கேட்டாள்.

"எங்க அண்ணன் செத்துப் போய்ட்டான் டீச்சர்..."

தலைமையின் முகத்தில் கொட்டிய அதிர்ச்சி, கருப்பு முகத்தை மேலும் கருப்பாக்கிற்று. மெல்ல அவன் முதுகைத் தடவித் தேற்றினாள்.

"எப்படி?"

அவன் சாவு நடந்த விபரம் சொன்னான். அவன் இத்தாம் பெரிய இடியைத் தாங்கிக்கொண்டு வகுப்புக்கு வந்திருக்கிறான். நினைக்க நினைக்க பிள்ளைகளுக்கு முகம் கோணி அழுகை பிதுக்கிக் கொண்டு வந்தது.

"எப்ப நடந்தது?"

"இன்னைக்குக் காலையில."

டீச்சர் வேறொன்றும் பேசவில்லை. அய்யப்பனை கையோடு அழைத்துக் கொண்டு, மூத்தவரான கணேசலிங்கத்தின் ஏழாம் வகுப்புக்குப் போனாள்.

"சார், கொஞ்சம் பாத்துக்கிறீங்களா? இந்தப் பையனோட வீடுவரைக்கும் போய்க் கேட்டுட்டு வந்திட்றேன்."

டீச்சர் அய்யப்பனுடன் புறப்பட்டுப் போனாள்.

28

தாழ்த்தப்பட்ட குடிமக்கள், உழைப்பு உண்டு, தம் வாழ்க்கை உண்டு என்று வாழுகிறவர்கள்; வரும் கூலியைப் பற்றிக் கவலைப்படுவார்கள்; சுய ஆதாயம் தேடும் உயர்சாதியினரின் புறக்கணிப்பு பற்றி அவர்கள் அதிகம் அலட்டிக் கொள்வதில்லை; ஆனாலும் அறிவார்கள்; முக்கால்வாசிப் பேர் பாரம் சுமக்கப் பிறந்தவர்கள் தாங்கள் என்னும் நம்பிக்கையுடன் ஆழமாய் வேர்விட்டிருந்தனர். 'பாரம் சுமக்கப் பிறந்தவர்களே! என்னிடம் வாருங்கள்!' என கர்த்தர் அழைக்க மீதி கால்வாசி அங்குபோய் அடைக்கலம் ஆனது.

பூமியையும் ஆகாயத்தையும் தமக்காக வசப்படுத்த வேண்டும் என்னும் ஆதாயம் தேடும் நோக்கு கொண்டவர்கள் உயர்சாதியினர். நிலபுலமும், சொத்தும், அனைத்துக்கும் மேலான அதிகாரமும் கொண்டவர்கள்.

தலைமையாசிரியை என்ற பிரகிருதியை அந்தத் தாழ்குடி சற்றும் எதிர்பார்க்கவில்லை. பெரும் புளியமரத்தினடியில் விழுந்து கிடக்கும் உடலை சந்திரமதி கண்டாள்; உடலை மூடியிருந்த வேட்டியை முகம் விலக்கிப் பார்த்தாள். இறந்து போனவர்களின் வாய் நேரம் செல்ல செல்ல விரிவடைந்துகொண்டே போகும்; வாயை மூடி நாடியில் இருந்து தலையுடன் சேர்த்துக் கட்டப்பட்டிருந்தது. குத்துக்காலிட்டு முகம் பார்த்துக் கண்கலங்கினாள். எழுந்து துயரத்துடன் முன்னிற்கும் மக்களைப் பார்த்து கைகூப்பினாள். சக்கிலியக்குடி மனிதர்களுடனான அறிமுகம் அந்தக் கும்பிடு.

"இப்படி ஆயிருச்சே அம்மா..." தழுதழுத்த குரலில் அனைவரும் அழுது கத்தினது தெரிந்தது. இறந்து போனவனின் ஆத்தா கூந்தல் கலைந்து தரையில் பரசிப் பரசி அழுவது கண்டு இருகைகளும் விரித்து செய்வதறியாதவளாய்க் கலங்கினாள். அங்குள்ள எவருக்கும் கண்ணின் ஊற்று வற்றிப் போய்விடவில்லை.

"நீங்க யாராவது ஒருத்தர் என் கூட வரமுடியுமா?"

அவள் செயலாற்றுவதற்கு ஒரு சந்தர்ப்பம் கிடைத்துவிட்டது. டீச்சர் அழைப்புக்கு ஒரு முணுமுணுப்பும் இல்லை. மறு

பேச்சில்லாமல் அவர்களில் விவரமானவரான பன்னீர்ச்செல்வம் அவளுடன் புறப்பட்டார். பள்ளிக்குப் போய் அறையில் அமர்ந்து ஆசிரியர் தருமரை அழைத்தாள். "நீங்க என்கூட வரீங்களா தருமர்?" வந்தவுடன் கேட்டாள்.

தலைமையாசிரியர் பணி ஏற்ற நாளிலிருந்து தருமர் கவனித்து வருகிறார். காரண காரியப் பிறழ்வுடைய எக்காரியத்தையும் தலைமை செயல்படுத்துவதில்லை. நீதி, நேர்மை, உண்மை கொண்ட ஒவ்வொன்றுக்கும் முன்னிற்கிறார். இப்பேர்ப்பட்ட தலைமையுடன் ஒவ்வாமை கொள்ள ஆசிரியர் தருமருக்கு ஒன்றும் இருக்கவில்லை. எதற்காக என்று விசாரிக்கவில்லை; அங்கிருந்து 15 கிலோமீட்டர் உள்ள மணல்மேடு காவல் நிலையம் செல்ல வேண்டும்.

மணல்மேட்டின் சின்னஞ்சிறு காவல் நிலையம், வந்தவர்களை அதிசயத்துடன் ஏறிட்டது. இவர்கள் படித்த, உயர் பதவியிலிருப்போராகத் தென்பட்டனர். எடுத்த எடுப்பில் தெரிந்துவிட்டது இவர்கள் வித்தியாசமானவர்கள்; சாதாரண சனம் போலில்லை என முதல் பார்வையிலேயே கணித்தது காவல் நிலைய காக்கிச் சீருடைகள்.

பொதுவாகக் காவல்நிலையம் பற்றி, காக்கிச் சீருடையாளர்கள் பற்றி சந்திரமதிக்கு நல்ல அபிப்பிராயமில்லை. சாதாரணரின் காவல்நிலையக் கதைகள் காதுகொடுத்துக் கேட்க முடியாதவை, சகிக்கவொண்ணாதவை.

காவலர் எனப்படும் போலீஸார் அனைவரும் புலன் கூர்மை கொண்டவர்கள்; மோப்பம் பிடிப்பது, வாசனை பிடிப்பது, மூக்குவேர்ப்பது என சமுதாயத்துக்குள் நடக்கும் அத்தனையையும் அறிந்த 'ரட்சகர்கள்.' மனிதகுல வாழ்க்கைக்குத் தேவையில்லாத ஆய குணங்கள் அனைத்தும் கொண்ட இவர்களை அவளுக்கு சுத்தமாகப் பிடிக்காமல் போயிற்று. கல்விநிலையங்கள் மேல் அவளுக்கு ஏற்பட்டுள்ள ஈர்ப்பு போல், காவல்நிலையம் மீது ஏற்படவில்லை.

சீருடையாளர்கள் தங்கள் புலன்களை ஒருபோதும் தூங்க விடுவதில்லை. அதிகார நடைமுறையிலேயே கொண்டு செலுத்தினர்.

ஒருமுறை புலன்களைக் கட்டுப்படுத்துவது எப்படி, ஆசை அண்டவிடாமல் செய்வது எதன் பொருட்டு என புத்தர் சீடர்களுக்கு உபதேசித்துக் கொண்டிருந்தார். சீடர்கள் கூட்டத்தில்

ராஜாவும் ஒருவர். புத்தர் உரையாற்றியபோது ராஜாவின் இடது கட்டை விரல் துடித்துக் கொண்டிருந்தது.

“நீங்கள் என்ன செய்கிறீர்கள்?” புத்தர் கேட்டார்.

“நான் புலன்களைக் கட்டுப்படுத்துவது பற்றி சிந்தித்துக் கொண்டுள்ளேன்” என்றார் ராஜா.

“தங்களைப் பார்த்தால் அப்படித் தெரியவில்லை. இடது கட்டைவிரல் தொடர்ந்து துடித்துக் கொண்டிருக்கிறது” சுட்டிக்காட்டினார் புத்தர்.

“தடுத்து விடுகிறேன். இனி என் விரல் ஆடாது. மனதை ஒருமுகப்படுத்தி விடுகிறேன்.”

ஆனால் சொன்னபடி ராஜாவால் செய்ய முடியவில்லை. புத்தர் உரையாற்றிக் கொண்டிருக்கிற போதும் ராஜாவின் கட்டைவிரல் தானாக துடித்துக்கொண்டிருந்தது.

“தங்கள் சிந்தனையை ஒருமுகப்படுத்துவதற்கு முயற்சி மேற்கொள்கிறீர்கள். ஆனால் தன்னையறியாமல் மற்றொரு சிந்தனை தங்களை ஆட்டுவிக்கிறது. அது தான் கட்டைவிரலைத் துடிக்க வைக்கிறது.”

சீருடையில் அலையும் காவலர்களின் சிந்தனையும் செயலும் தன்னையறியாது, அதிகாரச் செயல் என்ற விரல் துடிப்பை ஏற்படுத்தி விடுகிறது. புத்தரின் இந்த உரையாடலைக் கேட்குந்தோறும் சந்திரமதிக்கு காவல்நிலையச் சிந்தனை எழாமல் போகாது. பொருத்திப் பார்ப்பாள். தனி ஒரு ஆளை எதிர்கொள்கிற போதும் கூட்டமாய் எதிர்கொள்கிற வேளையிலும் அதிகாரம், அதன்வழி பண வருவாய் என்ற விரல் துடித்துக் கொண்டே இருப்பது.

ஒருபோதும் அவள் காவல் நிலையம் செல்ல விரும்பியதில்லை. கருத்திருந்தாலும் படிப்பும் பதவியும் அவளை மேட்டிமையில் செதுக்கி இருந்தது; மென்மையும் மேன்மையுமான உருவத் தோற்றத்தை அவளிடம் கண்டனர்.

சந்திரமதி கொடுத்த விண்ணப்பத்தைப் பெற்றுக் கொண்ட உதவி ஆய்வாளர், விண்ணப்பத்தில் சந்திரமதி, தலைமையாசிரியர் அரசு நடுநிலைப்பள்ளி என கையெழுத்திட்டிருந்தது கண்டார். சிறுபுன்னகை உதவி ஆய்வாளரின் இதழில் நழுவிற்று.

பொருத்தம் இல்லாத ஒரு நபரைக் கண்டவர் போல் நைச்சியமாக புன்னகையைத் தனக்குள் வைத்துக்கொண்டார்;

அவள் இதற்காக வந்தவள்; பிறகு ஏன் கூச்சப்பட வேண்டும்.

"தலையாரி வந்தாரா?" உதவி ஆய்வாளரிடம் கேட்டாள்.

"அப்படி யாரும் வரவில்லை."

"ஒங்க கிட்ட புகார் கொடுக்க கிளம்புனதாச் சொன்னாங்க."

தனக்குள் எழுந்த சந்தேகத்தைத் தீர்த்துக் கொள்ளக் கேட்டாள். உதவி ஆய்வாளர் சிரித்தார். "அப்படியொரு பேச்சும் கிளப்பிவிட்டுருக்காங்களா? மோசமான ஊர்; புகாரும் வரல, ஆளும் வரல."

எதிரில் அமர்ந்த ஆசிரியமாருக்கு உண்மை வெளிச்சமாகிற்று. பாவப்பட்ட ஜனங்களிடம் காவல் நிலையத்தைக் காட்டி கிராமுன்சும் தலையாரியுமாக 50 ரூபாய் மொங்கான் (கொள்ளை) அடித்துள்ளார்கள். (இன்றைய மதிப்பு 500 ரூபாய் இருக்கும்) .

அர்த்தமுள்ள புன்னகையைத் தமக்குள் பரிமாறிக் கொண்டனர்.

"நீங்க போங்க, பின்னாலியே நாங்க வர்றோம்."

உதவி ஆய்வாளர் பவ்வியமாகத் தெரிவித்தார்.

இது கொலை அல்ல; தற்கொலையும் அல்ல. தன்சாவு; தற்கொலை என்றால் புளியமரக் கொப்பில் தூக்கு மாட்டித் தொங்கியிருக்க வேண்டும். அப்படி எதுவும் நடக்கவில்லை.

"புல் தடுக்கி விழுந்தவனும் செத்தான்; புளிய மரம் ஏறி விழுந்தவனும் பிழைத்தான்." என மாறியிருக்க வேண்டியது.

பிடித்த கை நழுவி, கால் தவறி விழுந்து கொஞ்சம் வித்தியாசமான சாவாய் நிகழ்ந்து போனது. தகவல் தெரிவித்துவிட்டு சடலத்தை நாங்களே எரியூட்ட அனுமதிக்க வேண்டும் என வேண்டிக்கொள்ள காவல்நிலையம் வந்ததாகத் தெரிவித்தார் சந்திரமதி.

நடவடிக்கை தொடங்கினால் அது ஒருநாளில் முடிவதில்லை. முதற்கட்டம் காவலர்கள் வந்து பார்வையிட்டு அறிக்கை தருவது, சடலத்தை மாட்டு வண்டியில் எடுத்துப்போய் மருத்துவமனையில் உடல் கூறாய்வு செய்ய ஏற்பாடு செய்வது, கூறுபோட்ட உடலை பொட்டலமாய்ச் சுருட்டி உறவுகளிடம் ஒப்படைப்பது, அதன்பின்னரே எரியூட்டல் சாத்தியம். 15 கிலோமீட்டரில் உள்ள பேரூராட்சி அரசு மருத்துவமனைக்கு உடற்கூறாய்வு செய்யும் மருத்துவர் நகர மருத்துவமனையில் இருந்து வரவேண்டும். அதுவரை பிணவறையில் வைத்திருக்க வேண்டும். குளிரூட்டப்பட்ட

பிணவறை அங்கு இல்லை. நாட்களெடுக்கும் நடைமுறை வேண்டாம் என்று கேட்டுக் கொள்ளவே ஆசிரியர்கள் பிரசன்னமாகியிருந்தனர்.

ஒரு அரசுப் பணியாளர், மென்மையும் மேன்மையும் கொண்ட ஒரு பிரமுகர், அரசுப் பள்ளித் தலைமை ஆசிரியர். உதவி ஆய்வாளர் அவ்வாறுதான் தன் முடிவைத் தெரிவித்தார்

"நீங்க ஒரு தலைமையாசிரியர். இறந்தது உங்கள் பள்ளி மாணவனின் அண்ணன். அதற்காக வந்திருக்கிறீர்கள். இதுல போயி நாங்க மூக்கை நுழைக்க வேண்டாம்னு நினைக்கிறேன்."

விலகிக் கொள்கிற தொனி அவர் பேச்சில் வெளிப்பட்டது. 'செய்யுங்க' - உதவி ஆய்வாளர் தடையில்லாச் சான்றிதழ் வழங்கினார்; வாய்மொழிச் சான்றிதழ் போதும் அவர்களுக்கு. உதவி ஆய்வாளரின் பெருந்தன்மை மட்டுமல்ல, காரண காரியத்துடன் நடந்து கொண்டிருக்கிறார். நெகிழ்ந்து அவருக்கு நன்றி, வணக்கம் தெரிவித்துவிட்டு சந்திரமதியும் தருமரும் புறப்பட்டனர்.

அவர்களுடன் வந்து காவல் நிலைய வாசலில் நின்ற பன்னீர்ச்செல்வத்திடம் விசயத்தை தெரிவித்தனர். தலையாரி அவர்களிடமிருந்து பணம் பறித்த சூழ்ச்சியையும் சொன்னார்கள்.

காரியம் நிறைவாகிவிட்டதில் முகத்தில் மகிழ்ச்சி பொங்க தலைமை ஆசிரியை புறப்பட்டார். "ஆகவேண்டியதைக் கவனிங்க" என்றார். காவல் நிலைய முற்றம் தாண்டியிருக்கவில்லை. பின்னாலேயே 'அம்மா...' என்ற இழுவைக்குரல். அழைத்தபடி ஒரு காவலர் பின்தொடர்ந்தார். சந்திரமதி திடுக்கிட்டுத் திரும்பினாள். காவலரின் முகம் எதையோ தெரிவித்தது. காவலரின் கையில் ஐம்பது ரூபாயை வைத்தார் சந்திரமதி. (இன்றைய மதிப்பு 500 ரூபாய் இருக்கும்) உதவி ஆய்வாளருக்குப் பங்குண்டா அல்லது அவர் வாங்கி வரச் சொன்னாரா தெரியவில்லை. கட்டைவிரல் துடித்து விட்டது.

29

வட்டிக்கு விட்டுக் குவியும் பணத்தில் தான தர்மம் பிழையில்லை; நட்ட நடுக்காட்டில் தவித்த வாய்க்குத் தண்ணீர் வழங்கும் ஒரு கிணறு, நீர் இறைக்கும் தலா, கோடை வெயிலில் ஆடு மாடு தோல்வற்றிச் சுருண்டு கோமாரி நோய் கண்டு சாகாமல் காக்கும் ஊரணி, ஊரணிக்குத் தண்ணீர் வரத்து வாய்க்கால் - உபயங்கள் செய்வது பிழையில்லை.

"செல்வந்தன் என்றால் தான தருமம் செய்யவேண்டும்; படித்தவன் என்றால் ஒரு நூல் எழுதவேண்டும்" என எழுதிவைத்துப் போன ஒரு வாசகம் வாழுகிறது. ஆனால் செல்வந்தனுக்குப் பணம், சொத்து எவ்வாறு வந்தது என கேள்வி எழுப்பக் கூடாது. எழுதி, கொடைநல்கி, தான தருமம் செய்த எத்தனையோ கொள்ளையர்கள், வழிப்பறி திருடர்கள் மக்களால் பேசப்பட்டதில்லையா!

பெத்தண்ணன் - பெயரில் அண்ணனை வைத்திருந்தார். வயதில், காரியத்தில் மூத்த ஐயாவைக் கொண்டிருந்தார். காரிய வல்லமை காட்டுவதில் அண்ணன் இடத்தைத் தாண்டி அய்யாவைத் தொட்டுக் கொண்டிருந்தார். ஊர்க்காரர்கள் மட்டுமல்ல சுத்துப்பட்டுக்காரர்களும் சென்னம்மாளிடம் வட்டிக்குக் கடன் வாங்கி, திருப்பித் தரவியலாமல் சொந்த நிலத்தை அவளிடம் கட்டுக் குத்தகைக்கு விடுவார்கள்.

ஊர் ஊருக்கு பெத்தண்ணன் என்ற கணக்குப்பிள்ளை வசூலுக்கு வண்டி கட்டிக்கொண்டு போவார். இவரை போல் தங்கி ஓய்வெடுத்து போவதற்கு 'சவுக்கை' எனச் சொல்லப்படும் தாழ்வாரம் இறக்கிய மடம் ஒவ்வொரு ஊரிலும் இருந்தது. ராணி மங்கம்மாள் காலத்தில் மக்களுக்கு சேவை செய்வதற்காகவும் மக்களிடமிருந்து வரி வசூலிக்கவும் இப்படியான சவுக்கைகள் ஊரூருக்கு உருவாக்கப்பட்டன. சவுக்கையில் உட்கார்ந்து கணக்குப்பிள்ளை ஆள் அனுப்புவார். கடனைத் திருப்ப முடியவில்லை; வட்டிக்கு கூட வருட மகசூல் விளையவில்லை என புஞ்சையை கட்டுக்குத்தகைக்கு விட்டவர்கள் ஆவியைப்

பறிக்கிற மாதிரி நிலத்தை எழுதித் தரச் சொல்லி கேட்பார் பெத்தண்ணன்.

“இல்லாததால்தான் நாங்க வாங்குறோம், குத்தகைக்கு விட்ட நிலத்தை எழுதித் தரச் சொல்கிறார்” என சென்னம்மாளிடம் போய் முறையிட்டால், “எதுனாலும் பெத்தண்ணன் கிட்டப் பேசுங்க” என்று ஒதுங்கிக் கொள்வாள். முகம்கொடுத்துப் பேசமாட்டாள்.

ஆத்திர அவசரத்துக்குப் பணமில்லாத ஜீவன்கள், கடன் வட்டி என்று வாங்கி, அநியாய வட்டியைக் கட்டமுடியாமல் போகையில், பெத்தண்ணனைக் கை காட்டிவிட்டு நழுவுகிற தந்திரோபாயம் சென்னம்மாளுக்கு கைவந்திருந்தது. நிலத்தை சென்னம்மாள் பெயருக்குக் கிரையம் செய்து முடிப்பதில் பெத்தண்ணன் அவளின் தந்திரத்துக்கு ஏற்ப ஆடும் தேர்ந்த சூழ்ச்சிக்காரர் ஆகியிருந்தார். இருவரும் ஒரு படகில்தான் பயணம் போயினர். ஆயினும் துடுப்பும் கையும் வேறுவேறு. எஜமானியின் கை துடுப்பு அசைக்காது. இவர் துடுப்புப் போட்டு அவளைக் கரைசேர்க்கும் கள்ளனாக இருந்தார்.

இப்பேர்ப்பட்ட ஆள் தன் பிடிக்குள் தன்னை விட்டு ஒருபோதும் விலகிச் செல்லாமல் இருத்திக் கொள்ள சென்னம்மாள் திட்டமிட்டாள்.

சுந்தரி என்ற இளம் பெண்ணை நடுத்தர வயது பெத்தண்ணனுக்குத் திருமணம் செய்து வைத்து 20 ஏக்கர் நிலமும் மாற்றிக் கொடுத்தாள். பெத்தண்ணனுக்குத்தானே என்று நினைத்தால், அவர்கள் ஏமாந்து போவது நிச்சயம். 20 ஏக்கர் நிலத்தை சுந்தரி என்ற பெண்ணுக்கு முதற்காரியமாய் எழுதி ஒப்படைசெய்த பின் கல்யாணம் செய்து வைத்தாள்.

ஊருக்குள் பெண்கள் ஏமாளிகளில்லை. இவை எல்லாவற்றிலுமிருந்து வேறொரு அர்த்ததைக் கிரகிப்பது அவர்களுக்குச் சுலபம். அந்திக்கலம்பக ஒன்றுகூடலுக்கு முற்றத்துக்கு வரும் பெண்கள் மூலமாக சந்திரமதியின் காதுகளில் விழுந்திருந்தது இந்தச் செய்தி.

30

வட்டிக்கு விட்டு அநியாய வட்டி வசூலித்து நிலத்தை அடாவடியாய் எழுதி வாங்கி அபகரித்த சொத்தில் தற்போது உயர்நிலைப்பள்ளி கட்டிடம் உருவாகிக் கொண்டிருக்கிறது; நல்ல நாள் பார்த்து, நேரம் பார்த்து கடகால் (அடிக்கல்) நாட்டினார்கள். ஒரு அடி இரண்டடி செங்கல் அடுக்கி வட்டரோதையில் அரைத்து எடுத்த காரை சேர்த்து உயரமாக்கிக் கொண்டு போனார்கள். கொத்தனார் சித்தாள் படும்பாட்டில் ஒவ்வொரு நாளும் விரைவாக சுவர் வளர்ந்து கொண்டு போனது. ஆனால் நேற்றுத் தான் தொடங்கியது போல் இருந்தது.

கட்டிடம் அடிக்கல் நாட்டு நிகழ்வுக்குத் தலைமை ஆசிரியை அழைக்கப்படவில்லை. பின்னால் ஒரு சூழ்ச்சி இருந்தது என்பதைத் தெரிந்து கொள்வது பெரிய வித்தையில்லை. வெங்கிடப்பரின் மகள் சிந்தாமணியின் திருமண உறுதிசெய்யும் பரிசம் நிகழ்ச்சியை நடத்தித் தர சந்திரமதிக்கு முக்கியத்துவம் கொடுத்தது அந்தக் கூட்டத்துக்குப் பிடிக்கவில்லை. அந்த நல்ல நிகழ்வைப் புறக்கணித்த கூட்டம்தான் இதிலும் தன் கைவரிசை காட்டியிருந்தது. கருத்த கிராமுன்சு, சிவத்த கிராமுன்சு, ஊர் முக்கிய பிரமுகர்கள் அனைவரும் சேர்ந்து இந்த சூழ்ச்சியை முன்னெடுத்திருந்தார்கள். அதை மூத்த ஆசிரியர் கணேசலிங்கம் அறிந்துவந்து சொல்லியிருந்தார்.

பள்ளி விடுமுறை நாட்களில் கட்டிடம் கட்டும் சித்தாள் பணியில் தேவநாதன் வேலைக்குப் போனான். கட்டிட வேலை கால்வாசி முடிந்திருந்த வேளையில் ஆசிரியர் கணேசலிங்கத்தின் துணையுடன் சந்திரமதி பார்வையிடப் போனாள். தலைமை ஆசிரியைக்கு மெய்க்காவலர் போல உடன் வருகிற ஆசிரியர் தருமர் எப்போதும்போல் வந்தார். காவல் நிலையம் போய் விண்ணப்பம் எழுதிக் கொடுத்தது முதலாகக் கைகொடுத்து வருகிற அதே தருமர்தான்.

‘ப’ வடிவ கட்டிடம் எழும்பிக் கொண்டிருந்தது. அந்தக் காலத்தில் சிமெண்ட் வரவில்லை; சிமிண்ட் சாந்து குழைத்து,

கம்பிகள் நட்டி செண்டரிங் போடும் முறை இல்லை. சுண்ணாம்புக் கற்கள் கருப்பட்டி நிரவி வட்ட வடிவ ரோதையில் அரைத்து எடுத்த காரைச் சாந்து தான் கட்டிடம். கமலையில் மாடுகள் முன்னும் பின்னும். போய் வருகின்றன. ரோதையில் வட்ட வடிவமாய் சுற்றி வந்தன மாடுகள் - பிணையடிக்கும் மாடுகள் போல். இப்போதுதான் மெசின் செக்கு வந்து இருக்கிறது; அதற்கு முன் வரை மாடுகள் இழுத்து சுத்திவரும் மரச்செக்குகள்தான்; செக்கு மாடு மாதிரி சுத்தி சுத்தி வருகிறான் என்ற கேலி அடிப்பு இந்த செக்கிலிருந்து உருவெடுத்தது. அக் காலத்தில் செங்கற்கள் இல்லை; கிணறு தோண்டும் போது எடுக்கிற செம்பாறைக்கற்களை செவ்வக வடிவத்தில் செதுக்கி நேர்த்தி செய்து ரோதையில் அரைத்து எடுத்த காரைச் சாந்து பூசிக் கட்டிக் கொண்டிருந்தார்கள். புதிய கட்டிடம் முடிவு பெறுகிற போது ஆறாம் வகுப்பு முதல் பெரிய பத்து வகையான வகுப்புகள் உயர்நிலைப் பள்ளி கட்டிடத்திற்குள் வந்துவிடும்; நடுநிலைப்பள்ளி என்னும் பெயர் இருக்காது.

கட்டிடப் பணியை பார்வையிட்ட சந்திரமதி கொத்தனார்கள், சித்தாள்களுடன் கொஞ்ச நேரம் வேலை பற்றிப் பேசிக் கேட்டறிந்து கொண்டாள். அவர்களிடம் பேசி சந்தேகத்தைத் தீர்த்துக் கொண்டவள் சக ஆசிரியர்களுடன் பள்ளிக்குத் திரும்பினாள்.

தலைமை ஆசிரியை மேசை மீது இரு கடிதங்கள் காத்திருந்தன. ஒன்று கல்வித்துறை கடிதம். அதைப் பின்பக்கம் திருப்பிப் பார்த்தாள். கல்வி அலுவலகத்திலிருந்து வந்திருந்தது. மற்றொன்று அநாமதேயக் கடிதம்.

31

கல்வித்துறை அலுவலர்கள் பள்ளி ஆய்வுக்கு வருவார்கள்; வருகிற நாள் முன்கூட்டித் தெரிவிக்கப்படும். ஒரு வாரம் முன்னாலிருந்து தயாரிப்புக்குப் பள்ளி அமளிதுமளி ஆகிவிடும். ஆசிரியப் பெருமக்கள் தத்தம் மேசைகளுக்குள்ளும், தலைமை ஆசிரியர் அவருடைய அறைக்குள்ளும் சுருட்டிவைத்து ஆண்டுக்கணக்கில் தூசி படிந்த படச்சுருள்கள் மீண்டும் உயிர்ப்பு கொண்டு சுவர்களுக்கு வரும். உலகின் ஏழு அதிசயங்கள், பனிமலை உச்சத்தில் இருந்து இறங்கி வழியும் ஆறு என்னும் அமைதியின் ராகம், ஆட்டம் பாட்டு என்று கீழிறங்கும் அருவி, பலவண்ண மலர்கள், பறவை, விலங்குகள் என வருடம் ஒரு முறை வெளியே வந்து மாணவர்களுடன் உரையாடிக் கொள்கின்றன. மாணவர்கள் கண்களால் வியந்து கையினால் தொட்டு ரசிப்பார்கள். "சார் இவன் படத்தை தொட்டுட்டான் சார்" என்று புகார்க் காண்டம் வாசிக்கப்படும். "ஏண்டா அழுக்கு பண்ணுன?" பையனின் காதைத் திருகி மிரட்டுவார் ஆசிரியர்.

பள்ளியின் முந்தைய முதுமை படிந்த முகத்தைக் காணவியலாது. வெள்ளை அடித்து ஜன்னல்களை முன்பிருந்த வண்ணத்தில் மீட்டு மெருகேற்றி வைத்தனர். பெரும்பாலும் அரசுத் தொடக்கப் பள்ளிகள் மண் சுவர்களால் கட்டப்பட்டவை. பூச்சுமண் உதிர்ந்த சுவரின் மேல்பகுதியைச் சுரண்டிய பின்னர் புதியமண்ணால் தீர்த்துப் பலகை கொண்டு தீத்தி பளபளப்பாக்கிவிடுவார்கள். பள்ளிக்குப் புதிய முகம் கோர்த்திருக்கும். ஆய்வாளர் வருகிறாரெனில் அவ்வளவு அச்சம்.

தொடக்கப் பள்ளிகளில் பெரும்பான்மை அரசுப் பள்ளிகள். பாதிக்குமேல் தனியார் பள்ளிகள்; தனியார் பள்ளித் தாளாளருக்கு, நிர்வாகிகளுக்கு வருமானத்துக்கான வாய்க்கால் கல்விநிலையங்கள். ஆய்வாளர்களை எப்படி குளுப்பாட்டி அனுப்புவது என்பது சுயலாப தொழில்நுட்பம் அறிந்த தனியார்களுக்குக் கைவந்த கலை. கொக்கு முக்காடு போட்டுச் சோம்பியிருக்காது, நிமிச்சலாய்க் கம்பு ஓங்கிவிடுவார்கள். வருகிற ஆய்வாளருக்கு ஒரு கட்டைவண்டி

கூட ஏற்பாடு செய்ய இயலாத நிலையில் அரசுப்பள்ளிகளின் தலைமை ஆசிரியர் தவிதாயப்பட்டு நிற்கையில், தனியார் நிர்வாகிகள் கார் அனுப்பி மயக்கிவிடுவார்கள்.

அரசுப் பள்ளி தலைமை ஆசிரியர் இதுபோல் பலப்பல செய்து தருவது சாத்தியமில்லை; பக்தனின் பையில் இருப்பது காலியாகும் வரை வரம் கொடுக்க வரும் தெய்வங்களும் அகலப் போவதில்லை. ஆய்வு என்ற பெயரில் தாமதிப்பார்கள். இயலாத அரசுப் பள்ளிகளில் கோடை வெயில் காயும். அதிலும் மனுசரை வேகவைக்கும் கந்தக வெயில். சரியான விடை சொல்லிகள் என சில கெட்டிக்கார மாணவர்களைத் தயார் செய்து முதல் பெஞ்சு, இரண்டாம் பெஞ்சுகளில் உட்கார வைத்திருப்பார்கள். ஆய்வுக்கு வருபவருக்கு இந்த வித்தைகள் எல்லாம் அத்துபடி. கடைசி பெஞ்சில் உள்ள மாணவனை எழுப்பிக் கேள்வி கேட்பார்கள்; பிழையாக விடை சொன்ன கடைசி பெஞ்சுக்காரனுக்கு ஆய்வாளர் சென்ற பின் அர்ச்சனை காத்திருக்கும்.

கல்விஅலுவலரின் கடிதம் தெரிவித்த செய்தி ஆய்வல்ல - அது விசாரணை என குறிப்பிடப்பட்டிருந்தது.

“தலைமை ஆசிரியையாகிய தங்கள் மீது பிராது செய்து ஊர்க்காரர்கள் எழுதிய விண்ணப்ப நகல் இத்துடன் இணைக்கப்பட்டுள்ளது. தக்க சமாதானம் கூறி விசாரணையை எதிர்கொள்ளுங்கள்.”

கடிதம் தெரிவித்தது.

32

"**தா**ழ்த்தப்பட்டோர் குடியிருப்புக்கு அடிக்கடி போவீர்களா?"

கல்வி அலுவலர் நேரடியாக விசாரணையைத் தொடங்கினார். விசாரணை நடைபெறுமுன் தேநீர், காஃபி இதுபோல உபசரிப்பை அவர் ஏற்பதில்லை. முதல் கேள்வியில் ஒரு நூலிழை அவருடைய கேள்விகள் முற்றுப்பெறும் புள்ளியைத் தெளிவுபடக் காட்டியிருந்தது.

சந்திரமதியும் நேர்பதில்கள் தந்தாள்.

"அவ்வப்போது போவதுண்டு."

"இதற்கு முன் எப்போது சென்று வந்தீர்கள்?"

"மூன்று மாதங்களுக்கு முன்."

மழுப்பல், சுற்றிவளைப்பு எதுவுமின்றி வெளிப்பட்டது பதில்.

"ஏன் போனீர்கள்?"

விசாரணை அலுவலருக்கு மதிப்புறு காரணம் தேவைப்பட்டது. அய்யப்பனின் அண்ணன் சாவு குறித்து விவரித்தாள்; அது ஒரு தன் சாவு. சிறு தவறினால் விளைந்த சாவு. தற்கொலை அல்ல. ஆயினும் தற்கொலை எனப் பதிவிடும் சூழ்ச்சி ஊர் மேல்மட்டத்தில் நடந்தது என உள்ளுணர்ந்த போது எதிர்வினையாற்றினாள். அது எவ்வாறு பிழையாகும் என்பது அவளுடைய பதிலுக்குள் மறைந்துள்ள கொக்கி.

அவள் கண்களில் தன் பார்வையைப் பதித்த அலுவலர் கேட்டார், "என்ன சூழ்ச்சி?"

சூழ்ச்சி பற்றி விளக்கி சொல்ல வேண்டிவந்தது.

"உயர்சாதிப் பிரமுகர்கள் இதன்பின்னணியில் இயங்கினர். நான் இல்லாமல் போயிருந்தால் மேல்சாதி தயாரித்த வலையில் தாழ்த்தப்பட்ட குடி மாட்டுப்பட்டிருக்கும்."

அதற்காக 15 கிலோமீட்டர் தொலைவில் உள்ள காவல் நிலையத்துக்கு அவளும் சக ஆசிரியரும் போய் வந்தது உண்மை.

“காவல் நிலைய ஆய்வாளர் பணம் பெற்றுக் கொண்டு எந்த நடவடிக்கையும் எடுக்காமல் இருக்க உத்தரவிட்டார். இவ்வாறு அவர் மீது ஒரு பிராது கொடுத்திருக்கிறார்கள் தெரியுமா?”

“அது தெரியாது. யார் பணம் கொடுத்தது? நாங்கள் கொடுக்கவில்லை.”

“நீங்கள் கொடுத்தீர்கள். ஆய்வாளர் பெற்றுக் கொண்டிருக்கிறார்.”

எப்படி எல்லாம் இவர்களுக்குப் பழி சுமத்தத் தோன்றுகிறது! தமக்கு வேண்டாதவர்களைக் கொஞ்ச நஞ்சமேனும் கூச்சமின்றி, ஆப்பு அறைந்து, செயல்படாத மௌனியராக்கி விடுவதில் இவ்வாறானவர்கள் மகா வல்லவர்கள்.

எதிரில் இருந்த கல்வி அலுவலர் இடைவெட்டு வெட்டினார்.

“பள்ளியில் எந்த மாணவனின் உறவுக்கும் மரணம் நிகழ்ந்தால் போவீர்களா?”

“போவேன்.”

சந்திரமதி திடமாய்ச் சொன்னாள். “ஏற்கனவே போனேன்.”

அவனுக்கு மூக்குப் பூரி இருந்தனர்; காது குத்துவது போல் மூக்குப் பூருதல் போகிற உயிரைப் பிடித்து நிறுத்தும் என்ற நம்பிக்கை அவர்களுக்கிருந்தது.

முன்னால் பிறந்த இரண்டு பெண்கள், ஒரு ஆண் குழந்தை இந்த உலகை விட்டு விடைபெற்றிருந்தனர். நான்காவதாக வரவுள்ள சாவைத் தவிர்ப்பதற்காக அவர்கள் மூக்குப்பூரி, பிள்ளைக்கு மூக்கையா என்று பெயரிட்டனர். சாதாரணர் வாழ்க்கையை நம்பிக்கைகள் எடுத்துப் போகின்றன. நாளையும் வாழ்ந்திட முடியும் என்ற நம்பிக்கை அவர்கள் உயிருக்குக் காவல் செய்கிறது. எல்லா வழிகளும் அடைபட்டுப் போயினும், இந்த நம்பிக்கை எனும் ஒரு வாசல் திறந்தே இருக்கிறது.

“என்னால் நம்ப முடியவில்லை.”

நம்பமுடியாத சிலவற்றை சந்திரமதி முன்வைத்தாள்.

"தவிட்டுக்கு வாங்கின பிள்ளை - என்று இன்னொரு சொற்பிரயோகமும் உண்டு. மக்களுக்கு இது ஒரு நம்பிக்கை" என்றாள்.

கேட்க வேண்டுமென்னும் ஆவலில் அவர் நிமிர்ந்து உட்கார்ந்தார்.

வரிசையாய் தான் பெற்ற பொன்னு, தங்கக்கட்டி, வைரம், ரத்தினக்கல்லை சிவலோகம் அனுப்பிவைக்கும் ஒரு தாய், தன் குழந்தைகளைத் தக்க வைக்க முடியாமல் போகையில், இருக்கும் கைப்பொருளையாவது காக்க நினைப்பாள். குழந்தை குட்டிகளுடன் வாழ்ந்து வரும் ஒரு மகராசியிடம் தன் கைக்குழந்தையை ஏந்திச் செல்வாள் அந்தத் தாய். அந்த மகராசி ஒரு சொளகில் தவிடு கொடுத்து, இவள் கைகளில் ஏந்திய குழந்தையை வாங்கிக் கொள்வாள். சுளகு நிறையத் தவிடுக்கு ஈடாகக் குழந்தையை மாறுதல் செய்துவிட்டுத் திரும்புவாள் தாய் - அதுதான் தவிட்டுக்கு வாங்கின குழந்தை!

ஓரிரு நாள் கழித்து தாயார்க்காரி தவிட்டைத் திருப்பிக் கொடுத்து குழந்தையைக் கைகளில் ஏந்திக் கொள்வாள். குழந்தைக்குத் தன்னில் சுரக்கும் அமிர்தப் பாலூட்டி குழந்தையை இரண்டுநாள் பாதுகாத்து காவல் செய்வாள் அந்த மகராசி.

கேள்விப்பட்ட அலுவலர் இப்படியும் உண்டுமா என்று புருவங்கள் உயர்த்தினார். உயர் பதவிகளில் அமர்ந்திருக்கின்றவர்களுக்கு வெள்ளையன் ஆட்சிக் காலத்தில் பட்டியலிடப்பட்ட அரசுப் பணியாளர்களின் நன்னடத்தை விதிகள் தெரியும்; அவற்றை எப்படிக் கொண்டுசெலுத்துவது என்னும் சூட்சுமம் தெரியும். இதயம் அகற்றப்பட்ட இயந்திர மனிதனாய் கீழ்நிலை ஊழியர்களை நடத்தப் பயிற்சி பெற்ற வல்லாண்மை உண்டு. சாதாரணர்களின் எண்ண ஓட்டம், பழக்க வழக்கம், நம்பிக்கை, வாழ்வோடு அவைகளை இணைத்துப் போகிற நடைமுறைகள் பற்றி இவர்கள் ஒன்றும் அறியார்.

சந்திரமதி தன் மனசுக்குள் சொல்லிப் பார்த்துக் கொண்டாள்.

"நீ ஒன்னும் தெரியாத கூபை."

எதிரில் அலுவலர் தோரணையில் அமர்ந்திருப்பவரை இதைவிட மோசமாக மதிப்பீடு செய்யவியலாது.

எட்டாம் வகுப்பில் காலடி வைத்த, சவலைப் பிள்ளை மூக்கையா காணாமல் போயிருந்தான். மூக்குப்பூரிய ஓட்டை இருந்த போதும், சவலையின் சாயலை அவனிடம் காண முடியவில்லை. ஒரு விளையாட்டு வீரனுக்கான அடையாளங்களை சுமந்து அவனது பதின் பருவம் வந்து கொண்டிருந்தது. “எடுத்தது கண்டார், இற்றது கேட்டார்” என்ற புராண காவிய நாயகனைக் கம்பன் வியந்தது போல், மூக்கையா ஓட்டப்பந்தயம் தொடங்குவதைக் கண்டவர்கள், ‘ஓட்டம் கிண்ணிவிட்டான்’ என முடிப்பது கண்டனர். எல்லோரினும் முதலாவதாய் ஓடி முடிப்பதைக் கால்கள் செய்யும். பள்ளியில் வேக ஓட்டக்காரனாய் வளர்ந்து வந்தவனை, அடுத்த கட்டமாக மாவட்ட ஓட்டப் பந்தயத்தில் கலந்துகொள்ள வைக்க திட்டமிடல் இருந்தது சந்திரமதியிடம். உடற்பயிற்சி ஆசிரியரை அழைத்து முழுப்பொறுப்பும் உங்கள் கையில் என்று ஒப்படைத்தாள்.

பயிற்சிகள் தொடங்கின. பக்கத்தில் இலந்தைக் குளம் உயர்நிலைப்பள்ளி, பிறகு நாகனாதபுரம் உயர்நிலைப்பள்ளி என போட்டியில் கலந்து கோப்பைகள் கொண்டுவந்தான். பள்ளித் திடலில் நிற்கவைத்து ஒவ்வொருமுறையும் அவன் பெற்றுவந்த கோப்பைகளுடன் பாராட்டிக் கவுரவம் செய்தாள். சக ஆசிரியப் பெருமக்களின் பாராட்டுச் சொற்பொழிவில் மூக்குப் பூரி குளித்தெழுந்தான்.

புகழும் பாராட்டும் இணைய மேலேறிக் கொண்டிருந்தவனின் வீட்டில் நான்கு பக்கமும் மண் சுவர்கள் இற்று ஷீணித்துக் கொண்டுவந்தன. விறுவோடிய மண்சுவர்கள். பாம்பு, பூரான், தேள், பூச்சி, பொட்டு மண்விறுவுகளில் நடமாடின.

திறந்து வைத்த பகலில் வெயில் உறிஞ்சும் நடு உள் முற்றம். இரவில் அதே முற்றத்தில் மல்லாக்கப் படுத்து நட்சத்திரங்களுடனான உரையாடல். பதின்மத்தைத் தொட்டு எட்டு வைக்கும் மூக்கையா தன்னை மறந்து நித்திரையில் மூழ்குவான். எண்ணைப் பிசுபிசுப்பும் அழுக்கும் கொண்ட தலையணை. தலையணை வாசம் நாகப்பாம்பை இழுத்திருக்க வேண்டும். மண்சுவர் விறுவுகள் வழி ஊர்ந்து தலையணையை ஒட்டி சுருண்டு சுகமாகப் படுத்திருந்தது. தலையணை மேல் கைமடக்கித் தூங்கியவனின் சிறு அசைவு பட்டதும், படக்கென்று கொத்திவிட்டு சுவரின் விறுவு வழியோடி மறைந்தது.

ஒரு பழைய வேட்டி மூக்கையாவின் உடலை மூடியிருந்தது. வேட்டிதான் அவர்களுக்கு சாத்தியமாகி இருக்கிறது. கழுத்து வரை போர்த்திக் கிடந்த உடலை சந்திரமதி நேரில் கண்டாள். அருகில் அமர்ந்து பரசிப் பரசி அழுது ஏழைத்தாய் வள்ளியம்மாள் புலம்பிக் கொண்டிருந்தாள். "ஐயோ போச்சே போச்சே" தன் புலப்பமாய் அழுகுரல் நீண்டது. கொதவளை நெறிபட்ட ஒரு பறவைக் குஞ்சின் குரலாய்த் தன் புலப்பம். அருகமர்ந்து தாய் வள்ளியம்மாவை மடியில் சாய்த்து கொண்டாள் சந்திரமதி. தலையைக் கோதி ஆறுதல் படுத்தினாள்.

"ஒரு பிள்ளை வச்சிருந்தேன், அதுவும் போயிருச்சே டீச்சர்..." கதறி அழுதாள் தாய்.

மூக்கையன் 10 வயசு இருக்கும் போதே அவன் அய்யா சாவடைந்து விட்டார்; பாட்டையா இருந்தார். அவர் கைகளை பிடித்திருந்த சந்திரமதியின் கண்கள், துக்கம் விசாரிப்பில் கண்ணீர் சிந்தின.

பாட்டையாவை ஆறுதல்படுத்த முடியாமல் தூணில் சாய்ந்தாள். பாட்டையா பாதி உயிரற்றுப் போனவராய்ச் சொன்னார்.

"அவனுக்கு விசக்கடியில மரணம்னு எழுதியிருக்கு. அவனுக்கு மூக்குப் பூருகையில், சாதகம் கணிக்க ஜோசியரிடம் கொடுத்தோம். ஜோசியர் கணித்துவிட்டுச் சொன்னார், பையனுக்கு மூன்று கண்டங்கள். நிலத்தில் கண்டம், நீரில் கண்டம், விசக்கடியில் கண்டம். மத்த ரெண்டுதுகளைத் தாண்டிவிட்டாலும், விசக்கடி கண்டத்தைக் கடப்பது கஷ்டம். அவர் சொன்னபடியே பலித்துவிட்டது" என்று பாட்டையா கதறினார்.

ஜோசியம் என்பதெல்லாம் பொய். எந்தக் கண்டத்தைக் கடந்தாலும் இந்த விசக்கடியைக் கடக்கமுடியாது என்பது அப்பட்டமாய் ஒரு மூடநம்பிக்கை. முதுமையின் கடைசி வாசலில் நின்றுகொண்டிருக்கும் அவரிடம் இதையெல்லாம் எடுத்துச் சொல்ல முடியுமா? துயரத்திலிருக்கும் அவரிடம் பேசி விளக்கி ஆறுதல்கொள்ள வைக்கும் நேரமா இது?

"செத்துப் போனதா சொன்னீங்களே, அந்த மூக்கையா என்ன சாதி?"

"கோனார்."

கல்வி அலுவலர் மனம் திறந்தார். அவர் எங்கு நின்று எதைத் தொடுகிறார் என்பது எளிதாகப் புரிந்தது தலைமைக்கு. 'இழவு வீட்டுக்குப் போய் ஆறுதல் கூறி வந்தது, மகனை இழந்த அன்னையை மடியில் போட்டு ஆறுதல் சொன்னது, இதெல்லாம் குற்றமல்ல; ஆனால் தாழ்த்தப்பட்ட, இல்லாத சாதி வீடுகளுக்குத் தானே போகிறீர்கள்' என்பது அவர் வந்து நின்ற மையப்புள்ளி. என்ன செய்வது? இல்லாத ஏழ்மைப்பட்ட சனங்களுக்கே இழப்பும், சாவும் துயரும் வந்து சேருகின்றன.

விசாரணை அலுவலர் எதற்கோ ஒரு தடயத்தைத் தனக்குள் தேடுகிறார். "தாழ்த்தப்பட்ட மாணவனுக்கு ஆறுதல் கூற சக்கிலியர் குடியிருப்புக்குப் போன நீங்கள் அந்தக் குடும்பத்துக்கு ஏற்றுக் கொண்டு காவல் நிலையம் போனீர்கள்; உங்களிடம் லஞ்சம் பெற்றுக் கொண்ட ஆய்வாளர் எந்த நடவடிக்கையும் எடுக்க வேண்டியதில்லை என சமரசம் செய்து கொண்டார். இது போல் புகார் தந்திருக்கிறார்கள் உங்கள் ஊர்க்காரர்கள்."

'ஊர்க்காரர்களுக்கு எதிராக செயல்பட்டு கெட்டப் பெயர் தேடிக் கொள்கிறீர்கள்' என்பது அவருடைய வாதத்தின் உள்ளர்த்தமாக இருந்தது.

"ஊரில் எந்த சாதி அதிகம்?" அவர் கேட்டார்.

"தெலுங்கு பேசும் சமூகம்."

"பெறகு என்ன, அவர்களுடன் ஒத்துப்போக வேண்டியது தான? பெரும்பான்மைச் சமூகத்துக்கு எதிராக ஏன் முரண்டிக் கொள்கிறீர்கள்?"

சந்திரமதியின் தலைக்கு மேல் கவிந்த கருப்பு மேகங்கள் ஒவ்வொன்றாய் விலகின; சில வெளிச்சங்கள் கைவசம் கிடைத்தன. கறுப்பினம் ஒதுக்கப்பட வேண்டியது; நிறங்களில் கருப்பு அடிமையின் நிறம். மாநிறம், கோதுமை, வெள்ளை நிறங்கள் மேன்மையானவை.

கல்வி அலுவலர் தெளிவாக இருந்தார். சந்திரமதி விசாரணை அலுவலரை ஏறிட்டுப் பார்த்தாள். எலுமிச்சை நிறத்தை அவரில் கண்டாள்.

அவளால் எந்த இனத்துடன் இணைந்து செல்ல இயலுமோ, அதுதான் அவளுக்குச் சாத்தியம்.

33

கையெழுத்திட்டு நிமிர்ந்த போது, எதிரில் காஃபி கிளப் வேங்கிடப்பர் தெரிந்தார். பிற்பகலில் சூடாய் எடுத்த ஆமை வடை இரண்டு, ஒரு காகிதத்தில் சுருட்டப்பட்டிருந்தது. மேசை மேல் வைத்துவிட்டு, துயர வார்த்தைகளில் சொன்னார், "எல்லாம் கேள்விப்பட்டேன்."

பிற்பகலில் மாறுதல் ஆணை கிடைத்தது. வந்ததும் வராததுமாய் லாட மடம் சுறுசுறுப்பாகிப் போனது. "எதுக்குன்னு தெரியாதும்மா, மடத்திற்கு மிக்சர் காஃபி 20 எண்ணம் அனுப்பிவைக்கச் சொன்னார்கள்."

சந்திரமதி கண்களால் காணவில்லையே தவிர அவர்களின் கொண்டாட்டம் காதுகளுக்கு வந்து சேர்ந்தது. பிற்பகல் இடைவேளையில் தேவநாதன் லாடமடத்தில் இருந்திருக்கிறான். 'சீமையை வித்தவர்கள் போல்' அத்தனை குதூகலம், மகிழ்ச்சி குடிகொண்டிருந்தது. ஊர் மொகுடுகளில் (செல்வாக்கும் அதிகாரமும் உள்ள புள்ளிகள்) கிராம முன்சீப் முன்னால் நின்றிருக்கிறார். கிராமுன்சுடன் மற்றமற்றவர்களின் கொண்டாட்டத்தை வேதனையோடு கண்டு கொண்டிருந்தவன் டீச்சரிடம் வந்து தெரிவித்தான்.

அவர்களுக்குத் தெரிந்திருக்கவில்லை; டீச்சருடன் எப்போதும் நெருக்கத்தில் இரவு பகலாக இருக்கும் அவனை யார் என்று லாடமடத்துக்காரர்களுக்குத் தெரியாது. அவனுக்கு அவர்களைத் தெரியும். டீச்சர் என்ற மதிப்புமிகு கன்னிப் பெண்ணை, கண்ணபிரான் போல் காமக் கோட்டி அபகரித்து சென்று விடாமல் காக்கும் இரவுக் காவலன் அவன் என்பதை அவர்கள் அறியார்.

"கச புசல் (கச முசா) பண்றானுங்க, புடலாப் (நாசமா) போவாங்க."

உள்ளுக்குள் மண்டிய வெக்கை வட்டார மொழி வசவுகளை வேங்கிடப்பர் உதிர்த்தார். வேங்கிடப்பர் சொன்னார், "நீங்க போற எடத்திலயும் நமக்கு தெரிஞ்சவங்க, வேண்டப்பட்டவங்க நெறைய

இருக்காங்க. அங்கனயும் எங்க சனம்தான், நான் பாத்துக்குறேன் விடுங்க.''

அவர் பேசியது, அவரது செயல்களுக்கு எதிரான ஒரு நகைமுரண். சந்திரமதி மேலான வெறுப்பு நடவடிக்கைக்கு முதல் விதை ஊன்றியது வேங்கடப்பர் மகள் சிந்தாமணியின் பரிசம் போடும் நிகழ்வு; அதை ஊதி ஊதி வளர்க்க அவர்களுக்குத் தானாகச் சந்தர்ப்பங்கள் வாய்த்தன. இந்த மொகுடுகளுக்கு சாதி வேற்றுமை பிறவி மொழி. அவர்களின் மூலதனம். ஒரு குலத்துக்கு ஒரு நீதி; சாதிய ஆடலை, பாடலை மெய்ப்பித்துக் கொண்டிருக்கிற புள்ளிகள் எல்லா ஊர்களிலும் ஒரே மாதிரித் தெரிகிறார்கள்.

எட்டாம் வகுப்பு மாணவிகள் டீச்சர் அறையில் ஒன்று கூடி நின்றார்கள்; வகுப்பறைகளுக்குள் அவர்களை இருத்தி வைக்க வேண்டிய நிலை ஏதுமில்லை. இந்தச் சூழலில் தடை செய்ய எந்த நீதியுமில்லை.

''சந்திரமதி ஆத்தூர் அரசு நடுநிலைப்பள்ளி தலைமை ஆசிரியராக மாறுதல் செய்யப்படுகிறார். திரு. நல்லமாணிக்கம் மீனாட்சிபுரம் அரசு நடுநிலைப் பள்ளியில் காலியாக உள்ள இடத்தில் தலைமை ஆசிரியராக நியமிக்கப்படுகிறார்.''

மாறுதல் ஆணை இதை மட்டுமே தெரிவித்தது. வேறு குறிப்பு எதுவுமில்லை. விசாரணை அறிக்கை தனியாக வரும் என்பதை, எழுதப்படாத வாசகமாக அது சுமந்து கொண்டிருந்தது.

''உங்களை எல்லாம் விட்டுப் பிரிகிறேன் செல்லங்களே'' என்றாள் சந்திரமதி, பிள்ளைகளைப் பார்த்து. நீண்ட நாட்களின் பின்னால் செல்லங்களே என டீச்சர் உச்சரிக்கிறார். அவரது அடிமனதில் தேங்கிக் கிடக்கிற பிரியத்தை இந்த ஒரு வார்த்தை சாறாய்ப் பிழிந்து தருகிறது. அழுது விடுபவர்கள் போல் பெண் பிள்ளைகளின் முகங்கள் கோணின.

''முழுசா ஒரு வருஷம் கூட ஆகலை டீச்சர்...'' பரிதாபமாகப் பார்த்தனர். கையில் பிடித்த மாறுதல் ஆணையை அந்தப் பக்கமும் இந்தப் பக்கமும் அசைத்தபடி சிரித்தாள் சந்திரமதி.

''வெறுப்பைக் கக்க வருஷக் கணக்கு எதற்கு?''

பிள்ளைகளின் கேள்வி நியாயமானது. அந்தப் பெரிய மனுசர்கள் யார் என்று தெரியனுமாம். "பேர் சொல்லுங்க டீச்சர்" பிள்ளைகள் திரும்பத் திரும்பக் கேட்டார்கள். "நா சொல்ல மாட்டேன் செல்லங்களே" என்பதாக முறுதலித்தாள்.

தொடர்ந்து பேசினாள், "மேல் அதிகாரி முதலாக ஊரின் முக்கியஸ்தர்கள் வரை என் மீது வெறுப்பைக் கக்கினார்கள். நான் மாறுதல் செய்யப்பட வேண்டுமென உள்ளூர் ஆட்கள் புகார் எழுதினார்கள். அதை விசாரணை அதிகாரி நிறைவேற்றியிருக்கிறார்."

ஊரின் முக்கியப் பிரமுகர்களது விருப்பத்தை நிறைவேற்றியது தான் கல்வி அலுவலர் செய்த காரியம். அவரது விசாரணை நியாயபூர்வமாக இல்லை. அரசு விதிமுறைகளைக் கடைப்பிடிக்கவில்லை. அரசு விதிமுறைகள் காரணகாரியமானது. விசாரணைக்குக் கால்கோளிட்ட சாதிவெறுப்பு பற்றி விதிகளில் எங்கும் குறிப்பிடவில்லை.

பிள்ளைகளுக்குப் புரிந்தது. இதுவரை என்ன சதி நடந்திருக்கிறது என்பது லேசுபாசாய் அவர்களுக்கு புலப்பட்டது.

"யாருன்னு சொல்லுங்க. தெரிஞ்சா, நா அவங்களோட சண்ட போடப்போறேன்."

தேவநாதனும் ராமக்காளையும் கையில் கம்பெடுக்கத் துடித்து நின்றனர்.

"யார் யார்னு ஒனக்குத் தெரியுமே."

தேவநாதனிடம் சந்திரமதி திருப்பி விட்டாள்.

34

பெயருக்குத் தகுந்தாற்போல் நாயகி நல்ல வடிவு. வகுப்பில் முதல் அழகியாக, நாயகியை மாணவர்கள் தேர்வு செய்திருந்தனர். பூப்படைந்து ஒன்றரை ஆண்டு கடந்திருக்கலாம். பெண்ணின் இடுப்பு எலும்பு பிள்ளைப் பேறுக்குரிய வலுவடைந்து உறுதிகொள்வதற்காய் உளுத்தங்களியில், நல்லெண்ணெய் விட்டு கடித்துக் கொள்ள கருப்பட்டி சேர்த்து ஊட்டி ஊட்டி வளர்த்தாள் தாய். பூப்பெய்திய ஒரு அரைமனுசியை முழு மனுசியாய் உருவாக்க தாய் எல்லாம் செய்தாள். அன்னையின் எதிர்பார்ப்பினை ஒன்றரை வருடத்தில் பூர்த்தி செய்திருந்தாள். சதை பிடிப்பாகி உடலின் எலுமிச்சை நிறம் மேலும் மினுமினுப்புக் கொண்டிருந்தது.

காலை இடைவேளையில் சோலையப்பன் எட்டாம் வகுப்பறைக்குள் நுழைந்தார். நாயகி, லோகேஸ்வரி இரு மாணவிகளையும் ஆசிரியர்கள் அழைப்பதாகக் கூப்பிட்டார்.

"எதுக்கு?" கேள்விக்குப் பதிலில்லை.

அழைப்பு எதற்கு என அவருக்குத் தெரியாது. தெரிந்தால் தானே அவர் சொல்ல. விசாரணையா? தன்னறியாத ஒரு பிழையும் அவர்கள் செய்யவில்லை. அச்சமுடன் ஏறிட்டனர். ஆசிரிய அறையில் மரப்பலகை தடுப்புக்குள் தருமர், கைத்தொழில் ஆசிரியர் பாப்பையா. தயங்கித் தயங்கி இரு பெண் பிள்ளைகளும் முன்னின்றனர்.

தருமர் பேசத் தொடங்கிய போது அவர்களுக்கு பெருமூச்சு நின்று இயல்பாய் சுவாசம் கண்டது. கண்களில் நிறைந்த பயம் காலியாயிற்று. பள்ளி புதிய கட்டிடத் திறப்பு விழா, உயர்நிலைப்பள்ளித் தொடக்க விழா, பள்ளி ஆண்டு விழா என ஒரு மாசத்தில் நடக்கவிருக்கும் முப்பெரும்விழா பற்றி அவர் குறிப்பிட்டார்.

தருமர் சொன்னார், "தமிழ்நாட்டின் முதலமைச்சர் உயர்நிலைப்பள்ளியைத் தொடங்கி வைக்க, புதியகட்டிடத்தைத் திறந்துவைக்க ஒப்புதல் தந்திருக்கிறார். எல்லாரும் சேர்ந்து ரொம்ப விமரிசையாய் நடத்த ஏற்பாடு செய்யனும்னு டீச்சர் கேட்டுக்கொண்டிருக்கிறார்."

டீச்சர் என்றால் தலைமை ஆசிரியையை மட்டும் குறித்தது; அச்சொல்லுக்கு உரியவர்கள் வேறு எவரும் இல்லை; மூத்த மாணவி முதல் இளசு வரை சந்திரமதி மாத்திரமே டீச்சர். மூத்த கணேசலிங்கம் முதல் கடைநிலைப் பணியாள் சோலையப்பன் ஈறாக ஏற்றுக்கொண்டுள்ள வார்த்தை. பள்ளிவளாகத்துள் புழங்கும் மந்திரச் சொல் அது.

ஆசிரியைகளை 'டீச்சர்' என்ற பொதுச் சொல்லால் அழைத்ததில்லை. பெண் ஆசிரியைகளை கண்ணம்மா, தனம்மா, கொண்டம்மா டீச்சர் எனப் பேர்சொல்லித்தான் பழக்கம்.

ஆண்டு விழாவில் ஒரு நாடகம் நடத்தனும்னு டீச்சர் விரும்புகிறார்; கதை வசனம் அவர் எழுதியது. நாடகத்தில் அரசகுமாரன் அரசிளங்குமரி முக்கிய கதாபாத்திரங்கள். அரசிளங்குமரியாய் நீதான் நடிக்கணும்;

உண்மையிலும் உண்மையாய் இளவரசியாய் எதிரில் காட்சிதரும் நாயகியைக் கேட்டார் தருமர். இளவரசி ரூபத்தில் நாயகியைக் காணும் பார்வையாளர்கள் சொக்கிப் போவார்கள். அரசிளங்குமரியாய் அவளைத் தரிசனப்படுத்த முடியுமானால் நல்லது என்றுதான் டீச்சர் கேட்கச் சொல்லியிருந்தார்.

நடிப்பதெனில் வெறும் நடிப்பு மாத்திரம் அல்ல, ஆடுவது பாடுவது எல்லாமும் தான். 'என்னால் முடியாது' மறுத்தாள் நாயகி. 'எனக்கு இஷ்டம் இல்லை' என்றவள், 'வீட்டில் ஏத்துக்க மாட்டாங்க' என்றாள்.

கழுத்து சுளுக்கு எடுப்பது போல தலையசைத்து மறுத்த நாயகிக்கு அடுத்த வடிவழகி லோகு என்ற லோகேஸ்வரி. உருவக் கணக்கு என்று பார்த்தால் அளவு, வடிவு, நிறம், கண்ணசைவு- அனைத்தும் ஒரு அரசிளங்குமரிக்கு பொருத்தமாக சரியாக அமைந்திருந்தது. அவளை விட்டால் எட்டாம் வகுப்பில் வேறொரு மங்கை இல்லை. அக்காவின் முகம் பார்த்துச் சிரித்தவாறு லோகு மறுதலித்தாள். நாணம் தடவின முகத்தில் லேசாய்ச் சிரிப்பு; அக்கா வழி என் வழி என தீர்ப்பளித்து விட்டாள். ஆசிரியர் முகங்கள் சாம்பிப் போயின. சின்னஞ்சிறுசுகள் என நினைத்தது பிழை; அவர்கள் சுயயோசிப்பில் கெட்டிக்காரிகள்.

பெண் பிள்ளைகள் திருப்பி அனுப்பப்பட்டனர்.

முகம் சப்பழிந்து, நுழைந்தவர்களைக் கண்டபோது சக ஆசிரியர்கள் ஆச்சரியம் மேலிடப் பார்த்தனர். சிக்கலில் மாட்டிக் கொண்டதை விளக்கியதும், அதை முதலில் உடைத்தார் தமிழ் அய்யா.

“ரெண்டு பிள்ளைகளையும் வேண்டாம்னு சொல்லுங்க. பிறகு அந்த மனோகரனை பெண் வேடத்துக்குப் போடுங்க. அவனை விட்டால் வேற யாரும் இல்லை.” ‘என்னென்னமோ யோசிச்சிட்டு இருக்கீங்களே’ என்பது போல் சிரித்தார் தமிழய்யா. தமிழய்யாவின் யதார்த்தப் பார்வை தொடக்கத்திலேயே தங்களுக்கு உதயமாகாமல் போனது என இருவரும் வருத்தமுற்றனர்.

“பெண் வேடத்துக்குப் பெண்ணே நடிக்க வேண்டுமென விதி ஏதாவது இருக்கிறதா? அவ்வாறிருப்பின் நல்லது; ஆனால் எழுதப்பட்ட விதி என எதுவுமில்லை. இசைநாடகங்களில் கூட ஸ்திரீபார்ட் என்று அழைப்பிதழில் போடுகின்றனர். ஆண் பெண்ணாக ஒப்பனை செய்து நடித்தல் என்று பொருள். அழகான வடிவான பெண்கள் கிடைக்காமல் போகட்டும். அதனால் என்ன? மனோகரன் தங்கத்துக்கு என்ன குறைச்சல்?” என்றார் தமிழய்யா. மனோகரன் பெண் வேடமிட்டு ஒப்பனை செய்து மேடையில் ஆடினால், அந்த ஒயிலின் முன் உண்மையான இளவரசிகள் மண்டியிடுவார்கள்.

அரசிளங்குமரியாக பெண்வேடம் தரிக்கும் மனோகரனை ஒப்பனையிடும் பொறுப்பினை மாணவியர் இருவரும் செய்ய வேண்டியது. ஆசிரியர்மார் முடிவு செய்தனர். இத்திருப்பணிக்கு அவர்கள் இசையவில்லையெனில், டீச்சரிடம் போய் நிறுத்திவிட வேண்டுமெனத் தீர்மானம் கொண்டிருந்தனர்.

பள்ளிக்குப் பக்கமிருந்தது செந்திலா வீடு. ஏழாம் வகுப்பு மாணவி செந்திலா கொஞ்சம் பொதுக்பொதுக்கென இருப்பாள். செந்திலா மறைந்து ‘குண்டு’ தோன்றியிருந்தாள். எட்டாம் வகுப்பு அக்காமார்களிடம், ‘வாசல் நிலைக்கு மேலே தொறகோல் இருக்கு. திறந்துக்கோங்க’ என்று செந்திலா தெரிவித்திருந்தாள்.

லோகு தன்னோட பாவாடை ரவிக்கை, புடவை எடுத்து வந்திருந்தாள்; அவளும் மனோ பயலும் ஒரே அளவு; எதிர்பார்த்தது போல் அவளுடைய பாவாடை, ரவிக்கை மனோ பையனுக்கு கச்சிதமாய் அமைந்திருந்தது.

வகுப்பு மொத்தமான பெண் பிள்ளைகளுக்கு அவன்மேல் வெறுப்பு அதிகம். அவனிடம் பேச்சுக் கொடுக்க மாட்டார்கள். குறிப்பாக லோகேஸ்வரி என்னும் லோகுவுக்கு மனோகரனைப் பிடிப்பதில்லை. மனோ ஒரு பெண்ணாங்கி மட்டுமே அல்ல, ஆண் என்ற மெதப்பில் பெண்கள் பின்புறமாக அலைகிறவன். லோகேஸ்வரி, நாயகியோட சடைகளைப் பெஞ்சுக்கு பின்னால் கட்டிப் போட்டது அந்த ஆண் திமிர்.

டீச்சர் இட்ட கட்டளையாயிற்றே, 'குசும்பு பிடித்தவனுக்கு ஒப்பனை செய்துவிட நேர்ந்தது விதி வசம்' என லோகேஸ்வரியும் நாயகியும் நினைத்தார்கள். இப்படியொரு சந்தர்ப்பம் நேர்ந்து பயல் வசமாக அவர்கள் கையில் மாட்டிக்கொள்வான் என எதிர்பார்க்கவில்லை. ஒரு தங்கச் சுரங்கம் லோகுவின் உள்ளங்கையில்.

"டவுசரைக் கழட்டு." அதட்டுப் போட்டாள் லோகு. ஜட்டி, அண்டிராயர் போல உள்ளாடைகள் அன்று வழக்கத்திற்கு வரவில்லை. டவுசரைக் கழற்றினால் அவர்கள் வெட்கித்து ஓட வேண்டியதன்றி வேறொன்றுமில்லை.

லோகுவை ஒரு செல்லத் தட்டு தட்டி, "அவனே குய்யப்பட்டு (வெட்கப்படுதல்) நிக்கிறான், அவனைப் போய் இந்தப் பாடு படுத்துற" மடக்கினாள் நாயகி.

லோகு கோபித்துக் கொண்டு மூலையில் போய் உட்கார்ந்துவிட்டாள். "அப்ப நீயே அவனைச் சீராட்டு." கையில் இருந்த பாவாடையை வீசி எறிந்தாள்.

"முதல்ல ரெண்டு பக்கமும் நாடா சரியா இருக்கான்னு பாக்கனும். இல்லேன்னா இடுப்பை இறுக்கி முடிய தோதுப்படாது." நாயகி தெரிவித்தாள்.

உள்பாவாடை அணிந்து இறுக்கிக் கட்டி உண்டான தடம் கறுப்பாய்க் கிடப்பதை மனோம்மா கண்டிருக்கிறான். (அவன் தன்னை மனோம்மா என பெண்ணின் பெயர் உச்சரிப்புபோல், மென்மையாய் அழைக்கப்படுவதையே விரும்பினான்) சூட்டுத் தழும்பு போல் இடுப்பைச் சுற்றி வட்டவடிவக் கறுப்புக் கோடு படிந்திருந்த மகளிரைப் பார்த்திருக்கிறான்.

பாவாடை அணிந்த மனோம்மா பாதிக்கு மேல் பிறந்த மேனியாய் நின்றான். பெருக்கல் குறிபோல் மார்பின் குறுக்காக கைகள் வைத்து கூச்சத்துடன் மறைத்தான்.

“படுக்காளிப் பய, குறப்பாசாங்கு பண்றான்” மனசுக்குள் வசவு நோங்கினாள் லோகு.

“என்ன கூச்சம்? எங்க சடைய பெஞ்சோடு சேர்த்துக் கட்டிப்போட்ட அன்னைக்கு இந்தக் கூச்சம் காணல” லோகு அடிபட்ட பறவையாய்ச் சீறினாள்.

“பேசாம இரு பிள்ள, மனோம்மா எவ்வளவு வெட்கப்படுறான் பாவம்.”

நாயகி அவ்வப்போது அதட்டுப் போட்டபடி இருந்தாள்.

“இந்த மாதிரிப் பயல்களுக்கு பாவபுண்ணியம் காட்டினால், ஊருக்கு ரெண்டு சேகரம் கேப்பானுக” என மூஞ்சியில் அடிப்பது போலச் சொன்னாள் லோகு. மனோம்மா என்ற மனோகரனுக்கு தன்னைத்தான் சாடுகிறாள் என்பது சிறிதும் உறைக்கவில்லை.

திறந்த மேனியில் மார்புகளுக்கு சிரட்டை அல்லது பந்து வேண்டும். ரவிக்கையில் இரு பக்கமும் துருத்தியவாறு தைத்துக் கொடுக்கும் நாகரீகம் நுழையாத காலம். ‘பிரா’ என்கிற கவர்ச்சி ஆயுதமும் தோன்றாத காலம் அது. மார்புக் குவைக்குப் பொருந்துவது போல சிரட்டை கிடைக்கவில்லை.

ஒல்லியுமில்லாமல் குண்டாயுமில்லாமல் அளவான உடம்பு கொண்ட மனோவின் மார்புக் குவைக்குப் பொருத்தமாய் அமைந்துவிட்டது அரைப் பந்து. இரண்டாக வெட்டிக் கைவசம் கொண்டுவந்திருந்தாள் நாயகி.

தலையின் முன்பக்கம் அரை வட்டக் கிரீடம் வைத்துக் கட்டிவிட்டால் உண்மையான இளவரசி தோற்றம் தந்துவிடுவான்.

அரசிளங்குமரியைக் காண வருமாறு ஆசிரியப் பெருமக்களுக்கு சேதி போனது. அவனைப் பெண் வேடத்தில் நடிக்கவைக்கலாம் என யோசனை தெரிவித்த தமிழய்யா உடன்வந்தார். உண்மையில் மனோம்மாவும் அவ்விரு பெண்பிள்ளைகளும் ஒரு ஆணுக்குள்ளிருந்து ஒரு அரசிளங்குமரி தோன்ற முடியும் என நிரூபித்து நின்றார்கள்.

இரு பெண் பிள்ளைகளின் கைகளுக்குள் அடங்கி இருந்தது கூடு விட்டு கூடு பாயும் வித்தை! அவனிடம் வித்தையைச் செயல்படுத்திக் காட்டியிருந்தனர்.

நாடக ஒத்திகை முதலாக முப்பெரு விழா ஏற்பாடுகள் அனைத்தையும் முன்னின்று செய்து கொண்டிருந்தாள் சந்திரமதி.

சில்லறை வேலைகள் பாக்கியிருந்தன. அந்தா இந்தா என்று சில்லறை வேலைகள் தாம் நாட்களைத் தின்றுவிடும். ஒரு வீடு கட்டுவதிலுள்ள சிரமத்தைக் கேள்விப்பட்டது மட்டுமில்லாமல் அனுபவத்திலிருந்து அறிந்தவள். மூத்த ஆசிரியர் கணேசலிங்கம், தருமர், கைத்தொழில் ஆசிரியர் பாப்பையா அவளின் கரங்களாக மாறியிருந்தனர். ஒவ்வொருநாளும் அவர்களுடன் புதிய பள்ளிக் கட்டிடத்துக்குள் நின்றிருந்தாள். ‘ப’ - வடிவப் பள்ளியில் வலதுபக்கக் கட்டிடத்தில் ஐந்து, ஆறு, ஏழாம் வகுப்புகள்; இடது பக்கக் கட்டிடத்தில் எட்டு, ஒன்பது, பத்தாம் வகுப்புகள். நடுக் கட்டிடத்தில் தலைமை ஆசியர், ஆசிரிய அறைகள், ஸ்டோர் ரூம் முதலியன திட்டமிட்டாள்.

உயர்நிலைப் பள்ளிக் கட்டிடத்துக்கு மூலதனமிட்ட சென்னம்மாள் வீட்டிற்கு நேரில் சென்று பார்த்தார்கள். இவர்களைக் கண்ட சென்னம்மாளுக்கு ஆச்சரியம். இவர்கள் விடைபெறுகையில், “நாளைக்கு நீங்க அவசியம் ஏற்பாடுகளை கவனிக்க பள்ளிக்கு வரவேணும்” என்று அழைத்தார்கள். குறிப்பாக முன் வளைவில் “சென்னம்மாள் அரசு உயர்நிலைப் பள்ளி” என வண்ணத்தில் எழுத வேண்டியிருந்தது. வண்ணம் எதுவெனத் தீர்மானிக்க வேண்டும்.

சென்னம்மாள் என்ற பெண் இவர்கள் நினைத்தது போலில்லை. எந்த வடிவில், வண்ணத்தில் பெயர் எழுதப்படவேண்டுமென அவர் ஆலோசனை எதுவும் சொல்லவில்லை. ஆலோசனையோ, முடிவோ சொல்லத் தெரியவில்லை என்பது தான் யதார்த்தம். வெறுமனே சிலையாய் நின்று பார்த்துக் கொண்டிருந்தார்.

“நீங்க எல்லோரும் பாத்துச் செஞ்சா சரி” என்றாள் ஒன்றும் அறியாத வெள்ளந்தி.

வட்டிக்குக் கொடுப்பது வாங்குவது தவிர, உபயம் செய்தல் மட்டும் இவருக்குத் தெரியும் என்பது புலப்பட்டுவிட்டது.

35

ஒரு பக்கம் வேதனை, மற்றொரு பக்கம் புதிய இடம் காணும் ஆர்வம்; இரண்டுக்கும் இடையான உளைச்சலில் அவள் இரவு கழிந்து கொண்டிருந்ததால், அசதி மிகுதியானது. தூக்கம் காலையில் கண்களைச் சுழற்றிற்று.

லேசாய்க் கதவு சுண்டுகிற சத்தம். திறந்து பார்க்கையில் சாந்தமான இனிய முகம்; அதன் உரையாடல்களும் இனியவை. செக்கு மனிதர் மௌனத்தில் எதிரில் உறைந்து நின்றிருந்தார்! படுக்கையினைச் சுருட்டி ஒரு ஓரமாக வைத்தாள். செக்கு மனிதர் திண்ணையில் அமர்ந்து அவளைக் கூர்ந்து பார்த்துக் கொண்டிருந்தார்.

காலை மவுனத்தைக் கலைப்பது போல் ஒரு வாசகம் அவரிடம் புறப்பட்டு வந்தது. “இவங்க நல்லவங்க இல்ல, இவங்களுக்குக் கெடுதி செய்றது தவிர வேறெதுவும் தெரியாது.”

தியானத்தில் அமர்வது போல் சற்று நேரம் அமர்ந்திருந்தார். கண்கள் மூடியிருந்தன. கண்கள் திறந்து சந்திரமதியைக் கண்டார். "பொதுச்சேவையில் நான் வணங்க வேண்டிய தெய்வம் ஒன்று இருக்கிறது. அது எங்கு என நான் கண்டுகொண்டேன்."

தெய்வம் கண்டேன் என்பது போல், அவளிருந்த திக்கில் கீழே விழுந்து கும்பிட்டார். கால்களை இழுத்து பின்னுக்கு நகர்ந்த சந்திரமதி பதறிப் போனாள். யார் யாரை வணங்குவது!

‘போய் வருகிறேன்’ என்று சொல்லவும் திராணியில்லை; வாசலை நோக்கி நடந்தார். வாசல் நிலை தாண்டி, நடையில் நின்று நின்று திரும்பிப் பார்த்து சொன்னார்.

“இவங்க நல்லவங்க இல்லம்மா.”

எதிரில் கீழ்த்திசையில் முளைவிட்டுக் கொண்டிருந்த சூரியனைக் கைகூப்பித் தொழுதார். அப்படியே புறப்பட்டுச் சென்றார்.

அவருடைய பெயர் என்னவென்று இதுவரை சந்திரமதிக்கு மனதில் ஆகவில்லை. செக்கு மனிதர், ஒரு நல்லவர் என்ற பிம்பத்தை மாத்திரம் தன் கருவூலத்தில் காத்து வந்தாள். அவர்

நல்லவர், உயர்ந்த மனிதர் எனத் தெரியும். அவருடைய உண்மையான பெயர் நல்லப்பர் என பின்னால் அறிந்தாள். பெயருக்குப் பொருத்தமாக நல்லவராக வாழ்ந்தார்.

நல்லப்பர் புறப்பட்டு சென்றதை சிலையாக நின்று பார்த்துக் கொண்டிருந்தாள்; வந்ததும் தெரியவில்லை, திரும்பிப் போனதும் தெரியவில்லை. நின்றிருந்த சில கணங்களில் அர்த்தமுள்ள, செறிவான, மதிப்பீடுகளை வழங்கிச் சென்றிருக்கிறார். அவர் திரும்பி நடந்த தெற்குப் புறத்தில் வண்ணாக்குடி; அதன் ஓரமாய் மாட்டுவண்டிப் பாதையில் ஆகாயத்தை நோக்கி பற்கள் காட்டிச் சிரித்த பன்னீர்ப்பூ மரங்கள். இரவு மழையின் லேசான காற்றில் உதிர்ந்து மண்ணில் சிறு சேற்றில் கவிழ்ந்திருந்தன பன்னீர்ப் பூக்கள். தொடர்ச்சியாய், காட்டின் நெருப்பு (பிளேம் ஆஃப் தி பாரஸ்ட்) என இயற்கை விரும்பிகளால் வர்ணிக்கப்படும் மரங்கள் வரிசையாக நாலைந்து நின்றன.

அவள் நினைத்துப் பார்த்தாள். இந்த மனிதர் பன்னீர்ப் பூக்கள் போல் குளிர்ச்சியாகவும் இருக்கிறார். காட்டின் நெருப்பு மலர்கள் போல் தீக்கொழுந்தாகவும் இருக்கிறார். அவர் மரங்களை விடவும் மேன்மைமிகு அமைதியின் மரம்.

விடைபெறுகிற நாள் இன்று. இவளை மாறுதல் செய்து காலியாகும் அந்த இடத்திற்கு வருகிற புதிய தலைமை ஆசிரியர் பெயர் நல்ல மாணிக்கம். நல்ல மாணிக்கம் வந்து சேருகிறாரோ இல்லையோ, பணியில் சேரும் தனக்கான விடுப்பை ஒரு வாரம் எடுத்துக்கொண்டு சொந்த ஊர் பாண்டவபுரம் சென்று வர யோசித்து இருந்தாள். நல்ல மாணிக்கத்திடம் இந்த கருப்பு வைரம் விடைபெற வேண்டிய நாள் இது.

36

வட்டார வளர்ச்சி அலுவலகத்தின் எழுத்தர், செய்யும் சிறப்புத் தொழிலால் ஒவ்வொருவரும் பெயர் வித்தியாசம் கொள்வதுண்டு. கிரிமினல் மணிமுத்து, களவாணி, சூதுக்காரன், சகுனி, சில்லுண்டி எனப்பல பொருள்கள் - அந்த ஒரு சொல்லுக்கு.

ஆசிரியர்களுக்கு மாத ஊதியம், ஓய்வூதியம், கிராச்சூட்டி போன்ற பலன்களை வழங்கும் முக்கியமான இருக்கை அவருடையது. சம்பள நாளில் ஆரம்பப் பள்ளிகளிலிருந்து ஒரு ஆசிரியர் நேரில்வந்து, மொத்த சம்பளத்தையும் பெற்றுக்கொண்டு போய் மற்றவர்களுக்கு விநியோகிப்பார்.

'எல்லாம் அவன் செயல் என்பது போல்' ஈசன் வழங்கிக் கொண்டிருப்பார். வழங்குகிற போது தலைக்கு இவ்வளவு என்று வசூலித்து மேஜை டிராயரைத் திறந்து நிரப்பிக் கொண்டு இருப்பார். சொந்த சம்பாத்தியத்தில் அனைவருக்கும் வாரிவழங்கல் போல் பெருமித உணர்வு முகம்முழுதும் வழியும். உங்களுக்குப் பணம் கிடைத்தது என்னால் தானே என்னும் ஆணவ எழுத்து முகமெங்கும் எழுதப்பட்டிருந்தது. பணியாளர்களுக்கான அனைத்து நலங்களும் பெற்றுத் தருதல் தன் கடமை என ஒருபோதும் உள்ளத்தின் ஒரு மூலையிலும் துளிர் விட்டதில்லை.

ஆசிரியர்கள், மணிமுத்துமுன் நின்று பேச வேண்டும். யாரையும் உட்காரச் சொன்னதில்லை. வட்டார வளர்ச்சி அலுவலரிடம் போய் புகார் தெரிவித்தனர். வட்டார வளர்ச்சி அலுவலரையும் 'வந்து பார்' எனச் சொல்லாமல் சொல்லிச் சவால்விடும் ஒரு ஆள். ஏதொன்றுக்கும் பின்னால் ஒரு காரணமிருக்கும். அதுபோல இதற்கும் காரணமிருந்தது. வட்டார வளர்ச்சி அலுவலர்கள் மாறிக்கொண்டே இருப்பார்கள்; ஒருவர் அந்த வட்டாரத்தைச் சேர்ந்தவராக இருந்து விட்டால், மணிமுத்தை விளக்கெண்ணெய் பிழிவதுபோல் பிழிந்து எடுத்துவிடுவார். அப்படியாக இல்லாமல் வருகிறவர் ஏதோ ஒரு 'தண்ணி இல்லாக் காட்டிலிருந்து' இந்த வெம்பரப்பான 'கரிசல் பாலைக்கு' மாற்றப்பட்டு வருகிறவர். இந்த அலுவலகம் வருவதற்கு இரு வினைகள் ஆற்றியிருக்கவேண்டும். ஒன்று பதவி உயர்வு. இரண்டாவது தண்டனை அடைந்து இந்த இடத்துக்கு வருகிறவர். இப்படி வருகிறவர்கள் மனநிலை கீழே பணியாற்றுபவர்களைக் கட்டுப்படுத்துவதாய் இருப்பதில்லை;

மோசமான, சோம்பல்குணம் கொண்டோரை, தவறிழைப்போரை மட்டுப்படுத்தி, வேலை தெரிந்தோரை உற்சாகப்படுத்துவதாய் இல்லை; மாறாக, 'நமக்கு என்ன? இருக்கும் வரை இருந்து விட்டுப் போவோம்' என 'சும்மா' மனப்பான்மைக்கு மாறிவிடுகிறார்கள்.

சக ஊழியர்கள் தெரிவிக்கும் புகார் மேல் எந்த நடவடிக்கையும் எடுக்கப்படவில்லை.

முதலில் வட்டார வளர்ச்சி அலுவலர் அறைக்கு முன்னால் இடது பக்கம் அமர்ந்திருந்தார் மணிமுத்து. ஒன்றியத்தின் புதிய தலைவர் (union chairman) பொறுப்பெடுத்ததும் அவருடைய அறைக்கு முன்பாக இருக்கையை மாற்றிக்கொண்டார். பி.டி.ஓ.விடம் போய் தெரிவித்தபோது, 'நரி வலம் போனால் என்ன, இடம் போனால் என்ன, மேலேவிழுந்து கடிக்காமலிருந்தால் சரி' என்று பி.டி.ஓ. கருதினார். தன்னைவிட மேலான அதிகாரமும் செல்வாக்கும் கொண்டிருப்பது கண்டு, உள்ளுக்குள் பொருமிக்கொண்டிருந்தாலும், ஒன்றும் ஏலவில்லை. தண்ணீரில் முதலைகளுக்கு பலம் வந்துவிடுகிறது. இந்தப் புதிய பி.டி.ஓ.வின் காலம் மணிமுத்துவின் உருட்டல் புரட்டலுக்கு, அத்துமீறலுக்கு தோதாக அமைந்து போனது.

தமிழ்நாடு தொடக்கப்பள்ளி ஆசிரியர் கூட்டணியின் வட்டத் தலைவராக இருந்தார் வெள்ளைச்சாமி. இதுபோல் எவரிடத்தும் மரியாதை காட்டுவதில்லை என்று ஒரு புகாரை மணிமுத்து மேல் எழுதி பி.டி.ஓ.விடம் அவரும் துணைத் தலைவர் சுந்தரமும் கொடுத்தார்கள்.

"நீங்களே போய் கேளுங்க" என்றார் சிரித்தபடி. அவருக்கும் கேட்க ஆசைதான். ஆனால் முடிவதில்லை.

"நாங்க எது வேணாலும் பேசுவோம், அப்ப நீங்க வரக்கூடாது." வெள்ளைச்சாமி நிபந்தனையை பி.டி.ஓ. ஏற்றுக்கொண்டார்; 'நடக்கப் போகிற வேடிக்கையைப் பார்ப்போம்' என்று அவர் நினைத்திருக்கக் கூடும். அறைக்குள் உட்கார்ந்து காதுகளைக் கூர்மையாக்கிக் கொண்டிருந்தார்.

அவர்கள் சொன்னதை ஒரு விசயமாகவே எடுத்துக் கொள்ளவில்லை மணிமுத்து. 'அதுக்கென்ன இப்போ, நான் அப்படித் தான் செய்வேன்' என்பது போல் பேசினார். "கண்ட கண்ட பயல்களுக்கு மரியாதை கொடுக்க முடியுமா?" எனக் கேட்டார்.

வெள்ளைசாமியும் சண்முகசுந்தரமும் கொதித்தார்கள். "நாங்க கண்ட கண்ட பயல்களா?"

'ஆமாம்' எனச் சொல்லவில்லை. 'ஆமாம் அப்படித்தான்' என்பதாகத் திமிரான பார்வை வெளிப்பட்டது. வெள்ளைச்சாமி எழுந்திருந்து விரலை அவர் முகத்துக்கு முன் நீட்டி, "இனிமேல் வார்த்தை கிடையாது, கைகள் பேசும்" என்று கத்தினார். சொல்லிவிட்டு புறப்பட்டுப் போனார்கள்.

மறுநாளே, சூரன்குடி என்னும் ஊரிலிருந்து ஒன்றியத்திலுள்ள ஆத்தூர் ஆரம்பப் பள்ளிக்கு மாறுதல் கைக்குக் கிடைத்தது. அந்தப் பள்ளி இந்த ஒன்றியத்துக்குள் தான் இருந்தது; ஆனால் எங்கோ ஒரு மூலையிலிருந்தது. ஒருகாலத்தில் ஜமீன் ஆண்டது என்ற பெத்தபேரையும், வட்டாரத்துக்குப் பெரியதாய் எடுத்துக்காட்டிய கோயிலையும் தவிர வேறொன்றும் சொல்லிக்கொள்ள இல்லை. ஆத்தூருக்கு நடுநிலைப்பள்ளி தலைமையாசிரியராக இருமாதங்களின் முன் சந்திரமதி போய்ச் சேர்ந்திருந்தார். வெள்ளைச்சாமி இரு ஆண்டுகள் முன்பாக தொடக்கப்பள்ளியின் ஆசிரியராகப் போய்ச் சேர்ந்திருந்தார்.

மாறுதல் பெறுகிற ஆசிரியரின் ஒப்புதல் வேண்டியதில்லை; ஒப்புதல் பெற்றுத்தான் ஒவ்வொருவரின் மாறுதலும் மேற்கொள்ளப்பட வேண்டுமெனில் அரசு என்ற ஒன்றே நடக்காது. பொதுவாக மேலிருந்து அதிகாரம் பேசுகிறது; அதிகாரம், அதற்கென உண்டாக்கப்பட்ட ஒழுங்கு விதிகளால் கீழிருக்கும் படிநிலைகளை இயக்குகிறது. சனநாயகம் என்பது கீழிருந்து ஒரு முல்லைக்கொடி மேலேறுவது போல; கொடி எப்போதும் மேலிருந்து கீழே போவதில்லை. சனநாயகம் என்ன? எந்த நாயகத்தைப் பற்றியும் கவலைப்படாமல் அதிகாரக் கட்டமைப்பை குளுப்பாட்டி பொட்டிட்டு அலங்கரிப்பதை, மக்கள் பிரதிநிதிகளும் அங்கீகரிக்கிறார்கள். அவர்களுக்கு ஊமைக்குழல் வாசிக்கிற கிரிமினல் மணிமுத்துக்களும் ஒன்றிணைய, மக்களாட்சி நாடகம் நடக்கிறது.

இப்படித்தான் நடக்கும் என்பது முன்கூட்டி உணரப்பட்டதுதான். மாறுதல் பெற்றவுடன் வெள்ளைச்சாமி ஒரு நாள்கூட வீணாக்கிடாமல், நேராக ஆத்தூர் ஆரம்பப் பள்ளியில் சேர்ந்தார். எங்கே போனாலும் மக்கள் தொண்டனுக்கு வேலை இருக்கிறது நிரம்ப! இது போன்ற முட்டுக் கட்டைகளால் தடுக்க முடியாது. 'நான் என்னை இன்னும் வேகப்படுத்திக் கொள்ள வேண்டும்' என்ற

முனைப்பை வெள்ளைச்சாமி என்னும் சமூகஊழியன் தனக்குள் மேலெடுத்துப் போகிறார்.

ஆத்தூர் ஆரம்பப் பள்ளியில் சேர்ந்த அன்று ஒரு சுவரொட்டி வட்டார வளர்ச்சி அலுவலகத்திற்கு உள்ளும் அந்தப் பேரூராட்சிக்கு வெளியிலும் காணப்பட்டது.

“தலைக்கனம் பிடித்த எழுத்தர் மணிமுத்தைக் கண்டிக்க மதியற்றவருக்கு ஒன்றியத் தலைவர் பதவி ஒரு கேடா?”

ஆபாச சுவரொட்டி ஒட்டியதாக வெள்ளைச்சாமி மேல் போலீசில் புகார் கொடுத்தார் ஒன்றியத் தலைவர். இது எப்படி ஆபாச சுவரொட்டி வகையில் சேரும்? என்று கேள்வி கேட்க காவல் ஆய்வாளர் முதல் கடைநிலை காக்கிச் சீருடை வரை ஒருத்தருக்கும் நாக்கு இல்லை.

வெள்ளைச்சாமி குயுக்தியான மனிதர். குயுக்தியில்லாது ஒரு ஈங் காக்கைகூட உயிர்வாழத் தகுதியற்றுப் போகும் என அறிவார். பணிமாறுதல் நியாயமற்றது, எதன் கரணமாக நிகழ்ந்தது என்பதை விளக்கி, மறுநாளே நீதிமன்றப் படிக்கட்டு ஏறியிருந்தார் வெள்ளைச்சாமி. வழக்கு இரு ஆண்டுகளாய்த் தொடர்ந்து கொண்டிருந்தது.

தொடர்ந்து வெள்ளைச்சாமியின் நடவடிக்கைகளைக் கண்காணித்து வந்த காவல்துறை, இவரது பெயரை ரவுடிகள் பட்டியலில் இணைத்திருந்தது. வட்டாரத்தினுடைய ஆரம்பப் பள்ளி ஆசிரியர் கூட்டணியின் தலைவர், ஆசிரியர்களுடைய உரிமைகளுக்காக முதல் குரல் அவருடையது, எதிலும் ஏறுக்கு மாறாக நடக்கிறவர்களைத் தட்டிக் கேட்கும் நேர்மையாளர் என்றெல்லாம் பெயர் கொண்ட ஒருவரை ஆபாச சுவரொட்டி ஒட்டியதாக குற்றம் சுமத்தினால், இது எந்த வகையில் பொருத்தமானது? கேட்கும் நாவுகள் இல்லாமல் போனது ஏன்?

ஆசிரியர் கூட்டணியின் வட்டாரத் தலைவர் பொறுப்பு முடிந்த மறுநாள் காலை, இவரின் பெயர் ரவுடிகள் பட்டியலில் இருந்தது. இந்தப் பொறுப்பைக் காட்டித்தான் தேவையில்லாத அச்சலாத்தியைத் தந்துகொண்டிருக்கிறான் எனக் கல்வித்துறையும் காவல்துறையும் கருதியிருக்க வேண்டும். இதற்கு முன்னரே காவல்துறை கறுவிக் கொண்டிருந்தது.

போர்க்குணம் கொண்டோரை சந்தேகத்துக்குரிய நபர்கள், ரவுடிகள், குற்றவாளிகள் வரிசையில் இணைப்பது காவல்துறைக்கு மட்டுமல்ல, காவல்துறையை இயக்குகிற அரசுக்கும் உகந்தது.

37

ஆத்தூர் மீனாட்சியம்மன் கோயில் வளாகத்தில் கிணறு. பொதுக்கோயில் போல, ஊர்முழுசுக்கும் பொதுக் கிணறு. கிணற்றில் "ர்" சாதிகள் குளிக்க அனுமதி உண்டு. அய்யர், அய்யங்கார், முதலியார், பிள்ளைமார், ரெட்டியார், செட்டியார், நாயக்கர் இவர்கள் "ர்" சாதி. "ர்" சாதியினர் குளித்து நீராடி கோயிலுக்குள் சென்று வழிபடுகிறார்கள்.

"ன்" சாதி கோவில்கிணற்றில் குளிக்க அனுமதிக்கப்படவில்லை.

பள்ளன், பறையன், சக்கிலியன், குடும்பன், அம்பட்டன், வண்ணான் "ன்" சாதி.

பெயர் வெள்ளைச்சாமி; கருப்பு நிறம். கறுப்பு என்பது அடிமை நிறம். வெள்ளை, பழுப்பு, சிவப்பு போன்றவை சுதந்திர நிறங்கள். மதிக்கப்படுகிற இந்நிறங்கள், ஒன்று மற்றொன்றுடன் கலக்க அனுமதிக்கப்படும் போது, கருப்பு கலக்க அனுமதிப்பதில்லை.

கருப்பசாமி என்றுதான் பெற்றவர்கள் பெயரிட நினைத்திருந்தனர். ஆனால், அடிமை நிறத்தை உடலில், வாழ்க்கையில் முழுதும் அணிந்து வாழ்பவர்கள், பெயரிலும் வாழ்நாள் முழுதும் கருப்பை சுமந்து திரிய வேண்டுமா என்று எண்ணினார்கள். கருவேலமுள் கோட்டைக்குள், வேட்டை நாய் கைப் பிடித்து, மேடை மீது நின்று வலது கால் முன்வைத்து, கையில் கத்தியைத் தூக்கியவாறு ஊருக்கு அருள் பாலிக்கிறார் கருப்பசாமி. ஊரைக் காவல் செய்யும் கருப்பசாமியை புறமொதுக்கிட பெற்றவர்கள் முடிவெடுத்தனர். குலதெய்வம் ஒதுக்கி, வெள்ளைச்சாமி எனப்பெயர் சூட்டினர்.

பணியாற்றி ஓய்வு பெற்ற வெள்ளைச்சாமிக்கு வயது 84. ஆசிரியர்களில் பெரும்பாலானவர்கள் சம்பளத்திற்கு வேலை செய்கிறபோது, மாணவர்களுக்கும் மக்களுக்கும் சேவை செய்து கடனாற்றுகிறார். மாணவ மாணவியர் மேற்படிப்புக்குப் படிவம் பூர்த்திசெய்வது, பொதுமக்களுக்கு விண்ணப்பம் எழுதிக்

கொடுப்பது, பழக்கப்பட்ட அலுவலகங்களில் போய் நேரில் பேசுவது போன்ற பொதுக் காரியங்களில் 84-லிலும் அலைகிறார்.

"இவ்வாறான சேவைகளில் ஈடுபடும் வெள்ளைச்சாமியை நான் பாராட்டிப் பேச கடமைப்பட்டுள்ளேன்."

பள்ளி ஆண்டு நிறைவு விழாவும் வெள்ளைச்சாமி பணி நிறைவு விழாவும் இணைந்து நடந்த நிகழ்வில், அக்காலத்தின் பள்ளிக்கல்வி இயக்குநராக இருந்த நெ.து.சுந்தரவடிவேலு, இவ்வாறு சொற்பொழிவாற்றியதை வெள்ளைச்சாமி நினைவில் வைத்திருக்கிறார்.

வெள்ளைச்சாமியின் இல்லம் மாலைப்பொழுதில் ஒரு கல்விச்சோலை. ஒரு மரத்துப் பறவைகள் 'கெச்சட்டம்' போடுவது போல், முப்பது மாணவ மாணவியர் 'கும்மரிச்சம்' போட்டுக் கொண்டிருப்பார்கள். கட்டண வசூலிப்பு ஒருபோதும் இல்லை. அரசுப் பள்ளிகளின் குறுக்கு வெட்டுத் தோற்றத்தினை சரியாய் அளவிட்டு, பள்ளிகளின் நிலையறிந்து ஆசிரியர்கள் இரவுப் பயிற்சிக்கு கட்டண வசூல் தொடங்கியிருந்த காலம்; ஆங்கில ஆசிரியர், கணிதம், வேதியியல், இயற்பியல் ஆசிரியர்கள் மாதக் கட்டணம் நிர்ணயத்து இரவுப் பயிற்சி என்னும் போர்வையில் பணம் சுரண்டத் தொடங்கியிருந்தனர்.
அப்போது வெள்ளைச்சாமிக்கு வயது 54. ஒரு செப்புக்காசு செலவின்றி வெள்ளைச்சாமி பார்வையில் இரவு வாசிப்பு நடக்கும்.

செங்கமங்கலாய் பூத்துக்கொண்டிருக்கும் விடியல். அஞ்சு அஞ்சு மஞ்சள் இதழ்களுடன் தோட்டத்தில் சுரைப் பூக்கள் ஆடிக்கொண்டிருந்தன. சுரைப்பூக்கள் இரவுமழையில் குளித்திருக்கும் போல. காலை இளங்காற்றில், இளம்வெய்யிலில் தலை உலர்த்தி மோகனம் கொண்டன.

ஆத்தூர் கண்மாய்க் கரையில் பெயர் பெற்ற மீனாட்சியம்மன் கோயில் தவிர, 'சுரைக்காய் சாமியார்' என அழைக்கப்பட்ட சித்தர் பேர்வாங்கிக் கொண்டிருந்தார். உடம்பு முழுவதும் விபூதி பூசியது போல் தவழும் நாணல் பூ தாடி . சின்னச் சின்ன ஐந்து இதழ்ப் பூவிலிருந்து, பென்னம்பெரிய சுரைக்காய் உண்டாவது போல், சாதாரண ஆட்கள் செய்ய முடியாத அசாதாரண காரியங்களை அச்சின்ன உருவம் சாதித்துக் கொண்டிருந்தது. 'அற்புத சாமியார்' என ஒரு பெயரும் கூடச் சேர்ந்தது.

சுரைக்காய் சித்தர் ஞானம் உள்ளவர்; ஞானத்தின் காலடிகள் அளவானவை; காலையில் கண்மாயில் குளித்து ஞானவான் சித்தரிடம் போய் அமர்ந்து உரையாடி வருவார் வெள்ளைச்சாமி.

காலை நடைதிறக்கப் போய்க் கொண்டிருந்த ராமகிருஷ்ண பட்டர் (அய்யர்) வெள்ளைச்சாமியைக் கண்டதும், "கோயில் வரை வந்துட்டு போடே. விடியக் கருக்கல்ல நாயெல்லாம் நடமாடுது டே..." என்று அழைத்தார். கோயிலை அடைந்ததும் "நான் போய் குளிச்சிட்டு வந்துடறேன்" என்று புறப்பட்ட வெள்ளைச்சாமியைத் தடுத்து நிறுத்தினார் பட்டர். "இங்கேயே கிணறு இருக்கு, நீராடிட்டுத் திரும்பு டே" என்றார்.

எடுக்க எடுக்க ஊறுவது கிணறு. புதிய ஊற்றுக்கள் பாறை பிளந்து பீய்ச்சியடிக்கும். கண்மாய் என்னும் நீர்நிலை அசைவற்றது. அலைகள் தவிர வேறெந்த அசைவுமில்லாது நிலையானது. குளித்தவர்கள் அழுக்கை தன்னில் சேமித்துக் கொண்டே கிடக்கும். அது ஒரு அழுக்குருண்டை. கண்மாய் இயக்கமற்றது. கிணறு உயிர்ப்புடன் இயங்கும் ஊற்று.

ராமகிருஷ்ண பட்டர் நடை திறந்து, அன்றாட கோவில் பூசை நியமன முறைப்படி தொடங்கினார். அவரும் கிணற்றில் தண்ணீர் இறைத்துக் குளித்துவிட்டு பூசை தொடங்கியவர். அந்நேரம் தலைமைப் பட்டர் (பூசாரி) வந்துவிட்டார். வெள்ளைசாமி குளித்து தலை துவட்டிக் கொண்டிருப்பதைக் கண்டு, "உன்னை யாருடே இங்க குளிக்க விட்டது? தர்மகர்த்தா குளிக்கக் கூடாதுன்னு சொல்லிருக்கார்" என்று அதட்டினார்.

"இது பொதுக் கோயில். கிணறு எல்லோருக்கும் பொதுதான். தர்மகர்த்தா என்ன சொன்னார்?" கேட்ட வெள்ளைச்சாமி பதிலை ஏறிட்டார்.

"உன்னை மாதிரி ஒதுக்கப்பட்டவங்க குளிச்சா தீட்டுப்பட்டுரும். தர்மகர்த்தா அய்யா சொல்றார்."

முந்தைய காலத்தில் மாமன்னர்கள் இருந்தனர். குறுநில மன்னர்கள், வேளிர்கள் வாழ்ந்தனர். பிறகு பாளையக்காரர்கள். இவர்கள் வரலாற்றில் துடைக்கப்பட்டதும் ஜமீன்கள் உருவெடுத்தனர். காலம் ஜமீன்களையும் உருக்குலையச் செய்தது. மக்கள் ஆற்றாது அழுத கண்ணீர் ஜமீன்களை அறுத்துப்போட்டதால் அல்லோலகல்லோலப் பட்டுப் போயின. கொல்லம்பட்டி ஜமீன்,

மேல்மாந்தை ஜமீன், ஆத்தங்கரை ஜமீன் என்று பெயர்கள் எஞ்சியிருக்க, நத்தை வெளியேறிய கூடு போல் நின்றன வருமானம், சொத்துபத்து பறிபோன கூடுகள்.

வருமானமும் செல்வாக்கும் கொண்ட புதிய தர்மகர்த்தாக்கள் வர்க்கம் உருவாகி வந்தது. கிரீடம் சூடிக்கொள்ளாத மன்னர்களாக, குறுநில அரசர்களாக, ஜமீன்களாக ரூபம் கொண்டனர். பேர்பெற்ற ஆத்தூர் மீனாட்சியம்மன் கோயில், சோலைசாமி கோயில் போன்ற வருமானம் தர்மகர்த்தாக்களுக்கு அளவில்லா அதிகாரத்தினைத் தந்தது. அறங்காவலர்கள் என்னும் புதிய தமிழ்ப் பெயர் சூட்டப் பெற்றது.

“கோயில் தர்மகர்த்தா சொல்லி இருக்கார்,” எச்சரிக்கை அனுப்பினார் தலைமை பட்டர்.

அன்று தாழ்த்தப்பட்டோர் குடியிருப்பில் இரவில் இளைஞர்களுடன் ஆலோசனை செய்தார் வெள்ளைச்சாமி. அவரைப் போல நல்ல பிராயம் அவர்களுக்கு. ‘தனியாய்ப் போனால் தடுக்கிறார்கள், கூட்டமாய் போனால் என்ன செய்வார்கள் பார்ப்போம்’ என சங்கிலியப்பன் யோசனை சொன்னான். காளியப்பன், முத்துப் பட்டன், சீனிச்சாமி, சின்னப்பன், சங்கிலி இணைந்து அடுத்த நாள் காலை வெள்ளைச்சாமியுடன் கிணற்றில் இறைத்துக் குளித்து துவட்டி வெளியேறினார்கள்.

தகவல் தெரிந்த தர்மகர்த்தா ஆடிப் போனார்.

“அவர்கள் எத்தனை பேர்?”

“அவர்கள் ஐந்து பேர்” என்றதும் மௌனமாகி, “சரி நீங்க போங்க, நா பாத்துக்குறேன்” என்று தலைமைப் பட்டரை அனுப்பிவிட்டார்.

“ஒன்னு சொல்லனுமே...”

சுற்று முற்றும் கண்களால் துழாவிய பின், தர்மகர்த்தாவின் காதில் காற்றுக்கும் கேட்காதது போல் கிசுகிசுத்தார். அது வேறொன்றுமில்லை; ராமகிருஷ்ணப் பட்டரும் அவங்களுக்கு உடந்தை என்ற சேதி.

“அவனும் கூட்டுக் களவாணியா?”

உள் ஆளில்லாமல் இப்படியான அடாவடிக்காரியம் நடந்தேற சாத்தியமில்லை.

"நா போலீஸ்ல புகார் கொடுக்கப் போறேன். எழுதித் தாறேன்" என்றார். அந்த விடிகாலைக் கொலையிருட்டில் காவல்நிலையம் தலைமைப் பட்டரை எதிர்பார்க்கவில்லை. குளிர் விரட்டிக் கொண்டிருந்தது. அறங்காவலர் நெஞ்சத்துக்குள் வெப்பக் கொதிப்பு ஏறிக்கொண்டிருந்ததால் தலைமைப் பட்டரும் மவுனமாய் காவல்நிலையம் போய்நின்றார்.

மீனாட்சியம்மன் கோயிலில் மறுநாள் காலை ஒரு அறிவிப்பு பலகை:

"இது அம்மனுக்கு அபிஷேகம் செய்கிற நீர், குளிக்க அனுமதியில்லை"- அறங்காவலர் கல்யாணராமன் என எழுதப்பட்டிருந்தது.

வெள்ளைச்சாமியும் குழுவினரும் சேர்ந்து காவல் நிலையத்தில் ஒரு புகார் கொடுத்தனர். "இது பொதுக் கோயில். அம்மனை எவரும் வணங்கி வழிபட உரிமையுண்டு" என்ற அறநிலையத்துறை ஆணை மேற்கோள் காட்டப்பட்டிருந்தது. "ஆலயத்துக்குள் சென்று வழிபட உரிமையுள்ளது போலவே, பொதுக்கிணற்றில் நீராட, கோயில் நீர்நிலைகளில் நீராட உரிமை உண்டு. அம்மனின் அபிஷேக நீர் எனத் தடுக்க எந்த முகாந்திரமும் இல்லை. இவ்வாறு செய்வது எமக்கு விசனத்தைத் தருகிறது."

இதுதான் தாழ்த்தப்பட்டோர் குலத்தின் குரல். வெள்ளைச்சாமி குழுவினர் கொடுத்த கூக்குரல் செஞ்சாந்துக் கட்டிடத்துக்கு ஏறவில்லை. அதுபற்றி காவல் நிலைய விசாரணை இல்லாமல் அறங்காவலர் புகாரை மட்டும் விசாரிப்பு செய்தார்கள். சமாதானமாய்ப் போகும்படி வெள்ளைச்சாமி குழுவினரிடம் கேட்டுக் கொள்ளப்பட்டது.

வெள்ளைச்சாமி கேட்டார், "ஒன்னு சொல்லவா, இதையே நீங்க தர்மகர்த்தாவிடம் சொல்வீர்களா?"

"என்ன மாதிரி?" தயானத்து செய்வதுபோல் கேட்டார் ஆய்வாளர்.

"இப்ப எங்கள மெரட்டுனீங்கள்ள, அதுமாதிரி. சமாதானமாப் போகும்படி."

காவல் ஆய்வாளர் படீரெனச் சிரித்தார். "நாங்க மெரட்டுனமா?" பிறகு மனஒருமைக்கு வந்தவர் போல், 'அவரிடமும் பேசுவோம்' என்றார்.

"செய்வீங்க செய்வீங்க" எகத்தாளமாய் சொல்லிவிட்டு எல்லோரும் வெளியேறினார்கள்.

அதன்பின் நடந்த உண்மைச் சம்பவம் வேறொன்றாக அமையும் என்பது அனைவரும் அறிந்தது. தர்மகர்த்தா காவல் நிலையத்துக்கு அழைக்கப்படவில்லை. பவ்வியமாய் காவலாய்வாளர் போய் தர்மகர்த்தாவின் சமூகத்தில் நின்றார். இரு சாதி மக்களில் பெரும்பான்மை சமூகத்தின் பக்கம் அவர் நின்று விசாரணை இல்லை என முடித்துத் தீர்த்து வைத்தார்.

வெள்ளைச்சாமியின் தாழ்த்தப்பட்ட சமூகம் பொருமிக் கொண்டிருந்தது. நாளை வரும் ஒரு புயலில் இந்த மேட்டுக்குடி சமூகம் தன் கொட்டம் அடங்கிப் போய்க்கிடக்கும் என எதிர்பார்த்திருந்தனர்.

38

நந்தவனத்தில் பூப்பறித்து, பூக்கட்டி விற்றுப் பிழைப்பது பண்டாரம் குடும்பம்; ஒவ்வொரு கிராமத்திலும் ஒரு கண்மாய். கண்மாய் மூலை ஓரம் ஒரு நந்தவனம்; நந்தவனத் தோட்டத்தில் பூச்செடி பயிரிடுதல், மூலிகைகள் பராமரித்தல் அவர்கள் தொழில். மல்லிகைப் பூ, முல்லை, பிச்சிப்பூ, நந்தியாவட்டம், செவ்வந்தி, சாமந்தி, கப்பல் அரளிப்பூ, பவளமல்லி, சென்ட்டுப் பூ - பல வண்ணப் பூக்கள் தழுதழுப்பாய் ஆடின நந்தவனத்தில்.

பிச்சி, மல்லிப்பூ வகைகளைத் தனியாயும், வாசமுள்ள மருக்கொழுந்துடன் சம்பங்கிப் பூ கோர்த்தும் பின்னி, வீடுகளில் விற்பனை செய்து வருவார்கள் பண்டாரப் பெண்கள்.

“பூ...பூ...” கூவும் குரலோடு ‘பண்டாரம் மகள் வந்திருக்கிறேன் அம்மா’ என்ற குரல் முற்றத்தில் வரும். பூக்கள் சல்லிசாய்க் கிடைக்கும் காலத்தில் பக்கத்து ஊர்களுக்குப் போய் விற்று வருவதுண்டு.

தண்ணீர் தளதளப்பாய் கண்மாயில் கிடந்தது. ஊர்ப் பராமரிப்பே ஒழுங்காய், ஒற்றுமையுடன் பேணப்படாத போது, நந்தவனப் பாதுகாப்பை யார் எடுத்துப் போட்டுக் கவனிப்பது! ஊரில் அதே வேலையாய் இரண்டுமூன்று பெரியவர்கள் வக்கணையாய் கவனிக்க அலைந்தனர். முதியவர்கள் காலம் முற்றுப்பெற்றது. இப்போது மனிதர்கள் அருகிவிட்டனர். பூக்கட்டிப் பிழைத்த பண்டாரங்கள் நந்தவனம் போல தரிசாகி மூலை மூலைக்குக் குடி பெயர்ந்துவிட்டார்கள். மூத்த முத்தையாப் பண்டாரம் கருப்பட்டி வியாபாரம்; அடுத்தவன் நகரத்தில் ஓட்டல் தொழிலாளி; மூன்றாம் ஆம்பிளை ராசாமணி, உயர் சாதித் தெருவில் ஒரு இட்லிக் கடை நடத்துகிறான்.

கடைசிப் பையன் ஆடு மேய்க்கும் மாணிக்கம். ஒரு பத்துஎண்ணம் ஆடுகளை வைத்துக்கொண்டு, தொரட்டிக் கொம்பைத் தோள்களில் மாட்டிக்கொண்டு ஆட்டுக்குப் பிறத்தாலேயே “மே..,மே..” என்று மேய்த்துக்கொண்டு அலைகிறான். மாணிக்கம் கீக்காட்டு ஓடையில் வாயில் நுரை

தள்ள, கையைக் காலை 'விலுக் விலுக்கென' உதறி மதியக் கட்ட வெய்யிலில் இறந்து போனான். 'பயந்த கோளாறா? சுகக்கேடா? எதனால இறந்தான்' என எவருக்கும் கண்டறியத் தெரியவில்லை. ஆனால் அவனுக்கு காக்கா வலிப்பு அடிக்கடி வரும்; சட்டென கவனிக்க ஆளிருந்தால் காப்பாற்றி இருக்க முடியும் என்று சொன்னார்கள்.

பிரச்சனைகளைத் தேடிப் போக வேண்டியதில்லை; 'என்னை எடுத்துக் கொள், எடுத்துக் கொள்' என குதியாட்டம் போட்டு முன்னால் நிற்கின்றன; 'சாமியாட்டம்' ஆடி வருகின்றன. இயல்பான உரசல்களில் வெடிக்கும் பிரச்சனைகளில் பெரும்பாலானவை சாதி முலாம் பூசி திசை திருப்பப்பட்டன.

அலுமினிய, பித்தளைப் பாத்திரங்கள் உபயோகித்த காலம் ஒன்றிருந்தது. கம்பஞ்சோறு, களி, கஞ்சி போல உணவுப் பண்டங்கள் இந்த உலோகப் பாத்திரங்களில் களிம்பு பிடித்துக் கெட்டுப் போகும். "ஈயம் பூசலையோ... ஈயம்..." தெருவில் குரல் அலையும். களிம்பு ஏறாதிருக்க, அலுமினிய, பித்தளைப் பாத்திரங்களின் உள்ளே ஈயம் பூசி சரிசெய்வார்கள். களிம்பு பிடிக்காமல் உணவுப் பதார்த்தங்கள் கெட்டுப் போகாது. வருசக் கணக்கில் தாக்குப்பிடிக்கும்.

சில வீடுகளில் பித்தளைச் சட்டி, பித்தளைத் தூக்குச்சட்டி இருக்கும். தூக்குச்சட்டியில் முக்கால் சட்டி கம்மஞ்சோறு வைத்து, மோர் ஊத்தி உழவு காட்டுக்கு அனுப்புவார்கள். மதியச் சாப்பாட்டின் போது, மோர் கெட்டித் தயிராய்ப் பக்குவம் அடைந்து உறைந்து கிடக்கும். மிதுக்க வத்தல், சீனிஅவரை வத்தல் புரட்டிப் புரட்டிச் சாப்பிட ருசி உச்சந்தலையில் ஏறும். வத்தல் இல்லாத நாட்களில் காணப் பருப்புத் துவையல் அரைத்து கஞ்சிக் கலயத்தில், தூக்குச் சட்டியில், சின்ன மண் பாண்டத்தில் வைத்து அனுப்புவார்கள்.

பண்டாரம் மாணிக்கம் கொலை வித்தியாசமானது. அது கொலையல்ல, இயல்பான மரணம். அதைத் திருகிமுருகி சாதிச்சாயம் பூசி பிரச்சனையாக மாற்ற ஒரு தரப்பு தயாராக இருந்தது. அவன் சாவுக்குமுன் சாப்பிடப் பிரித்து வைத்திருந்த பித்தளைத் தூக்குச் சட்டி களிம்பு பிடித்து கஞ்சி உருண்டை புளித்துக் கிடந்தது. புளிப்பு வீச்சம் மூக்கில் ஏற, மூக்கைச் சுளித்துக்கொண்டு போலீஸார் வழக்குப் பதிவு செய்தனர். சாதிச்

சங்கங்கள் தலையிடத் தொடங்கின. 'கல்லுளி மங்கன் போனவழி, காடுமேடெல்லாம் தவிடுபொடி' என்று சொல்லப்படுவது போல் சாதிசங்கத்தின் தலைக்கொடுப்பில் ஊர் கசமுசா ஆகிற்று. முன்பே சாதியப் பிரச்சனைகளில் கொதித்துக் கொண்டிருந்த ஊர், பண்டாரங்கள் நான்குபேரையும்- முத்தையா, வேலாயுதம், ராசாமணி, சொர்ணமணி நால்வரையும் - கைவளைவுக்குள் கொண்டுவந்து ஆடாத ஆட்டம் ஆடிற்று. உயர்சாதி ஒதுக்குதலில் ஏற்பட்ட கோளாறில் அவமானமடைந்த அவன் தற்கொலை செய்துகொண்டான் என்று உடன்பிறந்தவர் மூவரையும் சொல்லச் சொன்னார்கள். அது போலீஸ் வாக்குமூலத்தில் சேர்க்கப்பட்டது.

39

பூசனூர் ஊர்ப்பொங்கல் நாளில் வழக்கமாய் மாட்டுரேஸ் விடுவார்கள். மாட்டுரேஸ் விட்டால் ஊர்ப்பொங்கல் நிறைவு பெறுவதாக அர்த்தம். தெருக்கள் மறைக்க, ஊர்நிறைக்க காப்புக்கட்டுவது ஊர்ப்பொங்கலின் தொடக்கம். மாட்டுவண்டிப்பந்தயம் முற்றுப்புள்ளி.

பொன்கரிசல் குளத்திலிருந்து சிங்கக்குட்டியின் மாடுகள் பங்கேற்காத ரேக்ளா ரேஸ் இல்லை. வழக்கம்போல் பொன்கரிசல் குளத்திலிருந்து சிங்கக்குட்டியின் பந்தய மாடுகளைத் தனியாக மேல்திறந்த மொட்டை வேன்களில் ஏற்றிச்செல்வார்கள். நடத்திச் சென்றால் மாடுகளுக்கு களைப்பாகிப் போகும். சிங்கக்குட்டி ஆறு, ஆறரை அடி உயரம். 'தோளுக்கு நாலு பேர் தூங்கப் பெலன் - அவர் தூங்கினாலும் இவர் தாங்கப் பெலன்' என்று வர்ணிக்கப்படும் உடற்கட்டு. எப்போது பார்த்தாலும் ஒரு தேங்காய்ப் பூ துண்டு, கன்னி ஜிப்பா, பெயருக்கு ஏற்றாற் போல் தோரணையாய் இருப்பார்.

சும்மா இருக்கிற காலங்களிலும் அவர் சும்மா இருந்ததில்லை. மல்லிக்காய், பருத்தி, மிளகாய் வத்தல் வாங்குவது, விற்பது என சின்னச் சின்ன வியாபாரங்கள் செய்வார். நேரடியாகப் போய் வாங்கி விற்பதில்லை. தோரணையை விடாமல் ஓரிடத்தில் உட்கார்ந்து கொண்டு, அததுக்கு அந்தந்த வியாபாரியைத் தொடர்புபடுத்திவிடுவார். 'ஏ, நீ அங்க போ, நீ இந்த இடத்துக்குப் போ' அதட்டல்கள் வழிப்படுத்தும் ஆணைகள். அதற்குரிய கமிசனை, வியாபாரிகள் வழங்கிவிடுவார்கள். செய்வது தரகர் வேலைதான் ஆனாலும் பெருங்கொண்ட சரக்கு அனுப்புவதிலும் விண்ணன்.

மாட்டுத் தரகு செய்வதுண்டு. ஆடுகள் வாங்கி, ஒரு பட்டியில் அடைத்து மொத்தமாய் விற்பது, ஊர் முழுக்க ஒரே சாதி வாய்ப்பாய் அமைந்து போனது.

சில நாட்களில் பந்தயத்தில் கட்டவும் கையில் பணமிருப்பதில்லை. ஆனாலும் வண்டியை எடுத்துக் கொண்டு

பந்தயத்துக்குப் போய் நிற்பார். இப்போது 500 ரூபாய். அந்தக் காலத்தில் ஐம்பது அல்லது நூறு ரூபாய். ஆனால் பந்தயக்களத்தில் போய் நின்றதும் தோரணை வந்துவிடும். இவருடைய மாடு வெற்றிபெறும் என்று உறுதியாய்த் தெரியும். பந்தயக்களத்துக்கு வந்திருக்கிற அனைவரும் நல்ல பழக்கம். 'ஏ, நீ கட்டு ஜெயிச்சதும் வாங்கித்தாரேன்' என்பார். பல நேரம் ஜெயித்து விடுவதுண்டு.

பந்தய மாடுகளை வளர்ப்பது லேசுப்பட்ட காரியமல்ல. அவைகளை நீர் நிலைகளில் காலாற நீந்தவிட வேண்டும். சொடக்கு எடுத்தது போல், மாடுகள் புத்துணர்ச்சி கொள்ளும்.

குட்டியானை என்று சொல்லப்படுகிற மினிலாரி பிடித்து மாடுகளைக் கொண்டு போவார். கூட பத்துப்பேர் போவது வழக்கம். அன்றைக்குப் பட்சி பிடிக்கலை, மாடு ஜெயிக்கலை. அன்று காலையிலேயே அதே குட்டியானையில் பொன்கரிசல் கிராமத்திலிருந்து போனவர்களையும் ஏற்றிக் கொண்டு, வேன் திரும்புகிறது. அன்னைக்குப் பார்த்து ஆத்தூரில் ஒரு இழவு. இழவுக்குப் போக துடித்துக்கொண்டிருக்கிறது ஊர். சிங்கக்குட்டியாரும் இழவுக்குப் போய்த் திரும்ப வேண்டியுள்ளது.

சிவலார்பட்டி ஒரு நடுக்காடு. ஒழுங்குமுறையான பஸ்போக்குவரத்து கிடையாது. ஒரு பஸ்சை விட்டால் அடுத்து பஸ் நேரம் எப்படியோ? வந்தால்தான் உண்டு. சில நாட்களில் இரவு ஊர்திரும்ப, ஆத்தூர் பேருந்துநிலையத்தில் காத்திருப்பார்கள். 'இன்னைக்கு பஸ் ஏமாத்திருச்சே' என அங்கலாய்ப்பு, சலிப்பு கிளம்பும். அன்றிரவு பஸ்சை ரத்து செய்திருப்பான் பஸ்காரன். 'சரி, துட்டிக்குப் (துஷ்டி, இழவு) போயாக வேண்டும். வேன் வந்தது லாயக்காய்ப் போச்சு. இதிலேயே ஆத்தூர் போய்ச் சேந்திருவோம்' என்று சனங்கள் முடிவெடுத்தனர்.

ஆனால் 'கட்டணம் பேசாமல் வண்டியில் ஏறக்கூடாதென்கிறான்' வேன் ஓட்டுநர். நடத்துநர், ஓட்டுநர், உரியதாரி எல்லாமும் அவன்தான். இன்றைக்குப் போல் 25 வருடங்களின் முன் கார், லாரி, மினிலாரி, குட்டியானை (வேன்), பைக், ஸ்கூட்டர் என வாகனப் பெருக்கம் இல்லை. ஒரு இடத்திலிருந்து மற்றொரு இடத்துக்கு அசைவு வரையறுக்கப்பட்டே இருக்கிறது.

"வேன் சும்மாதான் ஆத்தூருக்குத் திரும்பப் போகிறது. அதனால் கொஞ்சம் பொறு வேனிலேயே திரும்பி விடுகிறோம்" தாக்காட்டுகிறார் சிங்கக்குட்டி. வேன் ஓட்டுநர் மறுத்துவிடுகிறார்.

“திரும்பு காலில் வண்டி சும்மா அடிக்காது. தலைக்கு இவ்வளவு என்று கொடுத்துவிடுங்கள்." டிக்கட் கணக்கு பேசுகிறான் குட்டியானை வைத்திருப்பவன்.

‘பேசியபடி வண்டிக்குரிய வாடகை ஏலவே கொடுத்தாகிவிட்டது. இப்போது புதிதாய் டிக்கட் கட்டணம் தலைக்கு இவ்வளவு என்று கணக்குப் போடுகிறாயே எப்படியென’ சிங்கம் தோரணையோடு கேட்கிறார். வாக்குவாதம் போய்க்கொண்டிருக்கிற போதே, மொதுமொதுவென்று பெண்கள் ஏறிவிடுகிறார்கள். “சரி அங்கே போய் ஒரு தொகை கொடுத்துவிடுகிறேன். தலைக்கு இவ்வளவு என்பது வேண்டாம்”என சிங்கமும் வேனில் ஏறிக்கொள்கிறார்.

ஆத்தூரில் வாடகைக் கார், வேன், மினிலாரி என அனைத்து வாகனங்களையும் தாழ்த்தப்பட்டோரில் பெரும்பான்மையான பள்ளர்கள் வசப்படுத்தி இருக்கிறார்கள். அவர்கள் நினைப்புக்கு தனியார் வாகனங்களின் மொத்த அசைவையும் நிறுத்தி வைக்கும் திராணியிருந்தது.

ரத்தினம் என்பவர் பள்ளர். கடைவீதியில் போய் அன்றாட வட்டிக்கு விடுவது, இரவில் வசூல் செய்வது என கொடுக்கல் வாங்கல் செய்கிறார். கொடுக்கல் வாங்கல் என்றால் அடி, தடி இல்லாமல் நடப்பதில்லை. சண்டியர் என்று பெயருடன் ரத்தினம் உலா வர ஆரம்பித்தார்.

கரிசல் நிலத்தில் தை, மாசியுடன் வெள்ளாமை முடிந்து போகும். வெள்ளாமை வீடு வந்து சேர்ந்ததும், வேறு வேலை கோடையில் கிடையாது. வானத்து நீர், மேக நீர் முடிந்து விட்டது. மண்ணின் நீர் கிடைத்தால், தோட்டக்காடு உண்டாக்கிப் பயிரிடலாம். கிணறு, ஆறு, நீர்த்தேக்கம் எதுவுமே காணாத மா பாவி பூமி இது. கோடை உழவு என்று கொஞ்ச நாள் வேணாத வெயிலில் வேலை.

அடுத்த வெள்ளாமை வேலை தொடங்கும் காலம் வரை சும்மா இருப்பார்கள். கும்மி, முளைப்பாரி, கோலாட்டம், ஒயிலாட்டம், தேவராட்டம், வில்லுப்பாட்டு, குறவன்-குறத்தியாட்டம், உடுக்கைப்பாட்டு, எண்ணிக்கையில்லாக் கலைகள் அரங்கேறும் காலம். வாத்தியார் வைத்துக் கற்றுக் கொண்டார்கள். இத்தனை நாட்டார் கலைகளின் மத்தியில், எருதுகட்டு, மாட்டுவண்டிப் பந்தயம் போல வீரவிளையாட்டுக்கள்.

எருதுகட்டு சில கோயில் திருவிழாக்களில் குறிப்பாய் இன்னும் பெருந்தெய்வம் வரிசைகளில் இடம்பெறாத கோயில் வெளியில் நடைபெறும். எருதுகட்டு, 'கிடுகட்டி' மேளம் என்று பேர். இடுப்பைச் சுற்றி இடைவாரில் அடி வயிற்றின் மேல் கிடுகட்டி தொங்கும். இதன் வாசிப்புக்கென தனி இனச் சமூகம் உண்டு.

மாட்டுவண்டிப் பந்தயம் (ரேக்ளா வண்டி ரேஸ்) மற்றொரு வீரவிளையாட்டு. ஒவ்வொரு ஊர்ப்பொங்கலும் மாட்டுவண்டிப் பந்தயத்தில் முடிந்தால்தான் நிறைவு பெற்றதாக அர்த்தம். பெரியமாடு, சின்னமாடு, நடுமாடு, பூஞ்சிட்டு, தேஞ்சிட்டு என ஐந்து பருவ மாடுகள் பிரிக்கப்பட்டு பந்தயம் நடக்கும். கிடாரியைப் (இன்னும் விதைக் கொட்டை முத்தாத இளங்காளைக் கன்று) பந்தயத்துக்குப் பழக்காததுதான் பெரிசு.

கோயம்புத்தூர் பகுதிகளில் நடத்தப்பெறும் பந்தயத்துக்கும், கோவில்பட்டி, ஒட்டப்பிடாரம், விளாத்திகுளம், கடம்பூர் போல இன்றைய தூத்துக்குடி மாவட்டத்தில் நடக்கும் பந்தயத்துக்கும் வித்தியாசம் உண்டு. கொங்கு வட்டாரத்தில் நடைபெறும் பந்தயத்தில் தனித்தனியாக வண்டிகளை ஓடவிட்டு, நிமிடக்கணக்கு பார்க்கப்படும். தெற்குச் சீமையில் நடக்கும் பந்தயங்கள் அப்படியல்ல. ஒவ்வொரு சீமையில் ஒன்றாக விடப்படும். முதல் இரண்டு, மூன்று என வெற்றி தோல்வி பார்க்கப்படும்.

பந்தய மாடுகள் வளர்ப்பது லேசுப்பட்ட விசயமல்ல. அந்தக் கிறுக்கு பிடித்துவிட்டால், பிறகு அதிலிருந்து லேசில் இறங்க ஆகாது. எட்டயபுரம் ஜமீன், மேல்மாந்தை, காடல்குடி, கடம்பூர் ஜமீந்தார் மட்டும் பந்தய மாட்டுப் பைத்தியம் பிடித்து அலைகிறார்கள். அதே சோலியாய் அலைய வேண்டும். வேற சோலி இருக்கப்படாது. ஒவ்வொரு மாட்டின் பின்புறத்தையும் பார்க்கிறபோது, தொடைகளின் சிறுமேடாய்க் குவிந்த புட்டங்களைக் கணித்ததும் சொல்லி விடுவார், இது பந்தயத்துக்கு உதவும் என்பதை.

மாட்டுப்பொச்சுக்குப் பின்னாலேயே பார்வை ஓடிக் கொண்டிருக்கும். 'பொம்பிளை பின்புறத்தையே தெரிஞ்சிருக்காகே. பொம்பிள புட்டமும் மாடாய்ப் படுத்தனுமே. அவருக்கு அந்த மதி கிடையாதே' ஜமீனைப் பகடியடிப்பார்கள்.

"நாலு தலைமுறையா வச்சிக்கிட்டிருக்கோம். நானும் வச்சிருக்கேன்" என்றார். ஜமீனுக்கு வேறு சோலியே பார்க்க

நேரமிருந்ததில்லை. கொம்புகள் பந்தய மாட்டுக்கு ஒரு இலக்கணம்; வாலும் பந்தய மாட்டிலக்கணம் பேசும்.

பந்தயமாட்டுக்கு சாதாரண சோறு, சாப்பாடு செல்லாது. நாட்டுக்கோழி, பக்குவமாய்ச் செய்து ஊட்ட வேண்டும். நாட்டுக்கோழி, கெட்டியான கம்புச்சோறு, கருப்பட்டி, நாட்டுமருந்து இடித்து உருண்டை கவளம் கவளமாய்க் கொடுப்பார்கள். நீச்சல் பழக்க வேண்டும். மனுசன விட, மாட்டுக்கு அதிகச் செலவு பிடிக்கும்.

மனுசனுக்கு நோய் செலவு பிடிக்கும். மாட்டுக்கும் வரும். புட்டாணியில் நீர் கோர்த்துக்கொண்டால், வாதநோய். வாதநோய் வந்த மாடுகள் புட்டாணியை இழுத்து இழுத்து நடக்கும். அதனால் பிட்டியில் (புட்டாணியில்) சூடு போடுவார்கள். ஸ்வஸ்திக் மாதிரி சூடு - அது நீரை உறிஞ்சி எடுத்து விடும்.

வல்லாளப்பட்டியிலிருந்து குட்டியானையில் பயணம் செய்தவர்கள் பெரும்பாலும் பெண்கள். குறிப்பாக, பிராயத்து ஆண் பேர்வழிகள் அதிகமில்லை.

கார், லாரி, மினிலாரி, குட்டியானை, பைக், ஸ்கூட்டர் போன்ற போக்குவரத்து வாகனங்கள் பந்தயத்திற்கு போன அன்றைய நாட்களில், பெரும்பாலும் பள்ளர் சமூகம் வசம் இருந்தன. அவர்கள் உரியதாரிகளாக இருந்தனர். அல்லாவிடில் ஓட்டுநர்களாக, நடத்துநர்களாக அமர்ந்திருந்தனர்.

தொகுதி வாக்காளர் எனப் பார்த்தால், ரெட்டியார்கள் கூடுதல். அடுத்த நிலையில் தெலுங்கு பேசும் நாயக்கமார். மூன்றாவதாய் தாழ்த்தப்பட்ட பள்ளர் சமூகத்தினர். இந்தப் பெரும்பான்மை காரணமாக கொஞ்சம் செருக்கோடு நின்றனர்.

திருமணம், பூப்பெய்தல் போல சடங்குகளுக்கு பெண்கள் அதிகம் கூடுகின்றனர். குறிப்பாக துட்டி (இழவு) வீடுகளில் உற்பத்தி செய்யப்பட்ட துயரக் கழிப்புக்கென்ற இனம் அதுதான்.

இறக்கி விட்டதும், மதயானையிடம் வண்டி ஓட்டி தலைக்கு இவ்வளவு கட்டணம் என்று பழைய வாதாட்டத்தை எடுத்தான். அதெல்லாம் முடியாது என்று சொல்ல வார்த்தைகள் தடிப்பாகின. “மரியாதையாப் பேசு" சிங்கக்குட்டி சொல்ல, “துட்டுக் கொடுக்க முடியாத ஒனக்கெல்லாம் என்ன மரியாதை" என்று துடுக்காய் கேட்டான். அவனுக்குத் தெரியும் சிங்கக்குட்டி நாயக்கர் யாரென.

தொகுதியில் இரண்டாம் பெரும்பான்மைச் சமூகத்தின், சாதிப் பிரதிநிதி. அவரை எடுத்தெறிந்து பேசிவிட்டான்.

“யார்ட்டப் பேசுற?"

“தெரியும். எல்லாம் தெரிந்துதான் பேசுகிறேன்.”

வண்டி ஓட்டி பதில் சொல்லி வாய்த்தகராறு ஆக, பள்ளர் சமூகத்தைச் சேர்ந்த வாகனச் சொந்தக்காரர்கள் ஒன்னு சேருகிறார்கள். சிங்கக்குட்டி நாயக்கருக்கும் மற்றவர்களுக்கும் தகராறு. தள்ளு முள்ளலில் குலுக்கட்டி (குறுக்கை) மாதிரி இருந்த சிங்கக்குட்டி கீழே விழுந்து விட்டார்.

கணேசன் என்ற வாகனச் சொந்தக்காரன் பழுதான வண்டியைத் தூக்கி நிறுத்தும் ஜாக்கியை முறுக்கியேத்தும் லிவரைத் தூக்கி எழுந்துநின்று தடுக்கும் சிங்கத்தின் மேல் வேகமாக வீசினான். தப்பிக்கனுமே என்று கழுத்தைச் சாய்க்க, லிவர் பின்கழுத்தில் அடித்து கொண்டை நரம்பு அறுந்து விட்டது.

கடைத்தெருவில் அன்றாடம் வட்டி வசூலித்து, கொடுக்கல் வாங்கல் செய்கிற சண்டியர் சூரிக்கத்தி கணேசன். ரத்தினவேலுவோட மகன். வேலுவின் சண்டியர் தோரணையெல்லாம், இவனிடமும் இருக்கு. இந்தப் பிரச்சனையில் கணேசன் தலையிடுவதற்குக் காரணம் என்ன? கொடியங்குளம் பிரச்சனைக்குப் பிறகு அப்போதுதான், கிருஷ்ணசாமி புதிய தமிழகம் கட்சி தொடங்குறாரு. பள்ளர் சமூகத்தின் தனித்துவமிக்க தலைவராக மேல்வருகிறார். தென் மாவட்டங்களில் மட்டுமல்ல, பிற இடங்களில் எங்கெல்லாம் அந்தச் சமூகம் இருக்கிறதோ, பள்ளர் சமூகத்தின் பிரதிநிதியாகக் காட்சியாகிறார். “தேவேந்திரகுல வேளாள திலகமே" என்று தங்களின் விடிவெள்ளி தோன்றியிருப்பதாகக் கருதுகிறார்கள். இந்த கணேசன் ஆத்தூரில் கட்சிச் செயலராகவோ, தலைவராகவோ நியமிக்கப்படுகிறார். நன்றியறிவிப்புச் சுவரொட்டிகள் கணேசன் சார்பில் ஒட்டப்படுகின்றன.

பின்னங்கழுத்து துண்டாகும்படி அடி விழுந்த சிங்கக்குட்டி நாயக்கர் ஒரு வாரம் சுயநினைவிழந்தவராய் (கோமா) மருத்துவமனையிலிருந்து ஒரு வாரம் கழித்து மருத்துவமனையில் இறக்கிறார்.

இது வங்கொலைச் சாவு. செய்தது தங்களுக்கு அடுத்த நிலையில் இயங்கும் தாழ்த்தப்பட்ட சமூகம். அதனோடு மோதிப்

பார்த்து விடுவது என்று வள்ளலார்பட்டியில் கூடிய நாயக்கர் சமூகம் முடிவுக்கு வருகிறது. பிற பகுதிகளிலிருந்தும் சாதிச் சங்கங்களின் பிரதிநிதிகளும் ஒன்று கூடுகின்றனர். வட்டாரத்தில் இதுவரை கேள்விக்குட்படுத்தாமல் வாழ்ந்தது அவர்கள் சமூகம். வரும் தேர்தலில் சிங்கம் நின்றால் எம்.எல்.ஏ அவர்தான். தெலுங்கு பேசும் ரெட்டி சமூகமும் இணைகிறபோது எளிதில் வெல்லுவார் என கனவுகளுடனிருந்த வேளையில், இப்படியொரு பேரிடி விழுந்துள்ளது.

முகத்துவாரத்தில் ஆறு போய் சங்கமிக்கும் இடம் வைப்பாறு. அந்த ஊரில் பெருந்திரளாய் வாழும் நாயக்கர் சமூகம் சங்க ரீதியாய் வள்ளலார் பட்டியில் ஒன்று கூடி, 'பழி எடுக்க வேண்டும்', 'தங்கள் தலைவனைத் தாக்கிய கொலையாளியை வெட்டிப் 'பொலிபோட வேண்டும்' என்று ஆவேசம் கொள்கிறது.

மூலகாரணமாயிருந்த கணேசன் தலைமறைவாகிவிட்டான். அப்பன் வேலுவும் கொஞ்சநாள் தலைமறைவாக இருந்தான். தங்கப்பாண்டியன் என்ற ஒரு இன்ஸ்பெக்டர் பெயருக்குப் பொருத்தமாக தங்கமாக இருந்தார். சிறுவியாபாரிகள், சாதாரண மக்களிடம் வட்டிக்குக் கொடுத்து வாங்குவதாக ரத்தினவேலு மீது புகார்கள் குவிந்தன. இன்ஸ்பெக்டர் பலமுறை சொல்லியனுப்பியும் ஆள்வரவில்லை. வேறு எங்கிருப்பான் என்று தெரியுமோ, அந்த வீதியின் அதே கடையில் போய் நின்றபோது, அவன் இல்லை. "இங்ஙனதான் நின்னது ஆளு, எங்க போச்சோ தெரியல." மலையாளி தேநீர்க் கடைக்காரன் கையை விரித்தபோது, "இன்னைக்குள்ள வந்து பாக்கனும். இல்லேன்னா தூக்கிருவேன், தூக்கி..." என இன்ஸ்பெக்டர் கட்டன் ரைட்டாக எச்சரித்துவிட்டுப் போனார். தங்கப்பாண்டியன் வலை விரித்து விட்டான். தப்பவியலாது என அப்பன் வேலுவும் தலைமறைவானான்.

தங்கப்பாண்டியன் குறிவைத்துவிட்டார். இனி ஆளை விட மாட்டார் என்று தெரிந்தது. ரத்தினவேல் ஒரு ஆறு மாசம் தலைமறைவு. சாயல்குடிப்பக்கம் அவனுடைய சமூகம் திட்டமாய் உள்ள களத்தூர்தான் அது. ஆனால் கப்பம் வசூலாவது குறைவில்லாமல் ஒழுங்காக நடந்து கொண்டிருந்தது. வேலுவின் இரண்டாவது பையன் கந்தன் வசூல் நாடகத்தை திரை இழுக்காமல் நடத்திக் கொண்டிருந்தான்.

ஆனால் அப்பனுக்கு நேர்மாறானவன். ஒவ்வொரு கடைமுன்பாகவும் பவ்வியமாய் பூனைபோல் நிற்பான். பூனைக்குட்டியை லேசாய் தட்டிவிட முடியாது என்ற பயம் உள்ளோட, கைகள் வட்டிக்காசைத் தூக்கித் தந்தன.

ஆறு மாசங்களின் பின், தங்கப்பாண்டியன் ஆத்தூர் காவல் நிலையத்தில் இல்லை. மாறுதலாகிப் போய்விட்டார் என்பது உறுதிபடத் தெரிந்த பின், ரத்தினவேலு கடை வீதியில் பழையபடி வலம் வந்து கொண்டிருந்தான். தலைமறைவான மகன் கணேசன் கிடைக்கவில்லை. அப்பனைத் தீர்த்துக் கட்டிவிட முடிவு செய்தனர். செய்தது நாயக்கர் செருக்கோடிருக்கும் வைப்பாறு சங்கத்தினர். ஆனால் சரணடைந்தது வள்ளலார்பட்டிக்காரர்கள்.

வள்ளலார்பட்டியிலிருந்து ஆத்தூருக்கு ஒன்றிரண்டு பேருந்துகள் உண்டு. பத்துமணிக்கு ஒரு பேருந்து ஆத்தூர் பேருந்து நிலையம் வந்தடைகிறது. சிங்கக்குட்டி கொலை வழக்கில் கணேசன் மீது சாட்சி சொல்ல வழக்கில் வாய்தாவுக்கு வருகிறவர்கள், அந்தப் பேருந்துவிலிருந்து வருகிறார்கள் என துப்புக் கிடைக்கிறது. பள்ளர் சமூகம் எச்சரிக்கையடைந்தது.

மனிதன் ஒரு தாவரமல்ல; புல், பூண்டு, செடி, கொடி அல்ல; அவன் ஒரு விலங்குமல்ல; பூச்சி, பொட்டுமல்ல; அவனொரு மனிதன். அவனுடைய வளர்ச்சியில் காலப்போக்கில் அன்பு, பாசம், பிரியம், கள்ளமின்மை, மானுடம் அனைத்தும் ஒவ்வொன்றாய் அவனிடமிருந்து விலகிக்கொள்ள, வன்மம், வஞ்சகம், பழியெடுத்தல் குணங்கள் வளருகின்றன. அமைதியான நீர் நிலையில் கல்லெறி போல, கலைச்சல் கொண்டு, சகல பரப்புக்கும் ஓடும் அலைகள் போல், அலைந்து பறக்கின்றன.

இந்த அடிப்படையை வளர்க்க, முட்ட, மோதவிட, சாதி - மதச் சங்கங்கள், கட்சிகள், குழுக்கள், அமைப்புகள் தார்ப்பாய்ச்சி வரிந்து கட்டி நிற்கின்றன. சிங்கக்குட்டி நாயக்கரைக் கொன்றதாக ஐந்து பேர் சரணடைந்து, வாய்தாவுக்கு வந்தார்கள். பத்து மணி பஸ்சை கணேசன், அவனுடைய சமூகத்தார் சூழ்ந்து கொண்டு, முன் வாசலில் இறங்க இறங்க வெட்டிச் சரித்தார்கள். அங்கே போலீஸ் ரோந்து கூட போடப்பட்டிருந்தது. ஆனால் கணேசன் கூட்டம் கையில் ஆயுதத்துடன் வரவில்லை. கணேசனுக்குத் தெரிந்த கடைகளில் ஒரு பையில் ஆயுதங்கள் மறைத்து

வைக்கப்பட்டிருந்தன. மறைத்து வைக்கப்பட்டிருந்தது ஆயுதப்பை என கடைக்காரருக்கே தெரிந்திருக்க நியாயமில்லை.

சிவலார்பட்டிக்காரர்கள் இறங்க இறங்க அடையாளம் கண்டுபிடித்து வெட்டினார்கள். மறு நிமிடத்தில் பேருந்து நிலையம் கொலைக்களக் காட்சி சுமந்து நின்றது. கடைவீதிக் கடைகள் சட சடவென மூடப்பட்டன.

நீதிமன்றம், வட்டாட்சியர் அலுவலகம், கருவூலம், காவல் நிலையம், பத்திரப்பதிவு அலுவலகம் என பல அலுவலகங்கள் அந்த ஒரே வளாகத்துள் அணிவகுத்திருந்தன. கொலையெடுத்த அத்தனை பேரும் நீதிமன்றத்தில் சரணடைய, நீதிமன்றம் அதிர்ச்சியானது. இந்த வளாகம் முன், இடதுபக்கம் எதிரித் தலைகள் ரத்தச் சேற்றில் புதைந்த நேரம் காலை 10.30!

நடந்த பயங்கரக் கொலைகளுக்கு நீதிமன்றம் சாட்சியானது. வட்டாட்சி அலுவலர், பணியாளர்கள், கருவூல அலுவலர், காக்கி சீருடையினர் அனைவரும் சாட்சியாக, கண்முன் பச்சை ரத்தப் பரிமாறல் நடந்தது. வெட்டிய அரிவாள்களில் ரத்தம் தொட்டு நெற்றியில் திலகமிட்டுக் கொண்ட அவர்கள் காவல் நிலையத்தில் சரணடைய வெற்றி நடைபோட்டு வந்தனர்.

கொலை செய்யப்பட்டவர்களில் இதன் முன் நடந்த எது பற்றியும் அறிந்திராத ஒரு அப்பாவியும் இருந்தார். அந்த இன்னொருவர், அவ்வூரில் வாக்கப்பட்ட மகளைக் கண்டுபோவதற்கு, முதல் நாள் இரவு ஊருக்கு வந்தவர்.

மொத்த தமிழ்நாடும் படுகொலைகளின் அதிர்வில் உறைந்தது. நீதிமன்ற வளாகம் முன், காவல் நிலைய வளாகத்தினுள் துணிச்சலாய் செய்யப்பட்ட, பச்சைப்படுகொலைகளைத் தமிழ்நாடு கண்டதில்லை. சாதியத்தின் வேர் நனைத்து மறுபடி மறுபடி துளிர்விடும் செயல்களைக் கண்டு கொண்டிருந்த தமிழ்நாடு அன்று செந்நிறத்தில் முற்றத்தெறிப்பு கண்டது. இதுபோல் ஏற்கனவே கண்டிராத தமிழ்நாடு, இப்போது புதிது புதியதாய்க் கண்டு, ஈரக்குலை பதறியது.

நாயக்கர் சமூகத்தின் பெருந்தலைகளெல்லாம் கொலையுண்டு விட்டனர். குறிப்பாக சிங்கக்குட்டி என்றழைக்கப்பட்ட சிங்கம் போன்ற நாயக்கர். தொகுதியில் அவர் பெயர் சொன்னாலே சின்னப் பிள்ளைகள் குஞ்சானை மூடிக்கொண்டு பதுங்கிக்

கொள்வார்கள். இன்னும் ஏழேழு தலைமுறைக்கும் சின்னப்பிள்ளைகளுக்கும், ‘சிங்கம் வருது சாப்பிடு’ என பூச்சாண்டி காட்டி சோறூட்டப் பயன்பட்ட உருவம் இன்றில்லை. சின்ன வேனின் லிவரால் ஒரு உயிர் தீர்க்கப்பட்டுவிட்டது.

ஆத்தூர் நகருக்குள் நாயக்கர் சமூகம் நடமாடப் பயந்தது. தப்பித்தவறி, தட்டுமுட்டுச் சாமான் வாங்க இல்லாதது பொல்லாததுக்கு அவசரச் சோலியாய் நகரில் கால்வைத்தால் கணுக்கால் துண்டாகிருமோ என்ற நடுக்கம் ஓடிற்று. எந்தக் கடையில் எந்த ஆயுதம் பதுக்கி வைக்கப்பட்டிருக்கும் என்ற அச்சம் கண்களில் நிறைந்திருந்தது. பள்ளர் சமூகத்தின் ஒவ்வொரு இடுப்பிலும் மறைந்திருக்கும் சூரிக்கத்தியைத் தேடி 'வெருக் வெருக்’ கெனத் திரிந்தனர்.

‘பழி எடுக்க வேண்டும்’ எனத் தோன்றவில்லை. ‘பழி எடுத்தால் பலி கொடுக்க வேண்டிவரும்’ எனப் பயம் கொண்டனர். இந்தத் தன்னுணர்த்தியோடு காலடிகள் அளந்து வைக்கப்பட்டன. அவர்கள் நிலவுடைமை விவசாயிகள்; அவர்களிடம் வீடு, நிலம், தோட்டம் என அசையாச் சொத்துக்களிருந்தன. அத்தனையையும் பராமரிப்புச் செய்ய உயிர்கள் வேண்டும்.

இந்த மாதிரி யோசனையாய் பள்ளர் சமூகமும் ஊசலாட்டத்திலிருந்தது. ஓட ஓட விரட்டின ரத்தக்கறை படிந்த அரிவாள்களுடன் காவல் நிலையத்துக்குள் சிங்க நடைபோட்டு நடந்த அந்த வீரர்கள் தளர்ந்து போய்விட்டனர். ஐவருக்கும் மரண தண்டனை உறுதி. பின்னர் பிணையில் வரவும் வாய்ப்பில்லை.

“இப்படி எவனையோ கொன்னுட்டு, எங்களை அனாதியா நிக்க வச்சிட்டியே பாவி..." பெண்டுகளின் சாபம் பாய்ந்தது. ஆறுமுகம் வீட்டில் வயசுக்கு வந்த பெண். திருமணக் கோலம் தரிக்கக் காத்து நிற்கிறாள். அவள் இன்னும் குமரிருக்க நீதமில்லை (எந்த நீதியுமில்லை). எவனையாவது இழுத்துக் கொண்டு ஓடலாமென்று நினைத்தாலும் கொலைகாரப்பய மகளை, யார் கைப்பிடித்து இழுத்துக் கொண்டு ஓடுவார்கள்?

லிவருக்கு அதற்கு முன் கொலைக்கருவி என்று பேரில்லை. ஒரு லிவரை உயிரெடுக்கும் கொலை ஆயுதமாக ஓங்கிட முடியும் என்று கோப்புக்காட்டியவன் கணேசன். அந்த கணேசன்தான் அப்பனும் தம்பியும் கடைவீதிகளில், 'தண்டல்’ வசூல் செய்து, சேர்த்துவைத்திருந்த லட்சங்களை சமாதானத்துக்கு முதலாய்ப்

போட்டான். நோட்டுக்கள் பறந்ததும், சமாதானப் பேச்சு முடிக்கப்பட்டது. சாட்சி சொல்ல யாரும் வரக்கூடாது. அப்படியே நாயக்கர்கள் பக்கமும் பேசி முடிக்கப்பட்டது.

ஆத்தூர் நகர் இருந்த இருப்பு வேறு. அது ஒரு தொகுதியின் பெயராக ஆனதும் அதனை ஒரு அடையாளச் சின்னமாகக் கொண்டு வளர்ச்சி தொடங்கிற்று. வட்டாட்சி அலுவலகம், வட்டார வளர்ச்சி அலுவலர், மாஜிஸ்ட்ரேட் நீதிமன்றம், காவல் துணைக் கண்காணிப்பாளர் (*DSP*) போன்ற அரசாங்க முத்திரைகள் வலுத்து வந்தன. மேற்கில் வைப்பாறு. ஆத்தங்கரையை ஒட்டி யானைகள் கட்டும் திடல். வெண்ணிலாவும் வானும் விரித்த பஞ்சணையாய் திடல். இரவின் அமைதியை எடுத்துத் தரும் காற்றில் யானை கட்டித் திடலிலிருந்து மணியோசைகள் இன்னும் அரிச்சலாய் மிதந்து வருவதாகச் சொல்கிறார்கள்.

ஆத்தங்கரை ஊரில் முன்பொரு ஜமீன் இருந்தது. யானை நுழைந்து வெளியேறுகிற பெரிய விஸ்தாரமான மாளிகை வாயில். கலை நுணுக்கப்பாடுள்ள கதவுகள். ஆசாரிமார்கள், சிற்பிகள் அத்தனைபேரும் உளிகளால் உண்டாக்கிய வேலைப்பாடுகள். அந்தப் பெருந்தச்சர்கள் ‘எதனினும் எதனினும் யாம் பெரியோம்’ என வாழ்ந்து மறைந்து போயிருந்தனர்.

40

பணியில் சேர்ந்த முதல் வாரம் பள்ளியை ஒழுங்குபடுத்த சந்திரமதிக்குச் சரியாய்ப் போனது. எங்கு போய் பணியேற்பினும் சீர்திருத்தம் செய்யும் வேலை பெரியது. ஒரு ஆண்டும் எடுக்கலாம். அப்படி சீர்திருத்தம் செய்து நல்ல வழிக்குக் கொண்டு வருகையில் மீனாட்சிபுரம் அவள் வாழ்வில் துன்பியலானது.

முதல் நாளில் வந்தவர் வெள்ளைச்சாமி, ஆசிரியர் கூட்டணியின் முன்னாள் வட்டாரத் தலைவர். முன் மாதிரியான போராளி. வனத்திலே மேஞ்சாலும் இனத்திலே அடையணும்ங்கிற முதுமொழி அவருக்கு போர்க்குணத்தைப் பேசிற்று. போர்க்குணமிக்க களத்தில் ஆடியபோதும் தாழ்த்தப்பட்ட இனத்துக்காய் ஆட வேண்டுமென்னும் கருத்துடையவர். மனிதர்கள் மனிதர்களுடனேயே இணைவார்கள். ஒரு உயர்சாதி சமூகத்தின் ஆதிக்கத்துக்கு எதிராய் முண்டுதல் தொடங்கி, தண்டனையாய் தூக்கியடிக்கப்பட்டவர் சந்திரமதி.

ஆசிரியர்களின் ஊதியத் தேனடையில் தேனெடுத்தது போதாதென்று புறங்கையையும் நக்கித் தீர்க்க முனைந்த மணிமுத்து எனும் ஒரு நபரின் சக ஊழியர் மேல் வீசிய அதிகாரத் தணல் தாங்காது, எழுந்து நின்றதால், அதே ஆத்தங்கரை ஊருக்கு மாறுதல் பெற்று ஐந்து ஆண்டுகள் முன் வந்தவர் வெள்ளைச்சாமி. கிரிமினல் மணிமுத்து முதல் ஒன்றியத் தலைவர் வரை மகிழ்ச்சி என்கிறார் வெள்ளைச்சாமி. எங்கு மாறுதலாயினும், ‘என் கடன் எம்மக்களுக்கு ஊழியம் செய்வது. அதை நிறைவேற்றியே தீருவேன்’ என்ற முண்டுதல் கொண்டவர்.

இப்போது காலடி பதிக்கிறாள் சந்திரமதி. மூன்றாண்டுகள் முன்பே மாறுதலாகி வந்த நாளிலிருந்து கலகக்காரர் என காலடி பதித்தவர் வெள்ளைச்சாமி. கோயில் பொதுக் கிணற்றை அனைவருக்குமென அவர் ஆக்கியதிலிருந்து தொடருகின்றன சாதனைகள்.

கசப்பான சந்திரமதியின் மனசு வியர்த்தது. அவளது தாழ்த்தப்பட்ட சமூகம் இவ்வளவு கேவலமாய் நடந்திருக்கக்

கூடாது. சிங்கக்குட்டி நாயக்கர் கொலை முதலாக வரிசையாய் தனது சமுதாயம் கொலைகளை நிகழ்த்தியிருக்கக்கூடாது. கொலைகாரக்கூட்டம் என்றொரு பெயர் சுமந்திருக்க வேண்டாம். பழியெடுத்தலுக்கு யோசிக்கும் புத்தி இல்லை. வெள்ளைச்சாமி பேசப் பேச சந்திரமதி இருகைகளாலும் தலையைத் தாங்கியவாறு கேட்டுக்கொண்டிருந்தார்.

விசாரணை எதற்காக தொடங்கிற்று? எதை நோக்கித் திரும்புகிறது. திகைத்துப் போய்க் கவனித்தனர். மாணவிகள் மீனா அக்கா நிமிச்சலான பேர் வழி; போராளி சோலையப்பன் மகள். அவளுக்கும் பெண் அலுவலருக்கும் வாக்குவாதமாகிட அவர்களுக்கிடையில் நடந்த உரையாடலை கைபேசியில் பதிவு செய்து, ஒரு பரிந்துரைக் குறிப்புடன் இயக்குநருக்கு அனுப்பிவிட்டார். பரிந்துரை:

'மீனா அக்கா ஒரு பெண் சமையல்காரர். ஆட்கள் ஒழுங்குமுறையாகச் செய்கிறார்களா இல்லையா எனக் கண்காணிக்கும் சமையலர் பணி. முரளிதரன் விடுதிக்காப்பாளர். இந்த விடுதி மட்டுமல்ல, பக்கத்திலுள்ள நாயகிபுரத்தின் பிற்பட்டோர் நல விடுதிக் காப்பாளர் பொறுப்பையும் கவனிக்கிறார். அவருடைய பணிகளுக்குத் துணை செய்பவராக இருப்பதை விட, சண்டைபோடுவதிலேயே உன்னிப்பாகச் செயல்பட்டிருக்கிறார். தான் ஒரு பெண் என்ற உணர்வு அற்றுப் போனவர் போல் செயல்பட்டு வந்துள்ளார்.'

கடைசி வாக்கியம் நிறைய வேலைப்பாடு கொண்டது. பல பொருட்களும் பின்னி இந்தப் புகார் ஆபரணம் நெய்யப்பட்டுள்ளது.

நியாய, அநியாய மதிப்பீடு, சரி பிழை என்ற அளவுகோல் ஒரு பிரச்சனையில் கணக்கிடப்படுவதற்குப் பதிலாக ஒரு சார்பானவர்களுக்காய் இந்த அலுவலர் காரியமாற்றியுள்ளார். இப்போதும் விடுதி மாணவிகள் குமுறுகிறார்கள். அந்த அக்கா என்ன தவறு செய்தார்? இடமாறுதலை எதிர்த்து ஒரு நாள் விடுதிப் புறக்கணிப்பு செய்து ஆத்தூரில் பேரணி சென்றார்கள். சில மாதர் சங்கங்கள் மாணவியருடன் இணைந்து கொண்டன.

ஒரு பெண்ணே, பெண்ணுக்கு எதிராக நின்று காரியமாற்றியதை, சந்திரமதி இப்போது தான் காணுகிறாள். இந்த வகையில் மாவட்ட பிற்படுத்தப்பட்டோர் நல அலுவலர் ஒரு மாமியார். முந்தைய காலத்தில் மாமியார் மருமகள் உறவில் மட்டுமே

இதனைக் காணமுடிந்தது. நிறைய மாமியார்கள் பழைய ரூபங்களில் இல்லை. காரணம், இன்றைய மருமகள் வேலைக்குப் போகிறவராய் இருக்கிறார். வளமான சம்பாத்தியத்தில் இருக்கிறார்.

"நா கேட்கப்போறேன். மகாலட்சுமியை நா பார்க்கத்தான் போறேன்" என்றாள் சந்திரமதி. சிறு சிரிப்பை உதட்டுக்குள் அடக்கியவாறு வெள்ளைச்சாமி கேட்டார், "கல்லில் நார் உரிக்க முடியுமா, டீச்சர்?"

எந்த அடிப்படையில் அணுகிட எண்ணுகிறாள் சந்திரமதி? தவறைத் தவறென, தவறான செயல் இதுவென உணர்ந்து கொள்ள முடிகிறவர்களிடம் சுட்டிக்காட்டல் சாத்தியம். சுயவிமரிசனத்தோடு முன் வருபவரிடமே, சனநாயகம் இயங்க முடியும். வெள்ளைச்சாமியின் உணர்தல் சரியானது.

ஒரு பள்ளித் தலைமை ஆசிரியை மகாலட்சுமி - மாவட்ட மேல்நிலை அலுவலர் பொறுப்பு நிலையிலிருந்து நோக்கின், சந்திக்க, உரையாடல் செய்ய வாய்ப்புண்டு.

"அப்படி சந்திக்க மறுத்துவிட்டால், அந்த அம்மாவை சந்தி சிரிக்க வைக்க முடியும்."

ஒருங்கிணைக்க தன் வசம் பலம் உண்டு என வெள்ளைச்சாமி நினைத்தார். வெள்ளைச்சாமி யோசனை பகிர்ந்தார், "அதற்கு மீனா, அக்காவை முதலில் சந்தித்தால் என்ன?"

வினாக்குறியாய் முகத்தை நட்டாள் சந்திரமதி. முதலில் மீனா அக்கா எப்படி இருக்கிறார் எனத் தெரிந்து கொள்ளலாம். அவர் பாடு இப்போது தேவலையா, உதவி வேண்டுமா, இல்லையா எனத் தெரிவது நல்லது.

அவருக்கு இப்போதும் உதவும் கரங்கள் தேவைப்படுகிறது. இல்லையென்றால் மாறுதல் மனுவை நினைவூட்டுச் செய்து மீண்டும் அனுப்ப வேண்டியதில்லை.

உயிருக்கு உயிரான, உதவும் கரமாய் இருந்த தந்தை சிறையில், மகள் திறந்தவெளிச் சிறையில். சோலையப்பன் எதையும் தட்டிக் கேட்கும் கலகக்காரர். தட்டிக் கேட்கும் குணம்தான், தண்டனை கொடுப்பவராக மாற்றி சிறைக்குள் மாட்டுப்பட வைத்துள்ளது. உணர்ச்சி வசப்படுகிற நரம்பிலுள்ள அவரை மீட்டுவது எளிது. தாழ்த்தப்பட்ட தன் சமுதாயம் அவருக்குப் பொறுக்கத் தண்டனை

கொடுத்து கழற்றி விட்டிருக்கிறது. அனாதரவான மகள். கணவன் கை கழுவிவிட்டுப் போன பின் தனது கறுப்பர் சமுதாயம் உருப்படாது.

நிறம் காட்டி ஒதுக்கல், இந்த இனத்துக்குத் தேவையா? மூன்று பெண்மக்களை, குடும்பத்தை கக்கத்தில் இடுக்கிக் கொண்டு சுமந்து சென்ற மனிதன் சோலையப்பன்.

பெரியநாயகிபுரம் சென்று சந்தித்ததால்தான் உண்மை தெரிந்தது. ஒரு வகைக்கு நல்லதாகப் போய்விட்டது. மீனா அக்காவின் மாறுதலுக்குக் காரணமான சமூக நல அலுவலர், பதவி உயர்வு பெற்று வேறு மாவட்டத்துக்குச் சென்று விட்டிருந்தார்.

சந்திரமதி, வெள்ளைச்சாமி இருபேரிடமும் கண்ணாடித்தகடு போல், பளபளக்கும் நீர்நிலை மேல் காலைக்கதிர் பட்டுத் தகதகப்பது போல், ஒரு சிரிப்பு தகத்தகாயம் செய்தது. அது ஏளனச் சிரிப்பு. அலுவலர்கள் பதவி உயர்வு மூலமே தண்டனை பெறுகிறார்கள்.

வெள்ளைச்சாமியின் சிந்தனை வேறு திசை மின்னோட்டமாய் இருந்தது. சாபத்தையும் வரமாய் மாற்றக்கூடிய திறமைசாலிகள் அதிகாரிகள்.

41

எல்லோருக்குமான கழிப்பிடம் வைப்பாற்றங்கரை. வைப்பாற்று ஓரஞ்சாரங்களில் வேலிக்கருவை, நாணற் புதர்கள், வெள்ளை மொச்சிச் செடிகளின் தாவர மறைவிடங்களில் பெண்டுகள் ஒதுங்கினர். இயற்கை உபாதை கழிக்க ஆண்களுக்கு சிரமமேதுமில்லை. வெட்டவெளி, பொட்டல்காடு எங்கும், மூதாதையர் உபாதை தொல்லைக்கு எத்தனை தொலைவிலும் போய் வந்தனர்.

வைப்பாறு என்ற அந்த காட்டாற்றுக் கரையோரம் படுகைவரை புதிய ஆக்கிரமிப்புகள் தொடங்கியிருந்தன. உள் வாகரை வரை ஆக்கிரமிப்பு. முதலில் கீற்றுக் கொட்டகைகளாய் குடிசைகள். பின்னர் அவை பக்கா செங்கற் கட்டிடங்களாகியிருந்தன. அத்தனையும் தாழ்த்தப்பட்ட சமூகத்தைச் சார்ந்தவர்கள் காலைக் கடன் கழிக்க ஒதுங்கிய இடங்கள்.

பள்ளர் சமூகத்தைச் சேர்ந்தவர் ராகவன். வருவாய்த்துறையில் துணை வட்டாட்சியர். வருவாய்த்துறை என்று நல்ல சீருக்குப் பேர்வைத்தார்கள். வருவாய்த்துறை என்பதால் வருமானம் ஏறுமுகம். ஓடுகிற தண்ணியில 'நீ குடி நாங் குடி' என ஆளாளுக்கு அள்ளிக் குடித்தார்கள். பணம் ஈட்டுதல் என்ற ஒன்று மட்டுமல்ல, சகலதுக்கும் மக்கள் அந்த கடோத்கஜன்களிடம் நிற்க வேண்டும். ஆகவே காக்கிச் சட்டைக்கு அடுத்த நிலையில் இந்த வெள்ளைச் சட்டைக்கு அதிகாரம் மிகுதி. அடுத்த பதவி வட்டாட்சியர் உயர்வு அவருக்கு என முத்திரையிடப்பட்டிருந்தது.

தாழ்த்தப்பட்ட ஆதிதிராவிடப் பெண்களின் கேள்விகள் நியாயமானவை. “எங்கள் பாட்டன், பூட்டன் காலத்திலிருந்து, தாவரம், செடி, கொடிகள் எங்களுக்கு மறைப்புக் கொடுக்கின்றன. வெயில் பொசுக்கும் வறுத்த மணல் கொதிக்கும் வேளையிலும், நிழல் தர உடல் உபாதைகளை இறக்கிக் கொள்வோம். எங்களின் கழிப்பிடங்களை நேற்று வந்து குடியேறியவன் கைப்பற்றி எனக்குச் சொந்தமென்றால் எப்படி?” பாவப்பட்ட மக்களுக்கு, குறிப்பாகப் பெண்மக்களுக்கு, ஒதுங்க கழிப்பறைகள் இருந்திருந்தால், கேள்விக்கான அவசியமே இருந்திருக்காது.

ஒவ்வொரு ஊரின் சுற்றுப்புறமும் கழிப்பறை ஆகியிருந்தது. ஆண்கள் ஒதுங்க மந்தைக் காடுகள் உண்டு. ஓடை, காவாங்கரை (கால்வாய்க்கரைகள்) தொலைவுகளுக்குப் போக முடியும். பெண்களுக்கு பகலில் மட்டுமல்ல, ராப்பொழுதிலும் இடமில்லாது போனது.

காற்றோட்டமற்ற சில கோடைகள் கொடுமையானவை. ஆடாத, அசைவற்ற காற்று நரகல் வாசனையைச் சுமந்து ஊரைச் சுற்றி குப்பென்று குவியும். தெருவில் நார்க்கட்டிலில் காலாறக் கையாற வீசிப்படுத்து சுகங்காணும் கொடுப்பினை இல்லை. இம்மாதிரி நேரங்களில், படுக்கையைச் சுருட்டிக் கொண்டு வீட்டினுள் ஓடி விடுவார்கள். சாளரங்களை, கதவுகளை 'கப்' பென்று மூடுவார்கள். நாத்தத்தில், யார் நாத்தம் என அடையாளம் காட்டுவது, காண்பது!.

சாம்பவாருக்கு நந்தவனம் உரித்தாக்கப்பட்டது மட்டுமல்ல; கிணறு, சத்திரம் கட்டி தனியாக உபயம் செய்யப்பட்டது. கிணற்றில் நீரிறைக்க துலாக்கோல், நீர் நிரப்ப கல்தொட்டிகள், துவைப்புக்கல் போட்டுக் கொடுத்தார்கள். பத்து வருடங்களுக்குள் பெரிய மாற்றம். பொதுவான துலாக்கோல் மலையேறிவிட்டது. வாளிகள், கடகால் சொந்தத்துக்கு, ஆளாளுக்கு வந்துவிட்டது. இடி எதனெதன் மேலோ விழுகிறது. எது சரியான இடம் என்று பார்த்து விழுந்தது.

உண்மையில் அது சாம்பவார் கழிப்பிடம் என்பதற்கு பட்டா எழுதப்பட்டிருந்தது. ஆத்தாங்கரையில் எழும்பியது வாழுமிடம். ஆதலால் ஆத்தூர் என்று பெயரிட்டனர்.

ஆத்தூரிலிருந்து கிழக்குத்திசை பார்த்துச் செல்லும் தார்ச் சாலையின் தென்புறம் சாம்பவார் (பறையர்) பெரும்பான்மையாகவும், வடபுறம் நாடார் நிறையவும் வாழ்ந்திருந்தனர். பேரூராட்சியாக வளர்ச்சி பெற்ற காலத்தில், ஆத்தூரின் அமைப்பு அப்படி உருவாகிவிட்டது. சாரி சாரியாக, பிரிவு பிரிவாக, சமூகம் சமூகமாகப் பிரிந்து ஊர் ஒதுக்கிக் கொண்டனர்.

தென்கரை சாம்பவார்களுக்கும் வடகரை நாடார்களுக்கும் ஒரு இணக்கம் உண்டு. காலம் காலமாய் இருபேரும் ஒதுக்கப்படுதலுக்கும் புறக்கணிப்புக்கும் ஆளான இரு சமூகம். ஒருவருக்கொருவர் உதவிக் கொள்வது, கொடுக்கல் வாங்கல் செய்வது உண்டு. அது முதியவர் அறியாத, இளையோரின் இதயங்களின் கொடுக்கல்,

வாங்கலாய் மாறி கலப்பு மணம் வரை சென்றுவிட்டது. வாய்த் தகராறுதானே தவிர, கைகலப்பு, அடிதடி, வெட்டு, குத்து ஒன்றுமில்லை.

ஆத்தங்கரையோரமாய் குளிக்கச் செய்ய, சேலை, துணிமணி துவைக்க, அலசி உலர்த்தவென போட்ட கிணறுகள், தோட்டம். தாவரங்கள் ஒவ்வொரு சமூகத்துக்கும் ஆற்றோரமாய் உண்டாக்கப்பட்டிருந்தன. இடையே முப்பது ஆண்டுகளுக்கும் மேலாக, நாடார்கள் வியாபாரம், மகிமை, வணிகம் என்று வீச்சாய் மேம்பாட்டுக்கு வந்திருந்தனர். துட்டுப் புழக்கம் உடைய வணிக சமூகமாய் மாறியிருந்தனர். அதனால் தமக்கென ஒரு நந்தவனம் வேண்டாமென கருதினர். ஒருவரையொருவர் அணைவாய் எண்ணும் சகோதரபாசம் கொண்டு, அவ்விதமே காரியங்கள் ஆற்றிக் கொண்டுவந்தபடியால், தங்களின் நாடார் சமூகத்துக்கு பாத்தியதைப்பட்ட நந்தவனத்தை சாம்பவார் சமூகத்துக்குப் பட்டா செய்து கொடுத்துவிட்டார்கள். இன்றைக்கும் அந்தப் பட்டா சாம்பவாருக்கு உரித்தானது.

நகர்சார் குடிபெயர்வு முழுவீச்சில் தொடங்கியிருந்தது. ஆத்தூர் என்ற ஆத்தங்கரைமேல் ஒடுங்கிக் கிடந்த ஊராட்சியல்ல ஆத்தூர். சிறுநகரமாக, சினைப்பன்றிபோல் ஊதிப் பெருகிவிட்டது. விலாப்புறங்களில் என இல்லை; ‘கையிடுக்கு, காலிடுக்கு, கவுட்டுக்கிடையில்’ , 'கால்மாடு தலைமாடுகளில்’ நகரம் சிக்கிக் கொண்டு தவிக்கிறது.

எல்லாம் ஒருநேரம். ஆத்தூருக்கு, சிறப்புச் சேர்க்கும் செயல்திறன் கொண்ட ஒரு சட்ட மன்ற உறுப்பினர் கிடைத்துவிட்டார். “தம்பி, தம்பி" என்று செல்லமாய் கொஞ்சத் தொடங்கிவிட்டார்கள். அவர் பெயர் தம்பி ராசசேகரன். ராசசேகரன் என்பதை மறந்துவிட்டனர். அனைவருக்கும் தம்பியாகிப் போனார்.

தம்பி, ஆத்தூரை வளப்படுத்துதல் என்னும் கண்ணாடி அணிந்திருந்தார். ஆத்தூரை, பேரூராட்சி நிலையிலிருந்து, நகராட்சி இடத்துக்கு கொண்டு செல்லும் முனைப்பிலிருந்தார். நகர் சார்ந்து உற்பத்தியாகிற, புதிதாய் உண்டாகும் குடிபெயர்வுகள் எதனையும் தடுத்து நிறுத்துவதில்லை. ஆத்தோரம், ஓரஞ்சாரம் உண்டான புதிய குடிபெயர்வு வாசிகளின் புதுமனை புகுவிழாவில் கலந்து கொண்டார். ஆக்கிரமித்து ஒற்றைச் சுவர் வைத்துக் கட்டிய புறம்போக்கு நில வீடுகளுக்குப் பட்டா வழங்கச் சொன்னார்.

தம்பியின் தயை மட்டும் போதுமானது. புதிய மின்னிணைப்பு கிடைத்தது.

குறிபார்த்து, கல்தொட்டிகள் மீது விழுந்து, சில்லும் சில்லாய் சிதறிவிட்டன. பொது வசூல் செய்து சாம்பவார்கள் சிமிண்ட் தொட்டிகள் செய்து கொண்டனர். கல்தொட்டிகள் சுக்கு நூறாய்ச் சிதறி, பள்ளமாகிப் போன இடத்தில், ஒன்றுக்கு நான்கு சிமிண்ட் தொட்டிகள் நிறுவினார்கள். சேலையைக் காயப் போட்டது போல், நெட்டு வசத்துக்கு எழுந்தது ஆளுயரச் சிமிண்ட் சுவர். தேவைக்கும் கூடுதலாக வசூலாகிவிட்டது. ஆண் பெண் நீராட, கால் கை கழுவ தடுப்புச் சுவர்.

பத்தே வருடங்களில் இதற்கும் ஆபத்து வந்தது. அது நவீன ஆட்சி அமைப்பின் மன்னர்களாக ஆனவர்கள் அரசப் பெருமான்களாய் இருந்தனர். எந்தக் கிராமமும் கிராமமாக இல்லை. ஒரு காலத்தில் கிராம விவசாய அடையாளங்களுண்டு.

கரிசல் பாலை அல்ல; கரிசல் சோலையானவை.

ஆவுடையம்மா வீட்டு முற்றத்தில் ஒரு பெரிய கோலம். தைக்கப்போகும் காட்சியை அறிவிக்கும் பெரிய கோலம். சாணிப்பால் கரைத்துத் தெளித்த முற்றத்தில், பனந்துடைப்பத்தால் பெருக்கி, நடுவில் ஒரு கோலமிட்டிருக்கிறாள். ஒரு பூசணிப் பூ உட்கார அளவான கோலம். கோல நடுவில் சாணி பிடித்து வைத்து அதிலொரு பூசணிப்பூவைச் செருகி, சிரித்தவாறு அப்போது தான் நிமிர்ந்திருந்தாள் மகள் மாரித்தாயி. பூசணிப்பூ தரையில் சிரிக்கிறதா, தரைக்கு மேல் சிரிக்கிறதா என்று புரியாத மருட்சி.

நெருங்கி வரும் தை மாசம் ஊரைச் சுற்றி தீபமேற்றியிருந்தது. பார்க்குமிடமெங்கும் பசுமை. கம்பு, சோளம், குதிரைவாலிப் பயிர்கள். உளுந்து, கொத்தமல்லி, பருத்திச் செடிகள். பட்டம் தட்டிப் போகாமல் விதை நட்டு ஒரே மட்டமாய் விளைந்து நிற்கும் துவரை, பூவாணி, தட்டாம் பயறுகள்.

அதலைக்காய், மிதுக்கங்காய், முள்ளிக்காய், கோவைக்காய், கரிசல் மடியில் மாத்திரமே விளையும் காய் வகைகள்.

பாலாட்டங்குழை, கரிசலாங்கண்ணி, கொக்கரவள்ளி, கோரை, அருகு, பஞ்சப்புல், காட்டுப்புல், களைகள்.

மழைவாசம் அருந்தி, மொது மொதுவென்று பறக்கும் தட்டாம்பூச்சிகள், தைலான் பறவைகள்.

எங்கோ ஒரு கானகத்தில், எதிலோ ஒரு மலைக்குன்றில் இடிஇடித்து, ஒளியடிக்க - ஓடி ஒளிந்து இந்தக் கரிசல் தோப்புக்களில் பம்மி ஒதுங்கும் காஷ்காட்டி/ஆள்காட்டி?, மாம்பழத்தான், கருங்குயில், செம்போத்து, சிறுகுருவி - மழைப்பருவப் பட்சிகள். இந்த மழைக்காலப் பறவைகளின் வேட்டைக்கென்று வீட்டுப்பரணுள் ஏறக்கட்டப்பட்ட கவண் வில், உண்டிவில் (கவட்டை வில்) வெளியே வரும்.

மஞ்சள் மஞ்சளாய்ப் பூக்கள் மட்டுமேயல்ல, பாவாடை, தாவணிப் பெண்களும் பெருகிச் சிரித்தார்கள்.

பச்சைப் பயிர்களின் காலத்தை ஏந்தியிருந்தது கரிசல் சீமை. இப்போது வள்ளிசாய் துடைக்கப்பட்டு, துப்புரவாகிவிட்டிருக்கிறது பச்சை அடையாளம்.

வருசங்களின் ஓட்டத்தில் சுருங்கிப் போனது வெள்ளாமை, எங்கேயோ, ஏற்படுகிற பருவநிலை மாற்றம், சுற்றுச்சூழல் அழிப்பு இங்கே இருக்கிற விவசாயத்தைப் பழிவாங்குகிறது.

எரிமலை வெடித்து வடிந்த கந்தக நிலத்தில், எத்தனை தலைமுறைக்கும் விவசாயம் செய்ய முடியாதாம். வட்டார மக்கள் பிறந்தான் பிறப்புக்கும் பயிர் பச்சையாய் வருச முச்சூடும் நினைத்துப்பாக்கக் கூடாது. தீயாய்த் தெறிக்கும் கோடை நிலத்தின் வெக்கை ஆகாயத்திலும் தங்கியிருக்கும் போல.

பயிர் பச்சை செழிம்பான காட்சிகளை, ஐப்பசி, கார்த்திகை, மார்கழி, தை மாதங்களில் கண்டு கொள்ளலாம். ஆடி 15-ல் நல்ல மழை பொழிந்தால், நாடு செழிக்குமாம்.

'ஆடி பதினைந்தில் மூன்று நாழிகையில்

ஓடும் கதிரோனை ஒளிமறைத்தால்

நாடு செழிக்க நல்ல மழை பெய்யுமாம்.'

விவசாய அனுபவ வாக்கு. இன்று அனுபவ வாக்குகளைப் பொய்யாக்கிவிட்டது பருவநிலைக்கணக்கு. பருவநிலை மாற்றம், எங்கோ நிகழும் சுற்றுச் சூழல் பாதிப்பு, இயற்துண்டு போட வைத்து கிராமங்களிலிருந்து கிளப்பியுள்ளது. கையேந்திகளாய் கூலிகளாய் நகர்ப்புறத்தை நச்சி வாழ வைத்துள்ளது.

42

பரி எடுக்கப்பட்ட விவசாயிகள், வாழ்வு தேடி கானலில் நீந்தி, நகரக் கரைகளில் ஒதுங்கினார்கள். அப்படியான சனங்களின் குடிபெயர்வால் ஆத்தூர் வைப்பாற்றங்கரை நிமிர்ந்து கிடந்தது.

வருவாய்த்துறை கையில் அரச பரிவாரங்களுக்கான அத்தனை அதிகாரமும் இருந்தது. இரட்டைச் சம்பாத்தியம் என்பது ஆகாத வார்த்தையாய் தென்படவில்லை. மதிப்பு மிக்க வார்த்தையாய், பரிணமிப்புக் கொண்டு விட்டது. இப்போதெல்லாம் அவ்விடத்தில் ஏகப்பட்ட சம்பாத்தியங்கள் என்பதுதான் இன்று வசதியாய் வாழவைக்கிறது.

அழகிய பெருமாள் அந்த ஆற்றோர வட்டாரத்துக்கு வந்திருக்க வேண்டியதில்லை. அழகுநிலா நகரில் இடம் வாங்கி, 'ஜம்'மென்று இருந்திருக்க வேண்டியவன். அவன், அந்த ஏரியாவுக்குள் நுழைந்த பிற்பாடு நிறைய கட்டுப்பாடுகளை அதிகமாக்கிக் கொண்டான். குறிப்பாக அவனுடைய வீடு எழுப்பப்பட்டு, மேல்நிலை அதிகாரிகள் முதல் கடைநிலைப் பணியாளர்கள் வரை புதுமனை புகுவிழாவுக்கு வந்திருந்து சிறப்புச் சேர்த்தனர். காட்சிகள் ஒன்றா, இரண்டா? வட்டச் செயலாளர், மாவட்டச் செயலாளர் வந்திருந்தார்கள். சகல பரிவாரங்களோடு சட்டமன்ற உறுப்பினர் வந்தார். வந்திருந்தவர்களில் ஒருவராயினும் 'இது ஆற்றோரப் புறம்போக்கு. ஒனக்கு எப்படி வீடு கட்ட இடம் கிடைத்தது? நீ எப்படி பட்டா வாங்கின?' என கேள்வி கேட்கவில்லை.

அழகிய பெருமாள் அங்கு எழுந்தருளியபின் புதிய ஆற்றங்கரை நாகரிகம் ஒன்று உருவாகியிருந்தது. ஓரங்களில் இத்தனை தாழ்த்தப்பட்டோர் குடியிருக்கிறார்கள். சண்டையிட்டு அவர்களை காலி பண்ண வைக்க முடியும். பிறகு அந்த இடங்களை, பட்டா போட்டு தாங்கள் ஆக்கிரமித்துக் கொள்ள முடியும். அந்த வழியில் முண்டுவதற்குப் பல அழகிய பெருமாள்கள் காத்திருந்தனர்.

பல புதிய சொகுசு வாழிடங்கள் அச்சிறு நகரைச் சுற்றி முளைத்தும் பெருகியிருந்தன. எப்போதும் ஒரு புதிய முளை. அதன் இளங்குருத்து பளபளப்புக் கொண்டிருக்கும்தானே!

இந்த சமுதாயத்தைப் பாகம், பாகமாக்கி, துண்டில் ஏந்திக் கொள்ளும் திறமைசாலிகளாதலால், கேள்வி எழுப்பாமல் அந்தக் கூட்டம் ஒண்ணு மண்ணாய்க் கலந்தது.

நாளுக்கு நாள் ஆக்கிரமிப்பு கூடிக்கொண்டு போனது. பின்புற வேலிப் படலையை ஆற்றுப் படுகைவரை எட்டிப் போட்டுக்கொண்டான் அழகிய பெருமாள். படுகைக்கும் ஆற்றுப் பள்ளத்துக்கும் இடைப்பட்ட இடத்தைக் குறுக்கே கடந்து, உபாதை கழிக்க ஆரம்பித்திருந்தனர் தாழ்த்தப்பட்ட பெண்கள்.

சாம்பவார் வகுப்பைச் சேர்ந்தவர்கள் அந்தப் பெண்கள். அழகிய பெருமாள் பள்ளர் சமூகம். ஒண்ணுக்குள் ஒண்ணு விட்டுக்கொடுத்துப் போகும் புத்தி தோணவில்லை. பள்ளர் இனத்தைச் சார்ந்தவராக இருப்பினும், வருவாய்த்துறை ஆள் என்ற திமிர் அவரை வேறொரு வர்க்கமாக்கி, சாதியில் மேல்நிலையாக்கிக் கொள்ள முடிந்தது.

அதிகாரம்தான் மனுசனைப் பாடாய்ப்படுத்தி நாயாய் மாற்றுகிறது. நான் மேல், நீ கீழ் என உயர்வு தாழ்வைத் தேடுகிறது. தன் கீழ் இன்னொருவன், இன்னொரு சாதி இருப்பது பெருமகிழ்வுதானே!

அதிகார எல்லையை ஆத்துப் பள்ளம் வரை இறக்கிவிட்டான். முள்வேலி போட்டுத் தடுத்தான். வேலியைத் தாண்டி பெண்கள் ஒதுங்குமிடம் போனாலே கையில் கற்கள் கிடைத்தன. கல் வீசி அவர்களை விரட்டினான். அதை அவன் நேரடியாய் செய்ததில்லை. வேலைக்காரர்கள், அவனது காவல் நாய்கள் அவ்விடத்தில் போய் நின்றன.

பெண்கள், உபாதை போக்க கழிப்பிடத்துக்கு எவ்விடம் தேடிப்போவார்கள்? அழகிய பெருமாள் சம்சாரமும் சேர்ந்து கொண்டாள். பெண்களை விரட்டியடித்தார்கள்.

முன்னிரவின் இருளில், காலை இருளில் ஒதுங்கப் போன பெண்களை பேட்டரி லைட் அடித்து விரட்டினார்கள். சேலையைத் தரைவரை படரச் செய்து, கால்களை அகட்டி உட்காரப் போனவர்கள் 'லைட்' வெளிச்சம் தென்பட்டதும் 'விருட்' டென எழுந்திருந்து ஓடினார்கள். கவுதாரிப்பறவைகள் பின்புறத்தை ஆட்டிக் கொண்டு பறப்பது போல், மலசலம் கழித்தும் கழியாத குண்டிகளை நெளித்துக் கொண்டு பறந்தார்கள் பறைப்பெண்கள்.

பறைப்பெண்கள் பள்ளர் சமூக நபருடன் நேருக்கு நேர் மோதினார்கள். "நீங்க எங்களச் சேர்ந்த ஆளுதான்னு பாத்தா எங்க இனம் மாதிரி தெரியலயே."

முதலில் தன்னிலும் கீழான இன்னொரு சாதிப் பெண்களிடம் அவன் பேசவிரும்பவில்லை. அதனால் கேள்விக்கு எதிர் போட்டு சொல்லச் சொல்ல முகம் திருப்பினான். முன்னால் நிற்கும் அவர்கள்

பலர் என்ற மதிப்புக்கூட தர இஷ்டமில்லை. ஒருமையில் ஒலித்தான்.

“நாங்க தெரியாமத்தான் கேட்கிறோம்" வழக்கமான பாணியில் பேச ஆரம்பித்த முத்துப்பேச்சியின் கையைத் தட்டிவிட்டு, சங்கம்மா இடைமறித்தாள். “தெறிஞ்சிதான் கேட்கிறோம்னு சொல்லேன். தெறிஞ்சி தான் சண்டைக்கு வந்திருக்கோம்னு தெரியட்டுமே" விளாசினாள் சங்கம்மா. “சண்டைக்கு வந்திருக்கியா? நீ பொம்பிளையாச்சேன்னு யோசிக்கிறேன்."

“இல்ல என்னன்ன பேசணுமோ பேசிக் காட்டேன்."

சங்கம்மாவை அமர்த்தினார்கள் மற்ற பெண்கள். தன்னைப் பள்ளர் சமூகம் என்றெண்ணும் ஆண் சாதிக்கு இடம் கொடுக்கக் கூடாது. ‘இவளொருத்தி தொண்டைத் தண்ணியை வீணாக்கி, பிரச்சினையைத் திசை திருப்புகிறாள்’ என நினைத்தார்கள். கதிக்க அந்தப் பிரச்சினையிலேயே காலூன்றி, கத்தி வீசினாள் சூரம்மா. “நாங்க வெளிக்குப் போக, வர ஒரு இடமில்லே. எல்லாத்தையும் ஆக்கிரமிச்சிட்ட...."

"அப்படித்தான்."

“இந்த வேலியைத் தூக்கி எறிஞ்சிட்டு, ஒன் வீட்டுப் பின் வாசலிலேயே, பேல்றதுக்கு எங்களுக்கு எவ்வளவு நேரம் பிடிக்கும்?"

“உக்காந்து பாரேன்" ஏளனம் தெறித்தது.

“உட்கார்ந்து காட்டட்டுமா?" சேலையை முழங்காலுக்குமேல் திரட்டிக்கொண்டு முன்வந்தாள் சூரம்மா.

தொலைபேசி ஒலித்தது. காலைப்பொழுது அவனுக்குத் தொலைபேசிகள் வரும் நேரம். உள்ளே ஓடினான் அழகிய பெருமாள்.

அவன் சம்சாரம் வெளியே வந்தாள். “நீயெல்லாம் ஒரு பொம்பிளையா, ஒனக்கு வெட்கமே இல்லையா?"

“நீ ஒம் புருசன் கூட சேந்துக்கிட்டு பேட்டரி லைட் அடிச்சி வெரட்டுறயே, அப்ப வெட்கம் தெரியலயா? அப்பல்லாம் நாங்க பொம்பிளையா தெரியலயா ஒனக்கு?" சூரம்மாக்களின் கேள்வி இது. பொம்பிளைக்குப் பொம்பிளையே ஆதரவா இல்லாத பரிதாபம் உண்டாகியிருந்தது. அவளும், மற்ற பெண்டுகளினும் மேலாகத் தான் ‘உயர் சாதி’ என இருந்தாள்.

43

இவர் நமக்கு வேண்டிய ஆள் என எப்படியோ முறைப்பாடு செய்த பெண்கள் அறிந்திருந்தார்கள். தலைமை ஆசிரியை சந்திரமதியிடம் பிரச்சனை பரிமாறப்பட்டது. பறைப் பெண்கள் கண்ணீரும் கம்பலையுமாய் அழுது நின்றார்கள். கேட்க கேட்க சந்திரமதிக்கு வெலம் ஏறிக்கொண்டு போனது. எத்தனைக் காலம்தான் சாதியின் பெயரால் இந்தப் பொம்பிளைகளை ஏமாத்துவார்கள் என்று சந்திரமதிக்கு ஆங்காரமாய் வந்தது. சாதி ஏற்றத்தாழ்வை, தனக்கு மேலாக இருக்கிற சாதிச் சமூகங்கள் பயன்படுத்திக் கொள்ளப் பார்க்கின்றன என்ற உணர்த்தி கூட பெரிய பதவியிலிருக்கும், படித்த இந்த மனுசருக்கு இல்லையே என வருத்தப்பட்டாள்.

“நீங்க போங்க. ஒங்க போராட்டத்தைத் தொடருங்க" சொன்னாள் சந்திரமதி. அவர்களை அனுப்பி விட்டு, போராட்டத்துக்கு ஒத்துமை கொடுக்கிற ஆட்கள் யார் யாரென கணக்குப் போட்டாள். வெள்ளைச்சாமி வாத்தியாருக்கு ஆளனுப்பினாள். ஆதிதிராவிடப் பெண்கள் என்றழைக்கப்படும் சாம்பவார் பெண்களை அழகிய பெருமாள் ஒதுங்கவிடாமல் செய்தான். செடி, கொடி, புதர், வேலிக்கருவைப் புதர்கள் மறைவில் வெளிக்குப்போக வந்தோரைக் கற்கள் வீசி விரட்டினான்.

சாம்பவார் பெண்கள், பாரம் இறக்க வந்தவர்கள், பாரம் சுமக்க வந்தவர்கள் அல்ல. ஆத்திர அவசரத்துக்கும் ஒதுங்க விடாமல் விரட்டியடித்தான் அழகிய பெருமாள்.

பெண்கள் திரண்டு, ஒன்னாய்க் கேட்டார்கள், "ஒங்க வீடு எங்க இருக்கு? ஒங்க கண்ணுக்குத் தெரியாத இடத்தில் ஒதுங்கினா என்ன?" “ஒனக்கு பட்டா போட்டிருக்கா, காட்டு” கேலி துள்ளியது. “ஆத்துப்பள்ளத்திலயுமில்ல ஒதுங்கவிட மாட்டேங்குறாரு. அதுக்குத்தான் இந்தப் பெரிய மனுசனை பட்டா இருக்கா என்று கேள்வி எழுப்பியது.” தாயாரம்மா கேட்டாள். மிச்சம் மீதி எதுவும் வைப்பதில்லை. எதையும் பட் பட்டென்று கேட்டுவிடுபவள்.

“நாங்க பாட்டன், பூட்டன் காலத்திலிருந்து ஆத்தோர மறைவில் ஓரஞ்சாரத்தில்தான் ஒதுங்கிட்டு வர்றோம். இன்னைக்கு நேத்தில்ல. ஆனா நீரு இப்ப வந்த ஆளு! ஒனக்கு யாரு அதிகாரங் கொடுத்தா?"

“பட்டாவை காட்டவா?"

“பட்டா நெலத்தில வீடு எடுக்க வேண்டியதுதான, ஒன் வீடு எங்க இருக்கு? ஆத்துப் பள்ளம் வரை தடுப்பு வேலி விரிச்சிருக்கே."

முதலில் அழகிய பெருமாளொரு அதிகாரி, படித்தவன் என்ற மரியாதை தந்தார்கள். நீங்கள் என்ற மரியாதை பிறகு அது, 'நீரு' என்று தேய்ந்தது. படிப்படியாய் அந்த மரியாதையும் அத்துப்போய், 'நீ' யில் நின்றது.

“பறைக்கூதிகளெல்லாம் ஒதுங்கறதுக்காக நா பட்டா வாங்கி வைக்கல. தடுக்கிறதுக்குத்தான் வாங்கி வச்சேன்." திமிராய்ப் பேசினான்.

ஒரு வெள்ளைச் சட்டை இந்தப் பேச்சு பேசுதே என்று ஆங்காரம் பொங்க எந்த மருவாதியும் கொடுக்காமல், இந்தப் கொமட்டில் குத்தினால் அடுத்த கொமட்டில் வெளியே வந்துவிடுவதுபோல அவனிடம் ஒரு கேள்வி கேட்டார்கள்.

“நீ புதுப் பணக்காரன். ஆனா நீயும் எங்கள மாதிரி பள்ளப்பயதான. பணம் வந்ததும் சாதி ஒயர்ந்துட்டுதா? அந்த நெனப்பு இருந்தா, அழகுநிலா நகர்ல போயி நிலம் வாங்கி வீடு கட்டிப்பாரு. அப்ப நீ பெரிய சாதிதான். ஒன்னைய உள்ளே நுழைய விடுவாங்களா, பாக்குறோம்."

அழகுநிலா நகர்:

வட்டாட்சியர் அலுவலகம், துணைக்கருவூல அலுவலகம், நடுவர் நீதிமன்றம், காவல் நிலையம் உள்ளடக்கி உருவான துணைக் கண்காணிப்பாளர் அலுவலகம் (டி.எஸ்.பி. ஆபிஸ்), புதிதாய் எடுத்துக் கட்டப்பட்ட மீனாட்சி சுந்தரேசுவர் கோயில், போட்டிபோல பல கோடியில் உருவாகிவரும் தேவாலயம். பல வளங்களும் அதிகார அடையாளங்களுமுள்ள சிறு நகராய் ஆத்தூர் பெருகிக் கொண்டது. பேரூராட்சி என வரிசைப்படுத்தப்பட்டிருந்தாலும் இது பேரூராட்சி இல்லை; வளர்ந்த சிறு நகரம்.

கார்கள் வந்தன. சொகுசுப் பேருந்துகள், ஸ்கூட்டர், பைக், குட்டியானை என்றழைக்கப்படும் சிறிய வேன்கள் பெருகிக் கொண்டன. ஆத்தூர்வாசிகள் நடையை மறக்கவில்லையெனினும் மறக்கச் செய்து வாகனப் பயணிகளாக்கிப் போட்டன. வலதுபக்கம் 20 கி.மீட்டரில் அருப்புக்கோட்டை, மேற்குத் திசையில் 25 கி.மீட்டரில் கோவில்பட்டி என்று வருமானம் கொண்ட ஒரு பகுதியினர் உருவாகி தம் குழந்தைகளை ஆங்கிலப் பள்ளிகளுக்கு அனுப்பினர். மஞ்சள் பிசாசுகள் (ஸ்கூல் பஸ்கள்) பிள்ளைகளைக் கவ்விக்கொண்டு சென்றன. இப்படியான ஒரு உயர் வர்க்கப் பகுதியினருக்கும் ஆத்தூர் கடைத்தெருக்களின் வணிக வர்க்கத்தினருக்கும் உருவான, உருவாக்கிக்கொண்ட சொகுசு குடியிருப்புதான் அழகுநிலா நகர். அது வடக்கு நோக்கிப் பறக்கும் மதுரைச் சாலையில் அமைந்திருந்தது. பள்ளர், பறையர், ஆதிதிராவிடர், அருந்ததியர் (சக்கிலியர்) சாதிகள் கால் எடுத்து வைக்க அழகுநிலா அனுமதிக்கவில்லை.

பேசிய அவர்களைக் கை நீட்டி அடிக்க வந்தான். போதாதென்று அவனுடைய சம்சாரம், கொணட்டி சித்ராவும் சேர்ந்து கொண்டாள். உண்மையில் அங்கொரு தள்ளுமுள்ளு நடந்தது; கை கலப்புத்தான் இல்லை.

முதல் நாள் இரவு பெய்த மழையில் மரம், செடி, கொடி, புல், பூண்டு, தாவரங்கள் வித்தியாசம் பாராட்டாமல் குளித்திருந்தன. மரங்கள் பொங்கிப் பூரித்து நின்றன. குளுப்பாட்டி, தலைசீவி, அழகு பூணச் செய்த குழந்தையை, ஆடாதே, அசையாதே, விளையாடாதே என்று சொல்கிறவரை எவரேனும் கண்டதுண்டா? இயற்கைத் தாய் கட்டளையிட்டிருந்தாள். சத்தியத்துக்குக் கட்டுப்பட்டது போல், மரங்கள் ஆடாது அசையாது நின்றன. சிறு இலைத்துணுக்கும் தளிரும் பேசவில்லை. காற்று எல்லாவற்றுக்கும் வாய்ப்பூட்டுப் போட்டுவிட்டதால் சலசலப்புக் காட்ட வழியற்றுப்போனது.

காலை அமைதியை உடைத்துக் கொண்டு ஒரு புயல் எழுந்தது. புயலை எவரும் எதிர்பார்க்கவில்லை. எதிர்பார்ப்பையும் மீறி மக்களின் அன்றாட அலுவல்களுக்குள் அகப்படாத புதிய நிகழ்வு நிரலாக பெண்கள் புறப்பட்டனர். ஆத்தோர தாழ்த்தப்பட்ட வீடுகளிலிருந்து புறப்பட்டு வேம்பார் சாலை மகளிர் காவல்நிலையம் நோக்கி புயல் நகர்ந்து வந்தது.

காவல் நிலையத்தின் மேல் நம்பிக்கை வைத்துப் புறப்பட்டிருந்தனர். இவனிடம் பேசி ஒன்றும் சரிப்படுத்த முடியாது. எதிர்த்துக் கேட்ட பெண்களை அடிக்க வருகிறான்; அடித்துத் துரத்துகிறான். குரல் கேட்டு, வீதிக்கு வந்த பெண்கள் தங்கள் பிரச்சனை எனத் தெரிந்ததும் கை வேலை காட்டு வேலை விட்டுவிட்டு ஒன்று கோர்த்தனர். அனைத்துப் பெண்டிரின் வேலையும் இந்தப் பொழுதில் ஒரு வேலையே. முதலில் அழகிய பெருமாளை, அவனிருக்கும் இடத்திலிருந்து விரட்டுவது. அதைச் சட்ட ரீதியாகச் செய்வது. சட்டம் இப்போது சாம்பவார் பெண்கள் கையில்.

இரண்டு விண்ணப்பங்கள்:

அழகிய பெருமாள் தங்களைக் கை நீட்டி அடித்ததாக, முடியைப் பிடித்து சுண்டியதாக முதல் புகார் மனு. நாகம்மா, நவீனா, புவனேஸ்வரி, செண்பகவல்லி, சொர்ணத்தாய் ஆகியோர்.

தகாத வார்த்தைகளால் இழிவுப்படுத்திப் பேசியதாக, அவமானப்படுத்தியதாக மற்றொரு விண்ணப்பம் தரப்பட்டிருந்தது. ராசலட்சுமி, மேரி, ஆண்டாள், ஆனந்த வல்லி, மரியாள் என ஐவர் கையொப்பமிட்டிருந்தனர். இரண்டாவது மனுவில் கொணட்டி சித்ரா பெயரிருந்தது.

அது ஒரு வெள்ளைக் காகிதம். கையளித்த பெண்களுக்கு ரத்தச்சிவப்பு முகால்கள். இடி, மின்னல், சூல் கொண்டு ஆங்காரம் தடவிய வார்த்தைகள் இரண்டிலும் அழகிய பெருமாள் மேல், குற்றப்பத்திரிகை பதிய வேணுமென்று தெரிவித்திருந்தனர்.

அழகிய பெருமாள் கெட்டிக்காரன். எந்தச் சூழ்ச்சிக்கும் அஞ்சாத ஆள். சூழ்ச்சிகளை சிதலமடையச் செய்யும் வித்தைகள் கற்றவன். அதனால் வருவாய்த் துறையில் துணைத்தாசில் வரை உயர்வு கொள்ள முடிந்தது. காவல் நிலைய ஆய்வாளரைச் சந்திக்க வருவதை முன்கூட்டியே அறிந்து இவர்கள் மேல் ஒரு புகார் கொடுத்துப் போயிருக்கிறான். வள்ளுவர் தெருவில் வசிக்கும் பெண்கள் என்று பெயர் சுட்டி, பத்துப்பேர் பெயர் எழுதியிருந்தது. அதில் 150 குடும்பங்கள் வள்ளுவர் தெருவிலிருந்தன.

பாதிக்கப்பெற்ற பெண்கள் கொடுத்த மனு அனாதையாய் உதவி ஆய்வாளர் நாகேஸ்வரி மேசை மீது கிடந்தது. ‘குழந்தையைப் பார்வையாலும் தீண்டமாட்டேன்’ என மறுக்கும் விசுவாமித்திரன்

போல், நாகேஸ்வரி பார்வையாலும் தீண்டவில்லை. 'கையாலும் தொடமாட்டேன்' என நின்றாள். பிரம்பால் இவர்களின் விண்ணப்பங்களை ஒதுக்கினாள். 'எனக்கு இவர்களெல்லாம் யார்?'

குனிந்து மிகப் பவ்வியமாகப் பிரம்பால் புகார்களைத் தள்ளி வைத்துவிட்டு "நீங்கள்லாம் என்ன பெரிய யோக்கியமாடி?" என்றாள் உதவி ஆய்வாளர் நாகேஸ்வரி.

இந்த அம்மா முகம் கொடுத்துக் கூட பேச மாட்டேனென்கிறா, 'யோக்கியமா' என்று கேட்டால் கூட, குத்தமில்லை. 'டீ' போட்டுப் பேசுறா. இவளோட ஸ்விட்ச் (விசை) இவளிடம் இல்லை. அழகிய பெருமாள் போல், உருட்டல் புரட்டல் ஆட்கள் இவளை இயக்குகிறார்கள்.

இவள் எந்த சாதி? உயர்சாதியாக இருக்குமா? தாழ்த்தப்பட்டவளாக இருந்தால் கூட, தன்னைப் பெரிய சாதியாகக் கருதி பட்டியலினப் பெண்களையே கேவலப்படுத்தும் அழகிய பெருமாளை துவைத்துத் துப்பி இருப்பாள். பணம், அதிகாரம் குவிந்தவுடன், தன் இனத்தைத் தாழ்வாக ஒதுக்கிவைக்கும் மனப்பாங்கும் வந்துவிடுகிறது. அந்த வரிசையில் உதவி ஆய்வாளர் நாகேஸ்வரி இருக்கக்கூடும். புகார் மனு கொடுக்க வந்த பெண்டிருக்கு இன்னைக்குத் தேதிவரை அவள் என்ன சாதி எனத் தெரியாது.

ஆனால் நீதியின் சாதியாக இருக்க வேண்டுமென எதிர்பார்த்தனர். சட்டம் விதிகள் என்பவை நியாயத்தின் பக்கம் நிற்கும் தூண்கள். இந்த உதவி ஆய்வாளர் நாகேஸ்வரி அநியாயத்தின் பக்கம் சாய்ந்து திமிராக நிற்கிறாள்.

நாகேஸ்வரி கேட்டாள். அவள் கேள்வியே அவள் யார், எந்த வர்க்கம், எந்த சாதி என்பதை அடையாளப்படுத்தியது. "மூனுவேளை சாப்பிடனும், மலஜலம் கழிக்கனும், வாழனும்னு ஆசையிருந்தா அந்த நபர் மாதிரி கழிப்பறை கட்டிக்கிற வேண்டியதுதான?"

நிஜ வாழ்க்கையில் எது நிஜமாக வேண்டுமோ அவைகளில் ஒன்றைக்கூட அவர்களுக்குக் கிட்டாமல் விலக்கி வைப்பதுதான் 'மற்ற சாதியினர்' வேலை. அதையே நாகேஸ்வரியும் செய்தாள். பெண்டுகள் மனசுக்குள் ஏளனமாய்ச் சிரித்துக் கொண்டனர்.

"சரி, புகார வாங்கிக்கோ. பெற்றுக்கொண்டேன் என்று ஒப்புதல் கொடுங்க."

"நீங்க, சொன்னா நாங்க செஞ்சிரனுமாடி." முன்னைப் போலவே 'டீ' போட்டுப் பேசுகிறாள். அழகிய பெருமாளைவிட இவளுடைய பிரச்சனையே பெரிதாகிவிட்டது. முதலில் இவளை எப்படி எதிர்கொள்வது? அழகிய பெருமாளைவிட ஆங்காரம் பிடித்தவள். திமிர் எடுத்தவள். பெண்கள் முனகினர்.

"அழகிய பெருமாள் மேல் நடவடிக்கை எடுக்கக் கொடுத்த புகாரைக் கூட வாங்கிக் கொள்ளவில்லை. எங்களை அவதூறாகப் பேசி, கேவலப்படுத்திய உதவி ஆய்வாளர் மீது நடவடிக்கை எடுங்கள்."

அதே கட்டிடத்துக்குள் இருந்தது மேலதிகாரி (DSP) அலுவலகம். இவர்கள் கொடுத்த புகாரை டி.எஸ்.பி. ஏற்றுக்கொண்டார். நடவடிக்கை எடுக்கவில்லை. சீருடைகள், சீருடைகள் மேல் பாயாது.

திசைகளை மாற்றி வைக்கிற அளவு வல்லமை கொண்டவர்கள் அல்ல இப்பெண்கள். சொடக்குப் போட்டால் செயலாற்றும் மாய மந்திரம் எதுவும் அவர்களுக்குத் தெரியாது. ஆனால், கற்றவர்கள், அனுபவ ஞானத்தில் தேர்ந்தோர் அறிந்திருக்கிறார்கள். 'நீர் அடித்து நீர் விலகாது.' ஒரு துறையைச் சேர்ந்த பெருந்தலைகள், அத்துறைப் பணியாளர்கள் மேல் ஏற்றிடும் குற்றச் சாட்டுகள் மேல் எந்த நடவடிக்கையும் எடுத்ததில்லை.

காக்கிச் சட்டை, இன்னொரு காக்கிச் சட்டையைத் தண்டிக்காது. சட்டைமேல் படிந்த கறையை, அழுக்கை, தேய்த்துக் கழுவ முன்வர மாட்டார்கள் என்பதை டி.எஸ்.பி. அலுவலகத்திலிருந்து வெளியேறிய சுண்டிய முகங்கள் காட்டின.

இவர்கள் மகளிர் உதவி ஆய்வாளர் அலுவலகத்திலிருந்து விரட்டியடிக்கப்பட்டனர். உதவி ஆய்வாளர், அப்படித்தான் விரட்டினாள். "போங்கடி, கழுதைகளா, காலங்காத்தால எங்க உசிரை எடுக்க வர்றீங்க" என விரட்டினாள். தொங்கிய முகங்களுடன் வெளியேறிய பெண்களைக் கதராடை பூண்ட ஒரு பெரியவர் எதிர்க்கடை வாசலில் நின்று பார்த்துக் கொண்டிருந்தார். தன்மான உணர்ச்சி கொண்ட நெஞ்சங்கள், டி.எஸ்.பி-யைச் சந்திக்க அலுவலக உள்ளில் செல்வதையும் பார்த்தார். "சரி பார்க்கிறேன்" ஆறுதலாக ஒரு வார்த்தை வரவில்லை.

இத்தனைக்கும் உதவி ஆய்வாளர் நாகேஸ்வரி பேசிய பேச்சுக்களை, அவ்விடத்தில் ஒன்றுவிடாமல் சொல்லிக்

காட்டியிருந்தார்கள். கதராடைப் பெரியவர் சச்சிதானந்தன், பெண்கள் ஆக்ரோசமாய் டி.எஸ்.பி. அலுவலகத்திலிருந்து வெளியேறியதும், 'படக்' கென்று அவர்கள் நடந்து சென்ற திசையில் விழுந்தார். கண்ணீர் விட்டபடி சொன்னார். "இந்தக் காக்கிச் சட்டைகளை ரொம்ப நம்ப வேண்டாம். இவர்கள் எந்த நடவடிக்கையும் எடுக்கப் போவதில்லை. போராடுவதை மட்டும் விட்டுராதீங்க அம்மா" என்றார்.

அவர்கள் காலடி மண்ணை எடுத்து நெற்றியிலிட்டுக் கொண்டு, விடுவிடு வென்று நடந்து சென்றார்.

"கைது செய், கைது செய்

அழகிய பெருமாளைக் கைது செய்

கைது செய் கைது செய்

பெண்களை அசிங்கப்படுத்தும்

அராஜகம் செய்யும்

அழகிய பெருமாளைக் கைது செய்

பெண்களை டார்ச் லைட் அடித்து

அவமானப்படுத்தும்

அழகிய பெருமாளைக் கைது செய்".

வளிமண்டலச் சுழற்சி காரணமாக கடலின் தென் மேற்கு மூலையில் புயல் மையம் கொண்டுள்ளது என பருவநிலைச் செய்திகள் உருவாகியிருந்தன. அன்றைக்கு ஆத்தூர் கிழக்கில், வேம்பார் சாலையின் தெற்கில், காவல்நிலைய வளாகத்தின் முன் வாசலில் போராட்டப்புயல் உருவானது. புறச் சூழலில் பருவநிலை மாற்றத்தால் ஒரு புயல். ஆத்தூரின் அகச் சூழலில் சாதித் துவேசத்தால் உருவாகியிருந்தது பெண்கள் புயல். 'மிரட்டி சத்தம் போட்டு, லத்திக் கம்பினால் பெண்களை விரட்டி விட்டதாக' காவலர்கள் நினைத்துக் கொண்டார்கள். உதவி ஆய்வாளரும் டி.எஸ்.பி.-யும் அந்த மிதப்பில் இருந்தனர்.

காவல் வளாகக் கட்டிட முகப்பில் தொடங்கிய புயல், போகப் போக ஆக்ரோசமும் வீச்சும் கொண்டதாய் வலுப்பெற்றுக் கொண்டது. ஆத்தங்கரையோர புறம்போக்கில், புல், முட்புதர்களுக்கிடையில், தாவரங்கள் மறைவில், பாதிக்கப்பட்ட

பெண்களில் பல சமுதாயப் பெண்டிரும் அடங்கினர். நாடார், செட்டியார், முதலியார், மறவர் என அத்தனை சமுதாயத்தைச் சேர்ந்த பெண்களும் ஊர்வலத்தில் இணைந்தனர்.

நேற்றுவரை தீண்டத்தகாதவர்கள் என ஒதுக்கி வைக்கப்பட்ட நாடார் (சாணார்) இனத்தவர்களுக்கும் சாம்பவார்களுக்கும் ஒரு இணக்கமிருந்து வந்தது. கிழக்கு நோக்கிச் செல்லும் வேம்பார் சாலையின் இடப்புறம் வசித்த நாடார்கள், முழுசாக ஊர்வலத்தில் கலந்துகொண்டனர். பிள்ளைகளைப் பள்ளிக்கு அனுப்பிவைத்த பின்னான காலை நேரம், அந்தப் பெண்டிர்க்குத் தோதாக அமைந்து போனது. ஐம்பது பேருடன் கருக்கொண்ட மகளிர் பேரணி போகப் போக இப்போது நூறு பேர் கொண்டதாக திரண்டு, சாலை மறியலில் ஈடுபட்டது. பேருந்து நிலையத்திற்கு வெளியே, வாசலில் அப்படியே உட்கார்ந்தனர். பேருந்துகள், கார், ஆட்டோ, சின்ன யானை (வேன்) நிலையத்திலிருந்து வெளியேற வழி கொடுக்காமல் மறித்து நின்றனர்.

இம்மியளவும் காவல்துறை எதிர்பார்க்கவில்லை. பெண் காவலர்களை விட்டு, பெண்களை விரட்ட முயன்றனர். அவர்களைக் கைப்பிடித்து இழுத்து நிற்கச்செய்ய முயன்றனர். வேலை தோல்வியானது. அவர்கள் நூறு பேர்; பெண் காவலர்கள் 5 பேர். ஆனால் சீருடையாட்கள் கூலியாட்கள். மாத ஊதியத்துக்கு சேவைசெய்து வாழ்வோர். ஆனால் வாழ்வதற்காகப் போராடுவோர் வென்று நின்றனர். எதிர்பார்ப்பை பொய்த்துப்போகச் செய்தனர் - முன்னிலும் கூடுதலாய்த் திரண்ட பெண்கள். விரட்ட விரட்ட விலகியோடாமல் கல்லெறியால் கலைந்த தேனீக்கள் மீண்டும் மீண்டும் தேனடையில் கூடுதல் போல், பேருந்து நிலையத்தை மொய்த்தனர்.

“இது சட்டம் ஒழுங்குப் பிரச்சினையாகி விடும். பேச்சு வார்த்தைக்கு வாருங்கள்" காவல்துறை தரப்பில் சொல்லப்பட்டது.

போராடும் பெண்களின் கோரிக்கைகள் இரண்டாக முக்கியத்துவம் பெற்றன. ‘முதலில் அழகிய பெருமாளைக் கைது செய், வழக்குத் தொடு’ என்பதாக இருந்தது; காற்றடி காலத்தில் பிடித்துக் கொண்ட தீப்போல், அது சுழன்று, மேலேறி “பெண்களை அவமானமாய்ப் பேசி, விரட்டியடித்த உதவி ஆய்வாளர் நாகேஸ்வரி மேல் நடவடிக்கை எடு" என்பதாக வேறொரு பரிமாணம் கொண்டது.

ஆய்வாளர் (இன்ஸ்பெக்டர்) கதிரேசன்தான் பேசினார். கோரிக்கை வைக்கச் சென்ற பெண்களை இழிவுபடுத்திய உதவி ஆய்வாளர் நாகேஸ்வரி அறையை விட்டு வெளியே தலைகாட்டவில்லை. தன்னை நோக்கி தீப்பாயும் என நாகேஸ்வரி சற்றும் நினைக்கவில்லை.

காவல் துறைக்கும் வட்டாட்சியர் தரப்புக்கும் வேறுவழியில்லை. ஒன்றில் காவல்துறை வட்டாரம் உறுதியாக இருந்தது. எந்தவகையில் பார்த்தாலும், போராட்டத்துக்கு உறுதுணையாய், தோழமையாய் எவரெவர் வந்தாலும் எத்தனை பேர் திரண்டாலும் உதவி ஆய்வாளர் நாகேஸ்வரி மீது எந்த நடவடிக்கையும் எடுக்கவியலாது. குறைந்த பட்சம், இடமாறுதல் கூட செய்ய முடியாது என்றனர் மேல்நிலை அதிகாரிகள்.

பெண்கள் வைத்த கோரிக்கைகளில் நியாயம் இருக்கிறது. இதற்கு ஆதரவு கொடுத்தாக வேண்டுமென கட்சிகள், சங்கங்கள், சமூகநல ஆர்வலர்கள் பேருந்து நிலையம் வந்தனர். தாளமுத்து என்பவர் நாடார் சங்கத் தலைவர். ஆத்தூரில் முன்னணியில் நிற்கும் வியாபாரி. வெய்யிலில் நின்று, வேர்வை வழியப் போராடும் பெண்களுக்குத் தமது கடைப் பையன்கள் மூலம் தண்ணீர் வழங்க ஏற்பாடு செய்தார். பொழுது ஏற, ஏற கொதிக்கும் வெய்யிலும் மேலேறியது. கொதிப்புக் கொண்ட பெண்களுக்கு அடுத்த கட்டமாய் மோர் வழங்கினார்.

கெட்டியாய் தொண்டையில் இறங்கிய மோர், வயிற்றுப் பசியை லேசாய் அணைத்தது.

எல்லா சங்கங்களும் போராட்டத்தை முன்னெடுக்க இணைந்து நின்ற போதும், நீர் கொடுத்து, மோர் வழங்கிப் போராட்டத்தை உற்சாகப்படுத்திய தாளமுத்து மீது காவல் துறையின் கண்கள் பதிந்திருந்தன. தாளமுத்து வியாபாரிகள் மத்தியிலும் மக்களிடமும் நன்மதிப்புப் பெற்றவர். மளிகைக் கடையாகத் தொடங்கி 'சூப்பர் மார்க்கெட்' என்னும் மாளிகையாக ஆத்தூரில் உயர்ந்தார். தரமான பொருட்கள் 'பாக்கெட்' செய்யப்படும் ஆத்தூரில் தரமான அங்காடி அவருடையது. கூட, குறைச்சல், கம்மி, ஜாஸ்தி விலை வைத்து விற்பதில்லை. மற்ற வியாபாரிகளின் கடைகளில், கூடுதல், ஜாஸ்தி முணு முணுப்பு வார்த்தைகள் கொட்டும். இந்தக் கூடுதல், ஜாஸ்தி, அதிகவிலை போன்ற வார்த்தைகளுக்கு தாளமுத்து விரோதி. 50 ரூபாய்க்கு சரக்குப் போடுகிறவர்களானாலும், 5000 ரூபாய்க்கு

சாமான்கள் வாங்கிச் செல்பவர்களானாலும் பாரபட்சம் காட்டுவதில்லை.

50க்கும் நூறுக்கும் மளிகை வாங்கும் மக்கள் நேரில் வந்தனர். 5000 ரூபாய்க்கு சாமான் வேண்டுபவர்கள் வீட்டிலிருக்கும் வேலையாள் மூலமாக, அல்லது மற்றவர்கள் மூலமாக மளிகைப் பட்டியல் கொடுத்தனுப்பினார்கள். கடைப் பையன்கள் வழியாக வீடுகளுக்கு சரக்கு சேர்க்கப்படும். சிட்டையைக் கொடுத்து, தொகையைப் பெற்றுச் சென்றனர்.

கல்லாவில் உட்காருகிறவர் முதலாய் கடைப் பையன்கள் வரையிலும் கை சுத்தம், வாய் சுத்தம், நேர்மையாளர்கள். தாளமுத்து வியாபாரியைச் சந்திக்கிற வேளைகளில், தலைமை ஆசிரியர் சந்திரமதிக்கு, முன்னர் பணியாற்றிய மீனாட்சிபுர எள் செக்கு மனிதர் நினைவுக்கு வந்தார். அந்த உன்னதர் சொல்வார். “நாம உழைப்புக்கேத்த நியாயமான கூலி கொடுக்கிறோம், தொழிலாளிகள் கூலிக்கேத்த நியாயமான, வஞ்சகமில்லாத உழைப்பைத் தருகிறார்கள்."

செக்கு மனிதர், தான் பணியிலிருந்து விடை பெறும் நாளில் என்ன சொன்னார், என்ன செய்தார்! அதிலிருந்து நகக்கண் அளவும் மாறாதிருந்தது - தன்னுடைய அறைக்குள் வேர்க்க, விறுவிறுக்க நுழைந்த கதராடை மனிதர் சச்சிதானந்தன் செய்கை.

செக்கு மனிதர் (இதுவரை எந்தப் பெயரும் சந்திரமதிக்குத் தெரியாது!), அந்த நல்லப்பர் போல, சச்சிதானந்தன் மக்கள் நலம் நாடும் ஒரு நல்லப்பர். உள்ளே நுழைகிறபோதே களைத்துப் போயிருந்தார் மனிதர்.

காலை மவுனத்தை உடைப்பது போல், லேசாய் கதவு சுண்டும் சப்தம். திறந்த போது, எதிரில் செக்கு மனிதர் நின்று கொண்டிருப்பதைக் கண்டாள். சாந்தமுள்ள இனிய முகம். அவரின் உரையாடல்களும் இனியவை. மற்றவர்க்கு, எதிரிலிருப்போருக்கு, உளைச்சல், உபத்திரவம் தராத உரையாடல். செக்கு மனிதர் அமைதியில் உறைந்து நின்றிருந்தார். அவர் திண்ணையிலமர்ந்து, சந்திரமதியைக் கூர்ந்து பார்த்துக் கொண்டிருந்தார். காலை அமைதியைக் கலைப்பது போல், ஒரு வாசகம் அவரிடம் புறப்பட்டு வந்தது.

“இவங்க நல்லவங்க இல்ல, மத்தவங்களுக்குக் கெடுதி செய்யறது தவிர, இவங்களுக்கு வேற ஒண்ணும் தெரியாது."

தியானத்தில் அமர்வது போல், சற்றுப் பொழுது கண்கள் மூடி அமர்ந்திருந்தார். கண்கள் திறந்து சந்திரமதியைப் பார்த்தார்.

“பொதுச் சேவையில் நான் வணங்க வேண்டிய தெய்வம் ஒன்று இருக்கிறது. அது எங்கு என நான் தேடிக் கொண்டிருந்தேன். அதை நேரில் கண்டுகொண்டேன்” என்று சொன்னவர், அவளிருந்த திக்கில் கீழே விழுந்து வணங்கினார். சந்திரமதி பதறிப்போனாள். யாரை யார் வணங்குவது!

‘போய் வருகிறேன்’ என சொல்லவும் மொழியற்று நெகிழ்ந்த உருவம் வாசலை நோக்கி நடந்தது. நிலைப்படி தாண்டி நின்று திரும்பிப் பார்த்தார்.

“இவங்க நல்லவங்க இல்லம்மா."

எதிரில் கீழ்த்திசையில் முளைவிட்டுக் கொண்டிருந்த சூரியனை இருகை கூப்பி தொழுதார். புறப்பட்டுச் சென்றுவிட்டார்.

அமைதியை உடைத்த காட்சியை, எதிரில் இப்போதும் கண்டு கொண்டிருந்தாள் சந்திரமதி, இப்போது இவர் சச்சிதானந்தன்.

மனதில் அயற்சி; கதராடையில் நின்ற கண்கள் உடைந்து, துயர நீர் கொப்புளிக்கக் காத்திருந்தன. (பொங்கிப் பீறிடும் கோபத்தை அடக்க மாட்டாது) மூஸ் மூஸ் என்று முகம் கோணித் திணறினார்.

ஒரு பெண்ணாகவிருந்தும் பெண்களின் கோரிக்கை மனுவை தீண்டத் தகாததாய் கருதி, விரட்டியடித்த உதவி ஆய்வாளர் நாகேஸ்வரி உருவத்தை, சந்திரமதி உள்ளிழுத்துக் கொண்டாள். “நீங்க என்ன யோக்கியமா?” காவல்நிலைய வாசல் கடந்து கத்தல் கேட்டது. அவளுக்கு மேலும் இல்லை, கீழும் இல்லை. அதிகாரம் ஒன்றே அவளது மேலும் கீழும். சாதாரண சனம் இந்த அதிகாரத்தை தனக்களித்தது என்ற உன்னதத்தை ஆணாகவோ பெண்ணாகவோ இருப்பினும் சீருடையாயினும் சில்லுடையாயினும் உணர முடிந்ததில்லை.

நாகேஸ்வரியின் கத்தல் கேட்டுக்கு வெளியில் சாலைவரை கேட்டது. அந்தக் கதராடை மனிதர், அகிம்சை வாதி சச்சிதானந்தனுக்கும் கேட்டது.

இப்போது பெண்கள் சாலை மறியல் செய்து கொண்டிருக்கிறார்கள். சமுதாய ஆர்வலர் சச்சிதானந்தன் இன்னொரு சமுதாயச் செயற்பாட்டாளரை நோக்கி, அறிக்கை தாக்கல் செய்து கொண்டிருந்தார். இந்நேரம் அங்கு சாலைமறியல் கொதிநிலைக்கு மேலேறியிருக்கும் 'இப்ப, அங்க போவமா?' சந்திரமதி விருட்டென எழுந்தாள். அழகிய பெருமாளெனும் அடாவடியாள் பற்றி, ஏற்கெனவே அவளுடைய காதுகள் நிறைந்திருந்தன.

அப்போது அவளுக்கு சிந்திக்கத் தோன்றியது. இந்த மனுசனுக்கு புத்திகெட்டுப் போயிருச்சா, தன்னைப் போல் ஒதுக்கப்பட்ட ஒரு பிரிவு இனத்துக்கு ஆதரவாயில்லாமல், ஏன் இப்படி பகையாளியாய் நடக்கிறார்? சாதியினும் மேலாக ஆட்சி செய்வது, ஆட்களை உருமாற்றுவது வர்க்க உயர்வு. ஆனாலும் எரிச்சல் மூண்டது. அந்தத் தடியனிடம், நேரில் வரச் செய்து பேசி அறிவுறுத்த வேண்டுமென நினைத்தாள். திட்டமிட்டபடியென்றாலும், தற்செயலெனினும் அந்த மனுசன் இவளது சந்திப்பு வளையத்துக்குள் மாட்டுப்படவில்லை.

ஆத்தூர் அரசு நடுநிலைப்பள்ளித் தலைமையாசிரியையான சந்திரமதி, தன் அறையைப் பூட்டிவிட்டு, பொறுப்பாசிரியரான ஏழாம் வகுப்பு ஆசிரியர் போத்தையாவை பள்ளியை கவனித்துக் கொள்ளச் சொல்லி விட்டு சச்சிதானந்தனுடன் புறப்பட்டாள்.

44

ஆசிரியர்கள், அவர்கள் போல அரசுப் பணியாளர்கள், இந்த அத்துமீறலைச் செய்ய முன்வருவதில்லை. நிஜத்தில் இஃதொரு அத்துமீறலா? இன்றைக்கும் அவள் போன்றவர்கள் விநாயக சதுர்த்தி, சரஸ்வதி பூஜை, தீபாவளி போன்ற பண்டிகைகளைக் கொண்டாடுவதில்லை. கொண்டாடுவதை உற்சாகப்படுத்தவோ, வாழ்த்துக் கூறவோ வருவதில்லை. பிற கல்வி நிலையங்கள் போல், பள்ளிக்குள் கொண்டாட முன் வரவில்லை. அவள் ஒரு கிறித்துவச்சி என்பதால் அல்ல. எந்தப் பெருந்தெய்வமும் தாழ்த்தப்பட்ட, சிறுமைப்படுத்தலுக்கு உள்ளான பள்ளர், பறையர், ஆதிதிராவிடருக்குரியவை அல்ல என்ற கருத்தியல்தான் மூலம்.

இம்மாதிரி இந்தப் பண்டிகைகள் புறக்கணிப்பு நிகழ்வுகள் இப்போது, பிள்ளைகளிடத்தில், பிள்ளைகள் மூலமாய் பெற்றோரிடத்தில் லேசான புகைச்சலை உண்டாக்கியிருந்தது. தலைமையாசிரியர் பெண்களின் போராட்டத்துக்கு ஆதரவு தெரிவிக்க வெளியேறுகிறாள். இதன் முன் ஒரு தடவை சக்கிலியக் குடிக்கு ஆதரவாய் பள்ளியை விட்டு வெளியேறியிருக்கிறாள். அது பள்ளியிலிருந்து அவளுடைய நாற்காலி பறிப்புக்கு காரணமாய் அமைந்தது. மீனாட்சிபுரம் ஒரு சின்ன இடம். சின்ன விசயங்கள் கூட பெரியதாய் ஊதிக் காட்டப்படுகிற, சாதிய அமைவிடம்.

வளரும் சிறு நகரங்களில் ஆத்தூர் போன்ற இடங்களில் எந்த விசயமும் பெரிதினும் பெரிதாய் உருவகிக்கப்படுவதற்கான சூழல் இல்லை. சாலை மறியல் போல, பிரச்சனை கொதிரூபம் கொள்கிறபோதே யார் யார் இன்னின்னார் என அடையாளம் தெரிகிறது.

இப்போதும் போராடும் பெண்ணினத்துக்கு, சாம்பவாருக்கு மனசளவில் சார்ந்து நிற்பதற்குப் புறப்பட்டுப் போகிறாள்.

இவர்கள் போய்ச் சேருமுன், அவள் சச்சிதானந்தனிடம் கேட்டாள். "எம்.எல்.ஏ. என்ன செய்கிறார்?" அந்த எம்.எல்.ஏ மாநில அமைச்சராகவிருந்தார். ஒரே பொழுதில் இரண்டுமாக இருப்பது, கட்சித் தலைமை சூட்டிய கிரீடம். சாதிப் பார்த்துக்

கிரீடம் சூட்டப்பட்டது. எம்.எல்.ஏ.-வாகிய அமைச்சர், எவ்வளவோ நல்ல நல்ல காரியம் செய்ய வேண்டியுள்ளது.

சச்சிதானந்தன் அவளுடன் பகிர்ந்த செய்திகள் துயரமானவை. பாவப்பட்ட, பாதிக்கப்பட்ட சமுதாயப் பெண்களுடன் அமைச்சர் இல்லை. அமைச்சரின் அணைப்பு இருப்பதால், அழகிய பெருமாள் மீது வழக்குப் பதிவு செய்ய, புகார் மனு வாங்க, கைது செய்ய, தயங்குகிறார்கள் காவல் துறையினர். சந்திரமதியின் முகம் சோம்பிப் போனது. இல்லையெனில், டி.எஸ்.பி.யிடம் முறையிட்ட பெண்கள், அடுத்து மக்கள் பிரதிநிதியைப் பார்க்கத்தான் புறப்பட்டிருப்பார்கள்.

கோழி தன் செட்டைகளுக்குக் கீழ், குஞ்சுகளைக் காப்பது போல், அழகிய பெருமாள் செய்யும் சேட்டைகளுக்கு தாய்க் கோழி அமைச்சர் என்பது தெரிந்தது.

ஆயினும் அவருடைய அரசியல் நடவடிக்கைகளை கவனமாக மனசின் ஆழத்தில் பதித்துக் கொண்டே வருகிறார்.

"வழக்குப் போடுவதானால், அது மொத்த அரசு ஊழியர் சமுதாயத்துக்கு எதிராக வழக்குப் போடுவதாக ஆகும். அதை விரும்ப மாட்டார்கள். பொய்யான குற்றச் சாட்டுகள் அடிப்படையில் வழக்குப் போட்டிருப்பதாக, ஒங்களுக்கு எதிராகக் கிளம்புவார்கள்."

அமைச்சர் எச்சரித்தார். அவருடைய எச்சரிப்புக்கு எதிரானதாய் ஊழியர்கள் எண்ண ஓட்டம் இருந்தது. வருவாய்த்துறை ஊழியர்கள், அழகிய பெருமாளுக்கு சொன்ன ஆலோசனையது. "குற்றப் பத்திரிக்கை வழங்கினால் வாங்கிக் கொள்ளுங்கள். நீதிமன்றத்தில் போய் வாதாட நிறைய இடமிருக்கிறது. நீங்கள் துணை வட்டாட்சியர் நிலையில் உள்ளீர்கள். நாளை வட்டாட்சியர் உயர்வு வரவேண்டும்."

இந்தக் காரணங்கள் அழகிய பெருமாளுக்குத் துணையாய் வரப்போவதில்லை. இவை யாவும் அவனை எதிர்ப்பாதையில் நடக்க வைத்திருந்தது. அவனது ஆற்றோர ஆக்கிரமிப்பை தக்க வைத்துக் கொள்ள, ஆண்டவன் எதிர்த்தாலும் அடக்க வேண்டும். இப்போது எதிர்க்குரல் முழங்குவது ஈசன் மகேசன் இல்லை. சாதாரண மக்கள். காலகாலமாய் ஒடுக்கப்பட்ட அவனினத்து ஆட்கள்.

நடக்கிற மறியலை ஒரு உணவுக்கடை உள்ளமர்ந்து அழகிய பெருமாளும் கவனித்துக் கொண்டிருந்தான். அவன் காதில் ஒரு சேதி போடப்பட்டது. தலைமையாசிரியை சந்திரமதி வந்து நிற்கிறாள் எனத் தெரிவித்தார்கள்.

“எங்கே?"

“அங்கே மரத்தடியில்" கை நீட்டி அடையாளம் காட்டினார்கள். கறுத்த பனத்தூர் போன்ற உருவத்தை இப்போது பார்க்கிறான்; திடுக்கிட்டுப் போனான்.

சந்திரமதி போராட்ட களத்தில் காலடி வைத்த வேளை, மதிய உச்சி வேளை, பெண்களின் ஆக்ரோசம் உச்சியைத் தொட்டுக் கொண்டிருந்தது.

எதிர்க்கடையின் புளியமர நிழலில் ஒதுங்கி சந்திரமதியின் கண்கள் சுழன்றன. கவனித்துக் கொண்டிருந்தான். அவளை அந்த இடத்தில் எதிர்பார்க்கவில்லை. யாரென அறிந்தவர்கள் துணுக்குற்றனர்.

பேருந்து நிலையம் முன் டி.எஸ்.பி. எச்சரித்தார்: “இது சட்டம் ஒழுங்குப் பிரச்சனையாகிவிடும். அத்தனைப் பேரையும் கைது செய்வோம்”, தொடர் எச்சரிப்புகள்.

பெண்களாயிருப்பதால், அவர்கள் மீது எந்தத் தாக்குதலும் நிகழ்த்துவது நல்லதல்ல. காவல் துறைக்கு மட்டுமல்ல, அரசுக்கும் கெட்ட பெயரை உண்டாக்கிவிடும். அடக்கு முறை செலுத்துதலில் சற்றுப் பின்வாங்குதல், சூதானமாய் நடந்து கொள்ளுமாறு அறிவுறுத்தல் மேலிருந்து வந்து கொண்டிருந்தது. மேலிருந்தெனில், அது தொகுதி அமைச்சரிடமிருந்தும் வந்திருக்க வேண்டும். ஒரு வித்தியாசமான போராட்டம். கையாளுதலில் வித்தியாசமான நடைமுறைகளைக் கொள்ள வேண்டுமென டி.ஜி.பி. வழி சொன்னார். போராட்டங்களை சிதைப்பதற்கு சிறப்புப் பயிற்சி பெற்ற சிறப்புக் காவல் படையினர் இரு பேருந்துகளில் இறங்கியிருந்தனர்.

போராடும் பெண்களிடம், அவர்களுக்குப் பக்க பலமாய் திரண்டிருந்த ஆதரவு சக்திகளிடம் பேச்சுவார்த்தை நடத்திக் கொண்டிருந்தார். பெண் உதவி ஆய்வாளர் மேல் நடவடிக்கை இல்லை. நடவடிக்கை எடுத்தால் ‘எங்கப்பன் இந்தக் குதிருக்குள்’ என்ற கதையாகிப் போகும்.

"அழகிய பெருமாள் மீது, பெண்களை அவமானப்படுத்தியதாக வழக்குப் பதிவு செய்வோம்" என உறுதியளித்தார் டி.எஸ்.பி. முழுக்கிணறும் தாண்ட, யோசித்து முடிவெடுக்கப்படும்.

இந்த அளவிலாவது இறங்கி வந்தது நல்லது. வாழ்வில் ஒரு எட்டு முன்னேறவும் போராடி ஆக வேண்டும் என களத்தில் நின்ற பெண்களும், துணை சக்திகளும் யதார்த்தத்தைக் கண்டுகொண்டனர். போராடாமல் வாழ்க்கை இல்லை. எந்தவொரு முன்னேற்றமும் போராடாமல் இல்லவே இல்லை.

அரைமணிப் பொழுது முன்னால் இங்கொரு தீப்பந்தம் உயர்ந்திருந்தது. புதிதாய் பேருந்து நிலையம் வருகிறவர்கள் வெக்கைக் காற்றுலாவும் வெற்றிடத்தைச் சந்தித்தனர்.

சந்திரமதியும் சச்சிதானந்தமும் புளிய மர நிழலில் இளைப்பாறினர். மகளிர் போராட்டத்துக்கு ஆதரவு சக்திகளான பல அரசியல் கட்சிகளின் தலைவர்களுக்குப் பேரணியில் வந்தோரில் மிச்சம் மீதி இருந்தோரை பாதுகாப்பாய் அனுப்ப வேண்டியிருந்தது.

கட்சிகளின் முக்கிய பிரமுகர்கள் யாரென சச்சிதானந்தன் அறிவார். அவர்களுக்கு சந்திரமதியை யாரெனத் தெரியாது. சின்ன விசயங்களிலிருந்து பெரிய பிரச்சனைகள் வரை ஊடாடும் சமூக செயற்பாட்டாளர் என்பதால், சச்சிதானந்தன் ஒவ்வொருவரையும் பழக்கம் கொண்டிருந்தார்.

சந்திரமதியை அறிமுகப்படுத்திய வேளையில், ஒவ்வொருவரும் "நீங்க எங்க இங்கே?" என அதிசயித்துக் கேட்டனர். அவள் ஒரு பார்வையாளராகக் கூட பங்கு பெற்றிருக்கக் கூடாது. அது நல்ல விசயம்தானே என ஒருவராவது எண்ணவில்லை. வாசிக்கிற வகுப்புகளை விட்டு மாணவர்களும், கற்றுக் கொடுக்கும் புத்தகங்களிலிருந்து வெளியேறி ஆசிரியர்களும் வரவேண்டும். அரசுப் பள்ளியின் தலைமையாசிரியரோ, தலைமையாசிரியையோ, ஆசிரியர்களும் கூட போராட்ட களத்தில் கால் மிதித்ததில்லை. இந்த வியப்பும், விசாரிப்பும் அதனால் எழுந்தது. பின்னர் ஒவ்வொரு கட்சிக்காரரும் அறிமுகம் கொண்டு அவளோடு சிநேகிதமானார்கள். அவர்கள் இனியொரு முடிவுக்கு வந்தனர். எந்தப் பிரச்சனையாயினும், போராட்டமாயினும் முதல் அழைப்பு தலைமையாசிரியைக்குத்தான்.

"போனதும் தெரியல, வந்ததும் தெரியல." ஏழாம் வகுப்பு போத்தையா ஆச்சரியப்பட்டார். சிறு சிரிப்புடன் பதில் வந்தது.

"நாங்க போறபோதே போராட்டம் உச்சகட்டத்துக்கு போய்ட்டது. சமரசப் பேச்சு வார்த்தை நடந்ததால் மேலிட அழுத்தம் வந்து கொண்டேயிருந்தது. அதனால் உள்ளூர் காவல் துறைக்கும், நிர்வாகத்துக்கும் மக்கள்மேல் பாய முடியாமல் போயிற்று. தங்களுக்குள் வெக்கை கட்டியிருந்த கோபத்துக்கு சனம் அவர்களைக் கொத்தியெடுத்திருக்கும். கூக்குரல்களோடு உயர்ந்தன கைகள்; செந்நீர் சிந்தாது, சனம் தனக்கானதைச் சாதித்துக் கொண்டது.

சந்திரமதியும், சச்சிதானந்தனுமாகிய இவர்கள் வெளியேறிய பின்னர், ஒரு துன்பியல் நாடகம் அரங்கேறியது. இவர்கள் அறியார்கள். கலைந்து சென்று அவரவர் இருப்பிடம் அடைந்த பின்னரே சேதி தெரியலானது.

எல்லோரையும் வெளியேற்றிய பிறகு, அந்த ஒரு காவல்துறை வாகனமும், இன்ஸ்பெக்டர் காயாம்பூவும் சில காவலர்களும் நின்றிருந்தனர். போராட்ட சக்திகளுக்கு தாகமெடுக்காமலிருக்க, நீரும், மோரும் வார்த்த வியாபாரி தாளமுத்து அந்த வழியாகத் திரும்பிப் போய்க் கொண்டிருந்தார். ஊட்டச்சத்துகளாய், போராட்ட பெண்களுக்கு பிஸ்கட்டுகள் வழங்கியவர்.

நடந்து வந்தவரின் முழங்கால்களின் கீழ், இன்ஸ்பெக்டர் காயாம்பூ லத்தியால் அடித்தார். அடியின் வேகம், காயாம்பூ இன்ஸ்பெக்டர் மனசுக்குள் அடைகாத்த வன்மத்தைக் காட்டியது. வன்மம் அந்த ஓரிடத்திலிருந்து புறப்பட்டதல்ல. தாளமுத்துவின் டிபார்ட்மென்ட் ஸ்டோரில் 5000 ரூபாய்க்கு சரக்குப் போட்டு, துட்டு கொடுக்காமல் வெளியேறிய நாளிலிருந்து வன்மம் கூடு கட்டியிருந்தது.

"ஐயோ அம்மா" என்ற கத்தல். எவராயினும், வாரிக்கட்டை போல் உடல் கொண்ட எந்த மனுசனாகிலும், முதல் அலறல் அப்படித்தான் வரும்.

"தூக்கிப் போடுங்கடா, வண்டியில" இன்ஸ்பெக்டர் கத்தினான். திறந்திருந்த பின்புறக்கதவுகள் வழி, தாளமுத்து வாகனத்துள் தூக்கியெறியப்பட்டார். குப்புற விழுந்து, பலமாக அடிபட்டு, ரத்தம் பொத, பொதவென வெளியேறியது.

தாளமுத்துவின் சூப்பர் மார்க்கெட்டுக்கு வந்திருந்தவர்களில் இன்ஸ்பெக்டர் காயாம்பூவின் போலீஸ் டிரைவரும் ஒருவர். காவல் நிலையத்துக்கு இழுத்துப் போனது யாருக்கும் தெரியாது. இன்ஸ்பெக்டர் அறைக்குள் தள்ளி அறையின் கதவுகள் மூடப்பட்டன. வெளியில் தெரிய வாய்ப்பில்லை.

இன்ஸ்பெக்டர் அருகில் நின்றிருந்தனர் வாகன ஓட்டியும் ஆடர்லியும். நின்றிருந்தனர் என்பதினும், நிலையெடுத்திருந்தனர். ஒருவர் தாளமுத்துவின் வலப்பக்கமாக, மற்றொருவர் இடப்பக்கமாக நகர்ந்து நிலையெடுத்தனர்.

ஒருவன் பின்னிருந்து வலப்பக்க விலாவில் வீச, மற்றொருவன் இடப்பக்கத்தில் வீசியடித்தான். ஐயோ, என்ற அலறல் அறைக்கு வெளியே கேட்காது. இன்ஸ்பெக்டர் காலடியில் விழுந்தார் தாளமுத்து.

அவர்கள் அடித்ததன் நோக்கம் அதுதான்.

இன்ஸ்பெக்டரின் இரு கால்களையும், தன்னிருகரங்களில் சேர்த்துப் பற்றிய படி, வேதனை தாளமாட்டாத தாளமுத்து கேட்டார். “நான் என்ன செய்தேன்?”

பின்னால் ஏறிட்டு நோக்கினார். தன்னைத் தாக்கி, லத்திகளை விளையாடச் செய்த இரு போலீஸ்காரனையும், அவர் எங்கோ பார்த்ததாக ஞாபகம். அரிச்சலான நினைவுகளில் அவர்கள் அலைகளில் மிதக்கும் இலைகள் போல் தெளிவற்று மிதந்தார்கள். தனது டிபார்ட்மெண்ட் ஸ்டோரில் கண்டவர்கள் அவர்கள்.

45

ஒரு நாள் இரவு கடை மூடும் வேளை. இரவு ஒன்பது மணிக்குக் கடை ஏறக்கட்டப்படும். கடை ஏறக்கட்டப்படுவதற்கு அரைமணி முன் அவர்களிருவரும் நுழைந்தனர். விசேடமான விழாக்களேதும் அற்ற நாட்களில், அந்தப் பொழுதில் கூட்டம் குறைவாக இருந்தது. இருந்த நேரத்தில் ஆளுக்கொரு சக்கரவண்டியில் சாமான்களை ஒவ்வொன்றாய் நிரப்பினார்கள். சில ரகங்களில் இரண்டு மூன்று எண்ணம் கூட எடுத்திருந்தனர்.

இப்போதெல்லாம் சரக்குகளுக்கு பில் போடும் இயந்திரங்கள் வந்துவிட்டன. கடைப் பையன்கள், சாமான்கள் அடுக்கின தள்ளு வண்டியை பில் போடும் இயந்திரம் முன் நிறுத்திய போது "வேண்டாம்" என்றார்கள் போலீஸ்காரர்கள். வண்டிகளை அந்த இடத்தில் நிறுத்தி விட்டு, முதலாளியைப் பார்த்துப் பேச மேல்மாடிக்குப் போனார்கள். பில் போடப்பட்டுவிட்டது. மொத்தம் 6500 ரூபாய் என்று கணக்கு சொன்னது பில்போடும் இயந்திரம். பில்லைக் கிழித்து, முதலாளியிடம் கொண்டு சேர்க்க பையன்களும் மேலே சென்றனர்.

"நா என்ன செய்தேன்?"

இது தாளமுத்துவின் திரும்பத் திரும்பக் கேள்வியாக இருந்தது. அதிகார ஆளுமைகளின் முன் எளியவரின் முறையீடு எடுபடுவதில்லை. அது முறையீடாகவும் வெளிப்பட்டது.

இதற்கு பதில் போல், ஆய்வாளரின் மேசை மேலிருந்த அந்த ரசீது மின்விசிறியின் காற்றில் ஆடியது. 'பெற்றுக் கொண்டேன்' கடை முத்திரையிடப்படாத சிட்டை அது.

அவரிடம் மளிகைச் சாமான்கள் எடுத்து ஏற்றிச்சென்ற இரு காவலர்களிடமும் ரசீதைக் கொடுத்துவிட்டுச் சொன்னார். "நா ஐயாகிட்ட பேசிக்கிறேன்."

அவர்கள் மனம் சமாதானமாகவில்லை. அதுவும் ஒரு பாவனை என்பது போலத் தோன்றியது. "இல்ல, சாமான் ஒங்க கிட்டயே இருக்கட்டும். நாங்க தொகையைக் கட்டிட்டு எடுத்திட்டுப் போறோம். கடை தெறந்திருக்கும்தானே."

ஏளனப் புன்னகை வெளிப்பட்டது. இராப் பொழுது! ஆள் நடமாட்டம் அருகி வரும் நேரம். ஜெகசோதி விளக்குகளின் ஒளியில் விழாக் கோலம் பூண்டிருந்த கடைத் தெரு, இன்னும் மணிப்பொழுதில் ஆளில்லா மயானமாகிப் போயிருக்கும். அவசர அவசரமாக ஷட்டரை இழுத்து மூடும்படி, கடைப் பையன்களுக்குக் கட்டளை பிறப்பித்தார். கால்மணி நேரத்தில் அவ்வளவு பெரிய அங்காடி இழுத்துச் சாத்தப்பட்டது.

பகல் பட்டு நேரத்தில் எது செய்தாலும், நடந்தாலும் கேட்க, பார்க்க நாலு பேர் கூடி விடுவார்கள். இருட்டு காவலர்களுக்குப் பாதுகாப்பு. ஒண்ணுக்கு இரண்டு இரவுக்காவலர்கள். இரவில், வாகனத்தில் தாளமுத்துவைத் தள்ளிக் கொண்டு போன பின், பகலில் எல்லார் வீடுகளிலும் போலீஸின் வேட்டை நடந்தது. இரவில் பேரணிக்கு, மறியலுக்கு நிழலாய் நின்று ஆதரவளித்த சக்திகளின் நிழல்களும் வேட்டையாடப்பட்டன. அவர்கள் ஆத்தூர் வசிப்பிடவாசிகள் மட்டுமல்ல. ஓரஞ்சார் ஊர்களிலிருந்து வந்து கூட்டமாக உயர்ந்த கைகள், எழுந்த குரல்கள், திமிறிய பார்வைகள். அடையாளம் கண்டு வீடு தேடித் தட்டப்பட்டன.

“எந்தக் காலகண்டன் இந்த நடுச்சாமத்தில்" பெண்கள் சாபத்துடன் கதவு திறந்தனர். அவர்களால் ஏற்க முடியவில்லை.

“என்ன இப்ப? ஒரு நேரங்காலமின்னு இல்லையா?" காக்கிச் சட்டையை நோக்கி ஆங்காரங்கள் பொங்கின.

“இந்த வீட்டுக்கு பொல்லாப்பு வந்து சேருது, கெட்ட காலம் வருது" என்ற ராகத்துடன் கிராமங்களில் சிறு குடுகுடுப்பை வருவான். அது நடுச்சாமம். அவனுக்கு காலகண்டன் என்று பேர். குடு குடுப்பை அடிப்பையும், ராகச் சத்தத்தையும் கேட்டு அதிர்ந்து, மரக்கிளைகளில் ஒன்றிய பறவையும் சடசடத்து எழும்; கிளைதாவி ஒடுங்கும்; அச்சடித்தது போல், மரங்களில் பம்மிக் கொள்ளும். நடுச்சாமப் பயமுறுத்தலுக்கென்று கந்தல் ஆடை உடுத்தி வருவான். காலகண்டன் உடலெங்கும் திருநீற்றுப்பட்டை. ஊர்த் தெருக்கள் முழுதும் உடுக்கை முழங்கி, ஊரில் எத்திசையில் சுடுகாடு உண்டுமோ, அங்கு போய்ச் சேருவான். அவனுடைய வருகைக்காக, சுடுகாடு முழுக்க கொள்ளிவாய்ப் பிசாசுகள் வாய்திறந்து காத்திருக்கும் என்பார்கள்.

பயமுறுத்தும் காக்கி உடை, லத்தி; தப்பிவிடுவானோ எனப் பாயக் காத்திருக்கும் துப்பாக்கி சகிதங்களுடன் எங்கெங்கோ

இருந்தவர்களைத் தேடி, இருள் நேரத்தில் காக்கிக் காலகண்டர்கள் இறங்கினர். இவர்கள் கந்தலாடைகளில் இல்லை. சீருடைக் காலகண்டர்கள். பூலோகத்தில் சஞ்சரிக்கிற இவர்களுக்கு எவர் பற்றியும் எது பற்றியும் கவலையில்லை. உடம்பில் காக்கி உடுப்பும், ஒரு கையில் தடியும், மற்றொரு கையில் துப்பாக்கியும் கொண்டு எதையும் செய்யும் அதிகாரமிருந்தது. காலகண்டனுக்கு, ஒரு குடுகுடுப்பை, கந்தல் ஆடை, அதினினும் நைந்து போன ஒரு வாய்மொழி இவைகளே இருந்தன.

கட்சிப் பிரதிநிதி அனைவரின் வீடு தேடி மட்டுமல்ல, அரசியல் கட்சிப் பிரதிநிதிகளுக்கு அப்பாற்பட்டு, எந்தக் கட்சியிலும் இயங்காத பொதுநல ஆர்வலர்களையும் வேட்டையாடினர். சச்சிதானந்தனைக் கைது செய்ததில், அவர்களுக்கு வேறொரு நோக்கமிருந்தது. மகளிர் காவல் நிலையத்திலிருந்து குரல்கள் ஓங்கிட, பெண்கள் வெளியேறி பேரணி புறப்படுகையில் சச்சிதானந்தன் என்ற கதராடை மனிதர் அங்கிருந்தார். பெண்டிரின் காலடி மண்ணைத் தொட்டு வணங்கி வாழ்த்தினார் என்பதைக் காவல் நிலையக் கண்கள் கவனித்திருந்தின. கதர்ச்சட்டை காந்தியவாதி என்று சிறு நகரில் உலவுகிற பேரைச் சிதைக்க வேண்டுமென்பது பிரதானம்.

மகளிர் உதவி ஆய்வாளர் மீது நடவடிக்கை இல்லை. பெண்டிரின் வெக்கை படிந்த புகார் மனுமேல், முதல் தகவல் அறிக்கை கூட உண்டாக்கப்படவில்லை. அழகிய பெருமாள் மீது நடவடிக்கை என்றொரு பாவனையை செய்ததற்கு, அவர் குற்றம் புரிந்தார் என்பது அல்ல, அவருடைய வருவாய்த்துறையில் அழகிய பெருமாளை தற்காலிக நீக்கம் செய்ய வேண்டுமென கோப்பு தயாராகியிருந்தது. அது பணியாளர்கள் அனைவரது அழுத்தத்தினால் உண்டாகியிருந்தது. மற்றொன்று சாதி. தன்னைவிட தாழ்வான சாதி மேநிலை கொள்ளவோ என்ற எதிர்ப்பும், சூழ்ச்சியும் கொப்பளித்திருக்கக் கூடும். உள்பயம் உருவாகிவிட்டது. காவல் துறை, சட்டம் ஒழுங்கைக் காப்பாற்ற வேண்டும் என்கிற தீவிரத்தோடு, உள்பயம் செய்துகொண்ட சமரசம்தான் இந்த முதல் தகவல் அறிக்கை தாக்கல். மறு நாள் காலையில்தான் யார் யாரைக் கைது செய்தார்கள் என்ற விபரம் தெரிந்தது. குடும்பத்தார், கட்சிக்காரர்கள், ஆதரவாளர்கள் சிவப்புக் கட்டிடம் முன் குழுமி நின்றனர்.

தாளமுத்துவுக்கு, தன் இருப்பு வெளியில் தெரிந்துவிட்டது என்ற மகிழ்ச்சி மேலெழுந்து வந்தது.

"எந் தெய்வத்தை ஏன் கூட்டி வந்தீங்க?"

16 வயதுச் சிறு பையன் ஆவேசத்துடன் உள் நுழைந்தான். நிலையத்தைக் காவல் செய்யும் போலீஸ் ஒரு போதும் நின்ன நிலையில் பின் வாங்குவதில்லை. அந்தப் பக்கம், இந்தப்பக்கம் அசையாது உதவி ஆய்வாளர், ஆய்வாளர், துணைக் கண்காணிப்பாளர் (டி.எஸ்.பி.) மேலதிகாரிகள் வருகிற போது விறைப்பாய் நின்று சல்யூட் அடித்தான்.

சிறுபயல் வேகமாய் உள் நுழைந்ததும், காவல் போலீஸ் அவனை நிறுத்தி, "யாருலே, நீ?" என்றான். தாளமுத்து வீட்டில் உண்டு, உறங்கி, வளரும் சித்திரவேல் கடை வேலை, வீட்டு வேலைகளில் எங்கும் தென்படுவான்.

"ஒந் தெய்வம் யாருடா?" மற்றொரு போலீஸ் கேட்டான்.

"கடை முதலாளி, அவரை ஏன் கொண்டு வந்தீங்க?" சிறுவன் கேட்டான்.

வாக்குவாதம் செய்தனர். ரெண்டு போலீசும் உள்ளில் அமர்ந்திருந்த இன்ஸ்பெக்டர் காயாம்பூவும் எழுந்து வரவில்லை. அவரைக் கொண்டு வரவில்லை என்று சாதித்தனர்.

"இல்ல, எங்க முதலாளியை அடிச்சிக் கொடுமைப்படுத்தியிருக்கிறீங்க".

"யாரு சொன்னாங்க?"

"இங்க லாக்கப்ல அடைச்சி சித்திரைவதப் படுத்துறதா சொன்னாங்க."

"சொன்னவங்களைக் கூட்டீட்டு வா" போலீஸ்காரங்களுக்கும் சித்திரவேலுக்குமிடையே தர்க்கம் போய்க் கொண்டிருந்தது.

"நான் ஏன் போய் யாரையோ கூப்பிட்டு வரணும்?" அவர்களை சினாய்த்து நோக்கினான் பையன்.

பிடரியில் லேசாய்த் தட்டி, "போலே வெளியே" என்றான் ஒரு போலீஸ்.

“எங்க முதலாளி ரொம்ப நல்லவரு. இந்த டவுன்ல யார்ட்ட வேண்ணாலும் கேட்டுப் பாருங்க. முதலாளியைக் காவல் நிலையத்துக்குள்ளதான் வச்சிருக்கீங்க” என சாதித்தான்.

அவனைத் தேவையில்லாத ஓராள் என எண்ணி லேசாய்த் தட்டி, “போலே நீ, வெளிய போலே" என்று தள்ளினான் ஒரு போலீஸ்.

“நீ எங்க முதலாளியை அனுப்பலேன்னா, நா பெட்ரோல் ஊத்திக்கிருவேன்" எச்சரித்தான் சித்திரவேல். கேலியாகத் தோன்றிற்று அவர்களுக்கு.

“தெரியும், போலே..." இழுத்துப் போய் வெளியில் தள்ளினர்.

வெளியில் சுற்றுச் சுவர் ஓரமாய் பெட்ரோல் கேன். எடுத்துத் தலையில் மளமளவென்று ஊற்றிக் கொண்டான். கேனை வீசியவன், மறுபடி காவல் நிலையத்துக்குள் வந்து, தீக்குச்சி உரசி தன் மேல் போட்டு, தீக்கொளுத்தினான். சுருண்டு சுருண்டு ஓடும் தீச்சுருள் போல் சாலைக்கு ஓடினான். தீக்கொளுந்தும் அலறலும் ஒன்றாய் மேலெழ ஓடிக் கொண்டிருந்தான். பார்த்தவர்கள் உறைந்து நின்றார்கள். என்ன செய்வதென்று தோன்றவில்லை. போலீஸ்காரர் இருவர் உள்ளே ஓடி வாளிகளில் தண்ணீர் எடுத்து ஊற்றினார்கள்.

காக்கிச் சட்டையினர் எதிர்பார்க்கவில்லை. அவ்வளவு சுருக்காய் நடந்தேறுமென அவர்கள் கற்பனை செய்யக்கூட இல்லை. உதவிப் பெண் ஆய்வாளர் நாகேஸ்வரி, ஆய்வாளர் காயாம்பூ என்ற இரண்டு பேரும் இழுத்துவிட்ட வினையில் இப்படியொரு மரண சம்பவம் நிகழ்ந்திருக்கிறது என்ற பேச்சு பரவ ஆரம்பித்தது.

ஏற்கனவே பிரச்சனையின் கொதிப்பு காவல்நிலையத்தை சூழ்ந்திருந்தது. அரைவாசி கருகித் தீய்ந்திருந்த உடல், தீயில் கருகிய தோல், நிணம் கசிந்தது. கால்வாசி உயிர்தொக்கிய உடலை, உடனே தூத்துக்குடி பொது மருத்துவமனைக்குக் கொண்டு சென்று அப்புறப்படுத்த முனைந்தனர்.

அரசியல் கட்சிகள் என்ற கழுகுகளின் மூக்கு வேர்த்து, காவல் நிலையத்தைச் சூழுமுன் அப்புறப்படுத்த வேண்டும். சிறிது நேரம் சென்றால் கழுகுகளின் கொத்தலுக்குக் காவல் நிலையம் தீனியாகிப் போகும்.

ஆத்தூர் மருத்துவமனை ஆம்புலன்ஸில், சித்திரவேல் ஏற்றப்பட்டான். அவ்வேளையும் அலறிக் கொண்டிருந்தான்.

கொஞ்சம் கொஞ்சமாய் முனகல் குறைந்து வந்தது, கொஞ்ச நஞ்ச உயிரும் வெளியேறிக் கொண்டிருந்தது என்பதை தெரிவித்தது.

சேதி கிடைத்த கட்சிகள் காவல் நிலையத்துக்கு வேகமாய் வந்து நிற்கையில், தூத்துக்குடி மருத்துவமனைக்குக் கொண்டு செல்லப்பட்டுவிட்டாரெனத் தெரிந்தது. இனி தூத்துக்குடி செல்வது பயனில்லை. தூத்துக்குடியிலிருந்து உடல் திரும்பி வர பகல் கடந்துவிடும். பகற்பொழுதில் காத்திருக்க வேண்டியதில்லை.

காவலர்களுக்கும் இரவு வசதியானது! சொல்லாமல் செய்யாமல், சுடுகாடு எடுத்துக் சென்று ஒரு அனாதையை எரித்து விட முடியும். சித்திரவேல், தாய் தந்தை யாருமற்ற அனாதை. ஐந்து வயதுப் பையனாய் தாளமுத்துவின் கடைக்குள் நுழைந்து, பின்னர் வீட்டுக்குள் நுழைந்து, வீட்டுப் பையனாக ஆகிவிட்டிருந்தான். கடைக்கார தாளமுத்து பையன் என்றேதான், அவனைத் தெரிந்த அனைவரும் நினைத்துக் கொண்டனர்.

நள்ளிரவில் உடல் ஏற்றிய ஆம்புலன்ஸ் திரும்பிவர நியாயமில்லை. மூடிய கடைகள் முன்பமர்ந்து இரவிலும் தொண்டர்கள் கவனித்துக் கொண்டிருந்தனர். வணிக சமூகமான நாடார்கள் காத்திருந்தனர். அமைதியற்ற ஒரு கடல் நள்ளிரவில் கொதித்துக் கொண்டிருந்தது; ஆத்தூரை குலுங்கச் செய்துவிடும்.

செய்திகள் தூத்துக்குடிக்குத் தாவிக் கொண்டிருந்தன. ஆம்புலன்ஸ், தூத்துக்குடியிலிருந்து திரும்பவில்லை. பல சமூகத்தினரையும் எரிக்கிற பரந்த சுடுகாட்டில், தெரியாத இடத்தில், அடையாளம் காணமுடியாமல் எரித்துச் சாம்பலாக்கினர்.

★★★

www.ingramcontent.com/pod-product-compliance
Lightning Source LLC
LaVergne TN
LVHW090348051026
849518LV00006B/2074

* 9 7 8 8 1 1 9 1 7 6 7 4 8 *